D1763712

நாகேஸ்வரி அண்ணாமலை தமிழ்நாட்டின் ஒரு கோடியிலுள்ள இராமநாதபுரத்தில் பிறந்தவர். இந்த ஊரில் தாம் வாழ்ந்ததை *சொந்த ஊரை நோக்கி* என்னும் நூல் மூலமாக நம் கண்முன் கொண்டு வருகிறார். சமூகவியலில் முனைவர் பட்டம் பெற்றுள்ள இவர் சமூக, பொருளாதார, கலாச்சார, அரசியல் நிலைமைகளை ஊன்றிக் கவனிப்பதிலும் வேறுபட்ட பண்பாடுகளை ஒப்பிட்டு ஆராய்வதிலும் ஆர்வமுள்ளவர். ஜப்பான், ஆஸ்திரேலியா, நெதர்லாந்து, ஜெர்மனி போன்ற நாடுகளில் சில காலம் வாழ்ந்த அனுபவம் பெற்றவர். அமெரிக்காவின் இயல்பை அறிமுகப்படுத்தும் *அமெரிக்காவில் முதல் வேலை – ஒரு புதிய அனுபவம்;* அமெரிக்காவின் சமூக, அரசியல், பொருளாதார வரலாற்றை எளிய நடையில் விளக்கும் *அமெரிக்காவின் மறுபக்கம்;* அமெரிக்க வாழ்க்கையை உள்ளபடி விவரிக்கும் *அமெரிக்க அனுபவங்கள்;* பாலஸ்தீனம், இஸ்ரேல் ஆகிய நாடுகளுக்குச் சென்று அங்குள்ள பிரச்சினைகளை கள ஆய்வு செய்து விவரிக்கும் *பாலஸ்தீன-இஸ்ரேல் போர்: ஒரு வரலாற்றுப் பார்வை* ஆகிய நூல்களை எழுதியிருக்கிறார். பாலஸ்தீனப் பிரச்சினை குறித்து கள அனுபவத்தில் கிடைத்த தகவல்ளைக்கொண்டு எழுதப்பட்ட முதல் தமிழ்நூல் இவருடையது மட்டுமே. நேரடி அனுபவத்தில் மூலம் கிடைக்கும் தரவைக்கொண்டு விறுவிறுப்பூட்டும் நடையில் எழுதுவதால் இவருடைய நூல்கள் வாசகர்களிடையே மிகுந்த வரவேற்பைப் பெற்றுள்ளன.

போப் பிரான்சிஸ்

நம்பிக்கையின் புதிய பரிமாணம்

நாகேஸ்வரி அண்ணாமலை

அடையாளம்

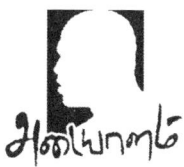

முதல் பதிப்பு 2017
© நாகேஸ்வரி அண்ணாமலை
வெளியீடு: அடையாளம், 1205/1 கருப்பூர் சாலை, புத்தாநத்தம் 621310, திருச்சி மாவட்டம், இந்தியா, தொலைபேசி: 04332 273444
நூல் வடிவம்: த பாபிரஸ், அச்சாக்கம்: அடையாளம் பிரஸ், இந்தியா
ISBN 978 81 7720 274 8
விலை: ₹ 200

Pope Francis: Nambikaiyin Puthiya Parimaanam is Pope Francis: A New Dimension of Faith in Tamil by Nageswari Annamalai, Published by Adaiyaalam, 1205/1 Karupur Road, Puthanatham 621310, Thiruchirappalli District, Tamilnadu, India, email: info@ adaiyaalam.net

'விஞ்ஞானிகளும் தொழில்நுட்ப வல்லுநர்களும் தங்கள் ஆராய்ச்சியின் விளைவாகச் சமத்துவத்தையும் சமூகத்தில் எல்லோரையும் உள்ளடக்கிய திட்டங்களையும் கண்டுபிடித்தால் எவ்வளவு நன்றாக இருக்கும்! பூமியைச் சுற்றும் வெகுதூரத்தில் உள்ள கோள்களை இவர்கள் ஆராயும்போது நம் அருகிலேயே நம்மைச் சுற்றியிருக்கும் மனிதர்களின் தேவைகளுக்குத் தீர்வு கண்டால் எவ்வளவு நன்றாக இருக்கும்!'

– போப் பிரான்சிஸ்
TED உரை, ஏப்ரல் 25, 2017

பொருளடக்கம்

	முன்னுரை	ix
1	என் மதப் பின்னணி	1
2	போப் தேர்தல்	21
3	வித்தியாசமான போப்	37
4	இளமைப் பருவம்	55
5	புதிய இறையியல்	74
6	குற்றச்சாட்டுகள்	86
7	சிந்தனை மாற்றம்	103
8	மாற்றத்தின் தொடர்ச்சி	110
9	மாற்றத்தின் முதிர்ச்சி	121
10	பயணங்கள்	136
11	புதிய போதனைகள்	163
12	எதிர்ப்பு	186
	முடிவுரை	198
	உசாத்துணை	204
	நூலில் வரும் பெயர்கள்	205

முன்னுரை

மார்ச் 13ஆம் தேதி. ஆண்டு 2013. அன்றுதான் அர்ஜென்டைனாவின் ஆர்ச் பிஷப்பாக இருந்த ஹோர்கே மரியோ பெர்காகிலியோ 266ஆவது போப்பாகத் தேர்ந்தெடுக்கப்பட்டார். அந்த அறிவிப்பு வெளியிடப் பட்டதும் செயின்ட் பீட்டர் சதுக்கத்தில் கூடியிருந்தவர்கள் 'யார் இந்த பெர்காகிலியோ?' என்று கேட்க ஆரம்பித்தனர். அதுவரை அவரைப் பற்றிப் பல கத்தோலிக்கக் கிறிஸ்தவர்களுக்குக்கூடச் சரியாகத் தெரியாது. ஆனாலும் அவர் செயின்ட் பீட்டர் தேவாலயத்திலிருந்து வெளியே வந்ததும் அவருடைய எளிமை, பணிவு, அன்பு ஆகியவை அவருடைய தோற்றத்திலிருந்து தெரியவந்தது. இதைப் பார்த்த கூட்டத்தினர் 'இவர் தேர்ந்தெடுக்கப்பட்டது கடவுளின் அருளால்தான்' என உணர்வெழுச்சியுடன் ஆர்ப்பரிக்கத் தொடங்கினர். கூடியிருந்தவர் களை ஆசீர்வதிக்கும் முன்னால் தனக்காக இறைவனிடம் பிரார்த்தித்துக் கொள்ளுமாறு அவர்களிடம் பெர்காகிலியோ கேட்டுக் கொண்டார்.

போப்புகள் எப்படித் தேர்ந்தெடுக்கப்படுகிறார்கள் என்பது பற்றியோ அதன் பிறகு அவர்கள் ஆற்றும் செயல்கள் பற்றியோ நான் ஒருபோதும் கூர்ந்து கவனித்ததில்லை. உலகிலுள்ள நூற்றி இருபது கோடி கத்தோலிக்கர்களுக்கும் போப்தான் தலைவர் என்பது மட்டுமே எனக்குத் தெரிந்திருந்தது. பெர்காகிலியோ போப்பாகத் தேர்ந்தெடுக்கப்பட்ட அன்று அந்தச் சதுக்கத்தில் கூடியிருந்தவர் களோடும் உலகம் முழுவதும் தங்கள் தொலைக்காட்சிப் பெட்டியின் முன்னால் அமர்ந்து அதைக் கண்டுகளித்தவர்களோடும் தங்கள் கணினித் திரையில் அதைப் பார்த்துகொண்டிருந்தவர்களோடும் சேர்ந்து நான் ஆர்ப்பரிக்கவில்லை. தொலைக்காட்சியில் அந்த நிகழ்ச்சியைக் காட்டியபோது அதைப் பார்த்திருக்கலாம். அவ்வளவே. அவரைப் பற்றி இன்னும் தெரிந்துகொள்ள வேண்டும் என்ற எண்ணம்கூட என்னுள் எழவில்லை. அதுவும் ஒரு செய்தியாகத்

தோன்றியதே தவிர வேறு எந்தவித முக்கியத்தையும் அதற்கு நான் கொடுக்கவில்லை. சொல்லப்போனால் ஒரு போப்புக்கு பிறகு இன்னொரு போப் வருகிறார் என்ற அளவில்தான் அந்தச் செய்திக்கு முக்கியத்துவம் கொடுத்தேன்.

என்னுடைய சிறுவயதிலிருந்தே எந்த இந்து மதத் தலைவரையும் எங்கள் குடும்பத்தார் நேரில் சென்று சந்தித்ததில்லை; அவர்கள் காலில் விழுந்து வணங்கியதுமில்லை. மதத் தலைவர்கள் நம் மதிப்பிற்கு உரியவர்கள் என்று எங்கள் பெற்றோரும் எங்களுக்குச் சொல்லிக் கொடுக்கவில்லை. இதனால் – அல்லது இதனால்தானோ என்னவோ – எனக்கு இந்து மதத் தலைவர்கள் உட்பட எந்த மதத் தலைவர்கள் மேலும் எந்தவித மரியாதையோ அபிமானமோ ஏற்பட்டதில்லை. நாம் சொர்க்கத்திற்குப் போக இவர்கள்தான் வழிகாட்டுவார்கள் என்று ஒரு போதும் நினைத்ததில்லை. ஏன், அவர்களைப் பற்றிச் சிந்திக்கவே யில்லை. கொஞ்சம் முதிர்ச்சி ஏற்பட்டதும் மதத் தலைவர்களின் சுய உருவம் வெளிப்பட்டபோது தெய்வத்தின் எந்தச் சாயலையும் நான் இவர்களிடம் காணவில்லை. இவர்கள் நம்மை இறைவனிடம் அழைத்துச் செல்வார்கள் என்றோ இறைவனை அடைய நமக்கு உதவுவார்கள் என்றோ நான் நினைக்கவில்லை. சாதாரண மக்களிடம் இருக்கும் நல்ல குணங்கள்கூட இவர்களிடம் இல்லையே, இவர்களை ஏன் எல்லோரும் வணங்குகிறார்கள் என்று மனம் புழுங்கினேன். அதற்குப் பிறகு கோவிலுக்குப் போனால் அங்கு பூசாரியிடம் இரு கரம் நீட்டி பவ்யமாகப் பிரசாதம் பெற்றுக்கொள்வது போன்றவற்றை மட்டும் செய்துவந்த எனக்கு மதத்தலைவர்கள் பற்றிய செய்திகள் தெரியவந்தபோது அதையும் நிறுத்திவிட முடிவு செய்தேன். எல்லா மதத்தலைவர்களும் போட்டி, பொறாமை போன்ற மனித இயல்பு களுக்கு மேலானவர்கள் என்ற என் எண்ணம் தவிடுபொடியானது. கிறிஸ்தவ மதத்தலைவர்கள் தங்களிடம் வரும் சிறுபையன்களிடம் தவறாக நடந்துகொண்டதை அறிந்தபோது இவர்களுமா இப்படி என்று மனம் சோர்ந்து போனேன்.

எங்கள் கிறிஸ்தவ உறவினர்களிலோ நண்பர்களிலோ யாராவது பொய் பேசினாலோ எதாவது தவறு செய்தாலோ 'கிறிஸ்தவர்களான இவர்களே இப்படிச் செய்கிறார்களே' என்று நான் அங்கலாய்ப்பேன். அப்போதெல்லாம் என் கணவர் 'கிறிஸ்தவர்கள் இப்படிச் செய்ய மாட்டார்கள் என்று எப்போதிலிருந்து நினைத்துக்கொண்டிருக் கிறாய்?' என்பார். கிறிஸ்தவ மதம் அந்த மதத்தைப் பின்பற்றுபவர்

களிடம் சில ஒழுக்க நெறிகளை வளர்க்கும்; அவர்கள் வாரம் தவறாமல் தேவாலயத்திற்குச் செல்வார்கள்; அங்கு பாதிரிகளிடம் பாவமன்னிப்புக் கோருவார்கள்; அதனால் அதே தவறை மறுபடி செய்யமாட்டார்கள் என்று நானாக வைத்துக்கொண்டேன் போலும். அதனால் போப் பிரான்சிஸ் பற்றி ஒரு புத்தகம் எழுதுவதற்காக ஆராய்ச்சியை மேற்கொண்டபோது வாடிகனில் பணிபுரியும் மதகுருமார்கள் எப்படியெல்லாம் குற்றம் புரிகிறார்கள், அதிலும் பண விஷயத்தில்கூட எவ்வளவு ஊழல்புரிந்திருக்கிறார்கள் என்று அறிந்ததும் இறைவனுக்குத் தொண்டு செய்கிறோம், பாமர மக்களை இறைவனிடம் அழைத்துச் செல்கிறோம் என்று இவர்கள் உண்மையாகவே நம்பினால் இப்படி ஊழல்புரிந்திருப்பார்களா என்ற எண்ணம் எழுந்தது. ஆனால் போப் பிரான்சிஸ் இவர்களுக்கு நேர்மாறானவர். 'நான் இந்த உலகத்தைவிட்டுச் செல்லும்போது எவ்வளவு குறைவாக விட்டுச் செல்ல முடியுமோ அவ்வளவு குறைவாக விட்டுச்செல்ல விரும்புகிறேன்' என்பாராம். அதனால் தனக்கென்று அவர் எதையும் சேர்த்துவைத்துக்கொள்ளவில்லை.

பெர்காகிலியோ போப் பிரான்சிஸாகத் தேர்ந்தெடுக்கப்பட்ட பிறகும் அவரைப் பற்றித் தெரிந்துகொள்ள நான் எந்த ஆர்வமும் காட்டவில்லை. ஆனால் அதற்குப் பிறகு அவர் செய்துகொண்டு வரும் காரியங்களைப் பற்றிப் பத்திரிக்கையில் படித்தபோது அவர்மேல் எனக்கு ஆழ்ந்த பிடிப்பு ஏற்பட்டது. மதத்தலைவர் என்று யாரையாவது மதிக்க வேண்டும் என்றால் இவர் ஒருவரைத்தான் மதிக்க வேண்டும் என்று நினைத்தேன். தொடர்ந்து இவர் செய்துவரும் பணிகள் என் மனதில் இவரைப் பற்றிய பிம்பத்தை உயர்த்திக்கொண்டே போயின. ஒருமுறை அமெரிக்கத் தோழி ஒருவரிடம் போப் பிரான்சிஸைப் பற்றிப் பேசிக்கொண்டிருந்தபோது அவர், 'நான் கத்தோலிக்க மதத்தைச் சேர்ந்தவள் அல்ல. ஆயினும் போப் பிரான்சிஸிடம் எனக்கு மிகுந்த மதிப்பும் மரியாதையும் உண்டாகிறது' என்றார். அவருக்கு நான் பதில் கூறும்போது, 'நான் கத்தோலிக்கப் பிரிவைச் சேர்ந்தவள் அல்ல என்பது மட்டுமல்ல கிறிஸ்தவளே அல்ல. ஆயினும் எனக்கு அவரிடம் மிகுந்த மரியாதை ஏற்படுகிறது' என்றேன். 'அவரைப் பற்றி ஒரு புத்தகம் எழுதுங்களேன்' என்ற அவருடைய யோசனை எனக்குப் பிடித்திருந்தது. 'அப்படியே செய்கிறேன்' என்றேன்.

போப் பிரான்சிஸ் 2015 நவம்பரில் உகாண்டாவின் தலைநகர் கம்பாலாவுக்கு விஜயம் செய்தபோது ஒரு முஸ்லிம் அன்பர் போப்

செல்லவிருக்கும் ஒரு கிறிஸ்தவ சர்ச்சுக்குப் போகத் தன்னைத் தயார்படுத்திக்கொண்ட போது, 'நீங்கள் ஒரு முஸ்லிம் அல்லவா? போப்பைப் பார்க்கப் போகிறீர்களா?' என்று யாரோ கேட்டபோது, 'ஆம். நான் முஸ்லிம்தான். ஆனால் இந்தப் போப் மிகவும் நல்லவர். அதனால் அவரைப் பார்க்கப் போகிறேன்' என்றாராம். இப்படித்தான் நானும். பிரான்சிஸின் பல நல்ல குணங்களால் கவரப்பட்டவள். நல்ல உள்ளங்களைத் தேடிப் போவோர்களுக்கு மதம் ஒரு தடையல்ல.

அவரைப் பற்றி இன்னும் தெரிந்துகொள்ளப் பல புத்தகங்களைப் படித்தபோது, அவரிடமுள்ள பணிவு, அடக்கம், எளிமை போன்ற குணங்கள் என்னை மிகவும் கவர்ந்தன. வறியவர்கள், எளியவர்கள், சமூகத்தில் பிறரால் ஓரங்கட்டப்பட்டவர்கள் ஆகியோர் மீது அவருக்கிருக்கும் அக்கறை எனக்கும் எப்போதும் உண்டு என்பதை உணர்ந்தேன். மதம், மொழி, கலாச்சாரம் ஆகியவற்றைக் கடந்து அவர்பால் நான் ஈர்க்கப்பட்டதற்கு அதுதான் மிகப் பெரிய காரணம். கொலைசெய்தவர்களையும் மன்னித்துச் சமூகம் ஏற்றுக்கொள்ள வேண்டும் என்று இவர் கூறுவதை மட்டும் இப்போதைக்கு என்னால் ஒப்புக்கொள்ள முடியவில்லை. இன்னும் முதிர்ச்சி ஏற்பட்ட பிறகு அவருடைய அந்தக் கருத்தையும் ஒப்புக் கொள்வேனோ என்னவோ. தான் செய்த தவறுகளை ஒப்புக்கொண்டு அவற்றிற்காக இறைவனிடம் மன்னிப்பு கேட்கும் இவருடைய குணம் எனக்கு மிகவும் பிடித்திருக்கிறது. தவறுகள் பல செய்துவிட்டுத் தங்கள் தவறுகளை ஒப்புக்கொள்ளாதவர்களிடையே, அப்படியே ஒப்புக்கொண்டாலும் அதற்கு இறைவனிடம் மன்னிப்புக் கேட்க வேண்டும் என்று நினைக்காதவர்களிடையே, இவர் ஒரு அதிசயப் பிறவி.

சாதாரணமாக மதத்தலைவர்கள் எல்லாரும் தங்கள் மதம்தான் சிறந்தது என்பார்கள். இவர் அப்படியில்லை. எல்லா மதத்தினரையும், கடவுளே இல்லை என்று மறுப்பவர்களையும், எல்லோரும் இறைவனின் குழந்தைகள் என்பதால் தான் அன்பு செலுத்தும் வட்டத் திற்குள் அணைத்துக்கொள்கிறார். எல்லோருக்காகவும் இறைவனிடம் வேண்டுகிறார். எல்லா மதத்தலைவர்களும் இவரைப் போல் இருந்துவிட்டால் உலகில் பல மதங்களைச் சேர்ந்தவர்களிடமும் பல இனங்களைச் சேர்ந்தவர்களிடமும் வேற்றுமை ஏற்படாது; சண்டை, சச்சரவுகள் ஏற்படாது; உலகம் உய்ய வழி பிறக்கும்.

2011இல் என்னுடைய இளைய மகள் அர்ஜென்டைனாவில் நடந்த ஒரு மருத்துவக் கருத்தரங்கில் கலந்துகொண்டபோது நானும்

என்னுடைய மூத்த மகளும் அவளோடு போயிருந்தோம். அப்போது அர்ஜென்டைனாவின் சரித்திரம் பற்றித் தெரிந்துகொள்ள நிறையப் பணம் கொடுத்து ஒரு வழிகாட்டியை ஏற்பாடு செய்தோம். அர்ஜென்டைனாவில் பிறந்த போப் பிரான்சிஸின் வாழ்க்கை அந்நாட்டு சரித்திரத்தோடு எவ்வளவு பின்னிப் பிணைந்திருக்கிறது என்று எனக்கு அப்போது தெரியவில்லை. இன்னும் இரண்டு வருடங்களில் போப்பாகத் தேர்ந்தெடுக்கப்படவிருக்கும் அர்ஜென்டைனாவைச் சேர்ந்த பெர்காகிலியோ பற்றி ஒரு புத்தகம் எழுதுவேன் என்றும் அப்போது அறிந்திருக்கவில்லை.

இந்தப் புத்தகத்தை எழுதுவதற்காகப் போப் பிரான்சிஸ் பற்றிப் பல புத்தகங்களைப் படித்தேன். கத்தோலிக்க மதம் பற்றியும் போப்புகள் எப்படித் தேர்ந்தெடுக்கப்படுகிறார்கள் என்பது பற்றியும் அர்ஜென்டைனாவின் சரித்திரம் பற்றியும் (2011இல் அர்ஜென்டைனா வழிகாட்டி கூறியதற்கும் மேலாக) நிறையத் தெரிந்துகொண்டேன். அப்புத்தகங்களை எனக்கு அளித்து உதவிய சிகாகோ பல்கலைக்கழகத்திற்கு என் நன்றி என்றும் உரியது.

நான் என்ன எழுதினாலும் எனக்கு ஊக்கம் அளித்து எல்லா உதவிகளும் செய்யும் என் கணவர் மத நம்பிக்கை இல்லாதவர். மத நம்பிக்கையே இல்லாத ஒருவர் ஒரு மதத்தலைவரைப் பற்றி எழுதும்போது என்ன பெரிதாக உதவி செய்யப் போகிறார் என்று நான் நினைத்தது எவ்வளவு தவறு என்று தெரிந்தது. மத நம்பிக்கை வேறு, மதங்களைப் பற்றித் தெரிந்துவைத்திருப்பது வேறு என்பதை அவரிடமிருந்துதான் புரிந்துகொண்டேன். மதங்களைப் பற்றி நன்றாகத் தெரிந்துகொள்வதும் மத நம்பிக்கையை இழப்பதற்கு ஒரு காரணம் என்று புரிந்தது. அவருடைய இளங்கலைப் படிப்பை ஒரு கிறிஸ்தவக் கல்லூரியில் படித்தார் என்பது ஒருபுறம் இருக்க, நிறையப் படித்து மதங்கள் பற்றிப் பல விஷயங்களைத் தெரிந்துவைத்திருந்தார். நான் படித்த புத்தகங்களில் எனக்கு ஏற்பட்ட பல சந்தேகங்களை விளக்கினார். அவருக்கு என் நன்றி. நான் செய்யும் எல்லாக் காரியங்களிலும் எனக்கு ஊக்கமளிக்கும் என் மகள்கள் மெல்லி, அணி ஆகியோருக்கு என் நன்றி.

போப் பிரான்சிஸைப் பற்றியும் அவருடைய செயல்கள் பற்றியும் மேலும் மேலும் தெரிந்துகொண்டபோது அவர் மேல் எனக்கு மிகுந்த மரியாதையும் அன்பும் ஏற்பட்டன. ஆனாலும் புத்தகம் எழுதும் எண்ணம் ஏற்படவில்லை. அவரைப் பற்றி ஒரு

புத்தகம் எழுதுமாறு யோசனை கூறிய என் அமெரிக்க நண்பருக்கு நன்றி.

கத்தோலிக்க மதத்தில் வழங்கும் பல ஆங்கிலச் சொற்களுக்குத் தமிழ்ப் பதங்களைக் கொடுத்து உதவிய சாம் மோகன்லாலுக்கும் அன்புச்செல்வனுக்கும் என் நன்றியைத் தெரிவித்துக் கொள்கிறேன்.

கத்தோலிக்க மதம் பற்றியும் வாடிகன் பற்றியும் என் கேள்விகளுக்கு விளக்கம் அளித்த இத்தாலியைச் சேர்ந்த சிகாகோ பல்கலைக்கழக மாணவி மார்கரீட்டாவுக்கு என் நன்றி.

இந்தப் புத்தகத்தை அழகிய முறையில் அச்சிட்டு வெளியிடும் அடையாளம் பதிப்பகத்தாருக்கு என் நன்றி.

நாகேஸ்வரி அண்ணாமலை

போப்
பிரான்சிஸ்

1

என் மதப் பின்னணி

நான் பிறந்தது மதச்சடங்குகள் பற்றி அதிக அக்கறை எடுத்துக் கொள்ளாத ஒரு குடும்பத்தில். எங்கள் சமூகத்தின் பல உட்பிரிவு களுக்குத் தனித்தனியாகக் குலதெய்வங்கள் உண்டு. அந்தக் குல தெய்வங்கள் கொலுவீற்றிருக்கும் கோவில்களுக்கும் எங்கள் குடும்பத்தினர் அடிக்கடி செல்வதில்லை. குடும்பத்தில் யாருக்காவது திருமணம் என்றால் முதல் அழைப்பிதழைக் குலதெய்வத்திற்குப் படைக்கும் பழக்கம் உண்டு. அப்படிப் படைக்கும் வைபவத்திற்கும் திருமணம் செய்துகொள்ளப் போகும் மணப்பெண்ணோ மண மகனோ செல்வதில்லை. மணமக்களின் பெற்றோர்களே அந்தக் கடமையைச் செய்வார்கள். முதல் அழைப்பிதழைக் குலதெய்வத் திற்குப் படைக்கவேண்டும் என்பதுதான் முக்கியமே தவிர அதை யார் செய்யவேண்டும் என்பது முக்கியமில்லை.

பெண் குழந்தைகள் திருமணம் செய்துகொள்ளும்வரை பெற்றோரின் குலதெய்வம்தான் அவர்களுடைய குலதெய்வமும். எப்போதாவது குடும்பத்தினர் குலதெய்வக் கோவிலுக்குச் செல்ல நேர்ந்தால் அவர்களும் போவார்கள். அப்படிப்பட்ட சந்தர்ப்பங்கள் அடிக்கடி நேர்வதில்லை என்பது இன்னொரு விஷயம். திருமணம் செய்துகொண்ட பிறகு கணவன் வீட்டாரின் குலதெய்வம்தான் அவர்களுக்கும் குலதெய்வம். கணவன் வீட்டாரோடு அவர்களும் அங்குதான் செல்வார்கள்.

எங்கள் தந்தையின் குலதெய்வம் எங்கள் மூதாதையர்களின் ஊரான சிவாகாசியில் இருக்கிறது. சிவகாசி 1976க்கு முன்பு ராமநாதபுரம் மாவட்டத்தில் இருந்தது. அதற்குப் பிறகு காமராஜர் மாவட்டத்திற்கு மாறியது. எங்கள் பாட்டனார் காலத்திலேயே எங்கள் குடும்பம் ராமநாதபுரத்திற்குக் குடிபெயர்ந்துவிட்டாலும் சிவகாசியில் இருந்த சொந்த வீட்டை இன்றளவும் விற்கவில்லை. நெருங்கிய

சொந்தக்காரர்கள் பலர் இன்னும் சிவகாசியிலேயே இருப்பதும் அதற்கு ஒரு காரணம். அவர்கள் வீட்டு நிகழ்ச்சிகளுக்குப் போகும்போது தங்குவதற்கு ஒரு இடம் வேண்டும் என்பதைவிட அந்த ஊரோடு எங்களுக்கு நெருங்கிய பந்தம் உண்டு என்பதற்காகவும்தான் அந்த வீட்டை இன்னும் வைத்திருக்கிறோம்.

திருமணம் செய்துகொண்டது நான் என்றாலும் திருமணத்தை நடத்தியவர் என் தந்தை என்பதால், தன் மகள் திருமணத்திற்கு முதல் அழைப்பிதழை தன்னுடைய குலதெய்வத்திற்குப் படைத்தார். திருமணம் நடந்தது மதுரைக்கு அருகிலுள்ள திருப்பரங்குன்றம் என்னும் புகழ்பெற்ற முருகனின் தலத்தில் என்றாலும் சில திருமண வேலைகளை எங்கள் மூதாதையர் ஊரான சிவகாசியில்தான் முடிக்க வேண்டியிருந்தது. அவற்றில் முக்கியமானது குலதெய்வத்திற்கு முதல் அழைப்பிதழைப் படைப்பது.

அப்போது நாங்கள் கூட்டுக் குடும்பமாக வசித்து வந்தோம். என் சித்தப்பாமார் இருவர், அவர்களுடைய மனைவிமார், குழந்தைகள் என்று எல்லோரும் ஒரே குடும்பமாக ராமநாதபுரத்தில் வசித்து வந்தோம். குழந்தைகளுக்கு அப்போது கோடைகால விடுமுறை என்பதால் எங்கள் தந்தை, எங்கள் சித்தப்பாமார் இருவர் தவிர மற்ற எல்லோரையும் சிவகாசிக்கு அழைத்து வந்தார்.

இப்படி எல்லோரும் சிவகாசிக்கு வந்திருந்தாலும் முதல் அழைப்பிதழைப் படைப்பதற்குக் குலதெய்வக் கோவிலுக்குச் சென்றது என் தாயும் தந்தையும்தான். இத்தனைக்கும் அந்தக் கோவில் இருந்தது எங்கள் வீடு இருந்த தெருவில்தான். அது மிகவும் சிறிய கோவில். சிலர்தான் அங்கு அமர முடியும். ஒரு காலத்தில் அந்தத் தெரு முழுவதும் எங்கள் தந்தையின் சாதியின் உட்பிரிவைச் சேர்ந்தவர்கள் மட்டுமே வசித்துவந்ததால் அந்தத் தெருவிற்கே அந்த உட்பிரிவின் பெயர்தான் கொடுக்கப்பட்டிருந்தது. இப்போது வேறு உட்பிரிவைச் சேர்ந்தவர்கள் பலர் அங்கு வசித்துவந்தாலும் இன்னும் பழைய பெயரில்தான் அந்தத் தெரு வழங்கிவருகிறது. குடும்பத்தில் திருமணம் நடக்கும் போது முதல் அழைப்பிதழைக் குலதெய்வத்திற்குச் சமர்ப்பிக்க வேண்டும் என்ற சம்பிரதாயத்தைக் கடைப்பிடிக்க வேண்டும் என்பதற்காக மட்டுமே என் பெற்றோர் தங்கள் குலதெய்வ கோவிலுக்குச் சென்றதாகத் தெரிகிறது. குலதெய்வத்திடம் 'இதைக் கொடு, அதைக் கொடு' என்று எதுவும் வேண்டிக்கொண்டதாகத் தெரியவில்லை.

வருடம் ஒருமுறை மாசி மாதம் வரும் வெள்ளிக் கிழமைகளில் ஒன்றில் கோவிலுக்குச் சென்று குலதெய்வத்தை வழிபடும் பழக்கம் எங்கள் சமூகத்தில் இருந்த போதிலும், எங்கள் தந்தை அதற்கு முக்கியத்துவம் கொடுத்து ராமநாதபுரத்திலிருந்து சிவகாசிக்கு வந்து தங்களுடைய கோவிலுக்குச் செல்லும் பழக்கத்தை வைத்துக் கொள்ளவில்லை. இதனால்தானோ என்னவோ எனக்கும் குலதெய்வத்தின் மேல் பக்தியோ ஈடுபாடோ ஏற்படவில்லை.

அந்தக் காலத்தில் எங்கள் குடும்பத்திலும் எங்கள் சமூகத்தைச் சேர்ந்த பிற குடும்பங்களிலும் காலையில் எழுந்ததும் குளித்து முடித்து பூஜை, புனஸ்காரங்கள் செய்வது என்பதெல்லாம் கிடையாது. தனி பூஜை அறையும் கிடையாது. என் தந்தை எங்கள் வீட்டிற்கு மிக அருகில் இருந்த முருகன் கோவிலுக்குக்கூடப் போகமாட்டார். ஒருமுறை ஒரு வழக்கில் வெற்றி கிடைத்தபோது எல்லோரும் இந்த முருகன் கோவிலுக்குச் சென்று எறிதேங்காய் போட்டதோடு சரி. அதை விடுத்து என் தந்தை எந்தக் கோவிலுக்கும் சென்றதாக எனக்கு ஞாபகமில்லை. இரவு படுக்கப் போகும் முன் அவர் ஒரு நிமிடம் இறைவனை மனதிற்குள் நினைத்துக்கொண்டதோடு சரி. ஒரு நிமிட மௌனத்திற்குப் பிறகு மூன்று முக்கிய மதங்களின் இறைவனின் பெயர்களையும் கூறிவிட்டுப் படுத்துக்கொள்வார்.

எங்கள் தந்தை தீவிர கடவுள் பக்தராக இல்லாவிட்டாலும் புரட்டாசி மாதம் வரும் சனிக்கிழமைகளில் மட்டும் தவறாமல் விரதம் இருப்பார். என் தாயும் எங்கள் சித்திகளும் அவரோடு சேர்ந்து விரதத்தைக் கடைப்பிடிப்பார்கள். சிறுவர், சிறுமிகளுக்கு இது கட்டாயமில்லை. அவர்கள் விரும்பினால் விரதம் இருக்கலாம். சித்தப்பாமார் இருவரும் இதற்கு விதிவிலக்கு. அவர்கள் விரதத்தைக் கடைப்பிடிப்பதில்லை. எங்கள் தந்தை தன்னுடைய அறுபதாவது வயதில் அசைவ உணவை முழுவதுமாக விட்டுவிட்டாலும், அதற்கு முன்புவரை அசைவப் பிரியர். பள்ளிப் படிப்பை முடித்து வெளியூருக்கு வேலைக்குச் செல்லும்வரை ஆடுகள் வளர்த்திருக்கிறார். ராமநாத புரத்திற்குக் குடிபெயர்ந்த பிறகும் வீட்டில் அவ்வப்போது ஆடு வாங்கி, வளர்த்து அதை வீட்டிலேயே அறுத்துச் சாப்பிடுவதுண்டு. ஆட்டை அறுக்கக் கசாப்புக் கடைக்காரன் வந்தவுடன் ஆட்டின் மரண ஓலம் கேட்காத தூரத்திற்குச் சென்றுவிடுவார். ஆனாலும் அசைவ உணவை விடவில்லை. எங்கள் சித்தப்பா மகன் ஒருவன் ஒரு வெள்ளிக்கிழமையன்று அகால மரணமடைந்தான். வெள்ளிக்

கிழமையன்று வீட்டில் அசைவ உணவு சமைத்ததால்தான் அப்படி அவன் இறக்க நேர்ந்தது என்று அன்றிலிருந்து அசைவ உணவை விட்டுவிட்டார். அதன் பிறகு பன்னிரண்டு வருடங்கள் வாழ்ந்த போதிலும் அசைவ உணவை உண்ணுவதே இல்லை.

அவர் புரட்டாசி சனிக்கிழமை விரதம் இருந்த காலத்தில் அந்த மாதம் முழுவதும் வீட்டில் எல்லோரும் சைவம். அசைவ உணவைச் சமைப்பதே இல்லை. எங்கள் தந்தையும் அவருடைய சகோதரர்களும் நடத்தி வந்த மரக்கடைக்குள் பொருட்கள் வாங்க வருபவர்கள் கருவாடோ மீனோ வாங்கிக்கொண்டு வந்தால் (எங்கள் ஊரில் கருவாடும் மீனும் பலர் விரும்பிச் சாப்பிடும் உணவு; கடற்கரைக்குப் பக்கத்தில் இருப்பதால் நிறையக் கிடைக்கும்; மலிவாகவும் இருக்கும்.) அந்தப் பொட்டலத்தைக் கடைக்குள் கொண்டுவர வேண்டாம் என்றும் வாசலுக்குப் பக்கத்தில் ஒரு ஓரமாக வைக்கும்படியும் அப்பா கூறுவார். அசைவ உணவின் நிழல்கூட அந்த மாதம் எங்கள் மேல் படக்கூடாது என்பது அவருடைய கொள்கை. ஐந்து சனிக்கிழமைகள் விரதம் இருக்க வேண்டும் என்று ஐதீகம் போலும். ஒரு வருடத்தில் புரட்டாசி மாதம் ஐந்து சனிக்கிழமைகள் வரவில்லையென்றால் அடுத்த மாதமான ஐப்பசியில் வரும் முதல் சனிக்கிழமையும் விரதம் இருக்கவேண்டும். அன்றுவரை சைவச் சாப்பாடு மட்டும்தான். புரட்டாசி மாதத்தில் ஐந்து சனிக்கிழமைகள் வந்தால் மாதம் முடியும்வரை வீட்டில் சைவச் சாப்பாடுதான். ஐந்தாவது சனிக்கிழமை ஐப்பசியில் வந்தால் அன்றுவரை விரதம் இருந்துவிட்டு மறு நாளே அசைவ உணவை ஆரம்பிக்கலாம். ஒவ்வொரு புரட்டாசி சனிக்கிழமையும் பெருமாள் கோவிலுக்குப் போகும் வழக்கம் உண்டு. அது எங்கள் வீட்டிலிருந்து ஒரு மைல் தூரத்தில் அக்ரகாரத்தில் இருந்தது. கடைத்தெரு வழியாகத்தான் அங்கு செல்ல வேண்டும். நான் பெரியமனுஷி ஆன பிறகு கடைத்தெரு வழியாக எங்கும் செல்வதில்லை. கோவிலுக்குச் செல்வது மட்டும் இதற்கு விதிவிலக்கு.

அது ஏனோ, பக்கத்திலுள்ள முருகன் கோவிலுக்கு அடிக்கடி போகவில்லையென்றாலும் புரட்டாசி சனிக்கிழமைகளில் பெருமாள் கோவிலுக்குச் செல்வதை நாங்கள் தவற விடுவதில்லை. ஆனாலும் விரதத்தைத் தீவிரமாகக் கடைப்பிடித்த அப்பா கோவிலுக்கு எங்களோடு வருவதில்லை. பெண்களும் சிறுவர்களும் மட்டும் போய்வருவோம். கொஞ்சம் எள்ளை ஒரு சிறிய துணியில் முடிந்து அதை நல்லெண்ணெய் உள்ள ஒரு கிண்ணத்தில் நனைத்துக்

கோவிலுக்கு எடுத்துச் செல்வோம். கோவிலின் வெளிப்பிரகாரத்தில் இருக்கும் நவக்கிரகங்களைச் சுற்றிவிட்டு, அதற்கு எதிரே எரியும் நெருப்புக் குண்டத்தில் எள் பொட்டணத்தை வீசி எறிவோம். எரிந்துகொண்டிருக்கும் நெருப்பில் நாங்கள் போட்ட எள் பொட்டணமும் சேர்ந்து எரியும். ஏதோ பாவமன்னிப்புப் பெற்றதாக நினைத்துக்கொண்டு பெருமாளை வணங்கிவிட்டு வீடு திரும்புவோம். இதை யெல்லாம் எதற்காகச் செய்கிறோம் என்று அப்போது யோசித்துப் பார்த்ததில்லை. எல்லோரும் செய்கிறார்கள், நாமும் செய்கிறோம் என்ற ரீதியில்தான் இந்தக் காரியங்களைச் செய்துவந்தோம்.

கோவிலுக்குச் செல்லும்போது பழம், தேங்காய், வெற்றிலை எடுத்துச் சென்று அங்கிருக்கும் அர்ச்சகரிடம் கொடுத்து இறைவனுக்குப் பூஜை செய்யும்படி சொல்வதை அப்பா ஒருபோதும் விரும்புவது இல்லை. அப்படிச் செய்யும்போது தேங்காய் சரியாக உடைய வேண்டும்; அப்படி உடையாவிட்டால் அது நல்ல சகுனம் இல்லை என்று ஒரு ஐதீகம். அதனால் இது எதற்கு வம்பு என்று அப்பா ஒருபோதும் தேங்காய் உடைத்து இறைவனுக்குப் பூஜை செய்ய அனுமதிக்க மாட்டார். தேவையென்றால் எறி தேங்காயாகப் போட்டு விடுவதுண்டு.

எங்கள் தந்தைக்குக் கொஞ்சம் வயதான பிறகு தமிழ் மாதங்களில் கடைசி வெள்ளிக்கிழமை, கடைசி திங்கள்கிழமை, கார்த்திகை, அமாவாசை போன்ற நாட்களில் விரதம் இருக்க ஆரம்பித்தார். முதலில் மிகவும் தீவிரமாக விரதத்தைக் கடைப் பிடிப்பார். காலையில் எதுவும் சாப்பிடுவதில்லை. இரண்டு மணிக்கு மதிய உணவு உண்ட பிறகு வேறு எதுவும் சாப்பிடுவதில்லை. இரண்டு வாழைப் பழங்கள் மட்டும் சாப்பிடுவார். வயது ஆக ஆக இப்படித் தீவிரமாக இருக்க முடியவில்லை. மதிய உணவைப் பன்னிரண்டு மணிக்கெல்லாம் சாப்பிட்டுவிடுவார். இரவும் ஏதாவது டிபன் சாப்பிடுவார். கடைசியாக இருதயக் கோளாறு வந்த பிறகு எல்லா விரதங்களையும் விட்டு விட்டார்.

சின்ன வயதிலிருந்தே புரட்டாசி சனிக்கிழமைகளில் எங்கள் தந்தை விரதம் இருப்பதைப் பார்த்து நானும் இருப்பதுண்டு. சனிக்கிழமை பன்னிரண்டரை மணிக்கெல்லாம் பள்ளி முடிந்துவிடும். (அப்போ தெல்லாம் சனிக்கிழமையும் பள்ளி உண்டு. ஆனால் ஒரு வேளை மட்டும்தான். அதுவும் சீக்கிரம் முடிந்துவிடும்.) பள்ளி முடிந்து வீட்டிற்கு வரும்போதே பசி வயிற்றைக் கிள்ளும். அப்பாவும்

அவருடைய சகோதரர்களும் மரக்கடை நடத்திவந்தார்கள். கடை வழியாகத்தான் வீட்டிற்குச் செல்ல வேண்டும். மணி பன்னிரண்டே முக்கால் ஆகியிருந்தாலும் அப்பா கடையில் உட்கார்ந்து கணக்கு வழக்குகளைப் பார்த்துக்கொண்டிருப்பார். இவர் எப்போது வீட்டிற்கு வந்து எண்ணெய்க் குளியலை முடித்து சாப்பிட போகிறோம் என்று மலைப்பாக இருக்கும். வீட்டிற்கு வந்தால் காய்கறிகள் எல்லாம் நறுக்கப்பட்டு அப்படியே பச்சையாகப் பாத்திரங்களில் உட்கார்ந்து கொண்டிருக்கும். இவற்றையெல்லாம் எப்போது சமைத்து எப்போது இலையில் உணவைப் பரிமாறுவார்கள் என்று நினைத்தால் இன்னும் சோர்வு ஏற்படும். வீட்டில் பெரியவர்கள் விரதம் இருக்கிறார்கள், நாமும் இருக்க வேண்டும் என்ற எண்ணத்தில்தான் விரதத்தை கடைப்பிடித்தேனே தவிர அதன் அர்த்தம் முழுவதுமாகப் புரிய வில்லை. விரதம் இருந்தால் நல்ல மனிதர்கள் என்றோ நேரே சொர்க்கத்திற்குப் போய்விடுவோம் என்றோ நினைத்ததில்லை. ஆனாலும் ஏதாவது நல்லது நடக்கும் என்ற எண்ணம் மட்டும் இருந்தது.

என்னுடைய பெற்றோரில் என் தாயைவிட என் தந்தைதான் அவ்வப்போது கடவுள்களின் பெயர்களை உச்சரிப்பார். என்னுடைய பாட்டி – தாயின் தாய் – அந்தக் காலத்திலேயே கடவுள் நம்பிக்கை இல்லாதவர். உள்ளூரில், அதாவது சிவகாசியில் உள்ள பத்திர காளியம்மன், மாரியம்மன் கோவில்களுக்கு எங்கள் சமூகத்தினர் போகும்போது என் பாட்டி போவதில்லையாம். என் பாட்டியின் தாக்கம்தான் என் தாய் பட்டும் படாமலும் இறைநம்பிக்கை வைத்திருந்ததற்குக் காரணமா என்று தெரியவில்லை. புரட்டாசி சனிக் கிழமை விரதத்தைத் தாய் அனுஷ்டித்தாலும் அது என் தந்தையின் பேச்சுக்குக் கட்டுப்பட்டுத்தான். கணவன் பேச்சை மனைவி தலைமேல் தாங்கி நடந்த காலமல்லவா அது!

வீட்டிற்கு இரண்டு பர்லாங் தூரத்தில் இருக்கும் முருகன் கோவிலுக்கு எப்போதாவதுதான் போவது வழக்கம். வேறு பொழுதுபோக்கு எதுவும் இல்லாததால் வருடம் ஒருமுறை அங்கு நடக்கும் பங்குனி உத்திரத் திருவிழாவிற்குத் தவறாமல் போய் வருவோம். இந்தக் கோவிலில் வீற்றிருக்கும் கடவுளின் பெயர் வழிவிடும் முருகன். பக்கத்து கிராமங்களிலிருந்து ஜனங்கள் நிறையப் பேர் இந்தக் கோவிலுக்கு பங்குனி உத்திரத் திருவிழாவிற்கு வருவார்கள். பெரியவர்களிலிருந்து சிறுவர்கள், குழந்தைகள் உள்பட

பலர் காவடி, பால்குடம் எடுப்பதாகவும் இன்னும் சில நேர்த்திக்கடன் போட்டுக்கொண்டும் அன்று காலையிலிருந்து கோவிலுக்கு வரத் தொடங்குவார்கள். இவர்கள் எல்லோரும் எங்கள் மரக்கடை வழியாகத்தான் கோவிலுக்குச் செல்ல வேண்டும். இவர்கள் இப்படி வருவது சாயங்காலம்வரை தொடரும். அப்படி வருபவர்களைப் பார்ப்பது எங்கள் எல்லோருக்கும் பெரிய பொழுதுபோக்கு. வீட்டிற்கு முன்னால், கேட்டிற்கு உள்ளே உட்கார்ந்துகொண்டு அவர்களைப் பார்ப்போம். அன்று சாயங்காலம் நாங்களும் கோவிலுக்குச் சென்று கடவுளைக் கும்பிட்டுவிட்டு வருவோம். கோவிலுக்குப் போகும் வழியில் பலர் அன்னதானம் வழங்குவார்கள். கிராமத்து ஜனங்கள் அவற்றை உண்டு பசியை ஆற்றிக்கொள்வார்கள்.

அப்பாவுக்குக் கோவில்களுக்கு யாத்திரை போவதில் என்றுமே ஆர்வம் இருந்ததில்லை. நம்பிக்கையும் இல்லை என்றே சொல்ல வேண்டும். எந்தக் கோவிலுக்கும் எங்களை அழைத்துச் சென்றதில்லை. கோவிலுக்கு மட்டுமல்ல சுற்றுலாத் தலங்களுக்கும் கூட்டிச்சென்ற தில்லை. எங்கள் ஊரிலிருந்து முப்பத்து ஐந்து மைல் தூரத்தில் இருந்த ராமேஸ்வரத்திற்குக்கூட அப்பா எங்களை அழைத்துச் சென்றதில்லை. வட இந்தியர்கள் பலர் காசிக்குச் சென்றுவிட்டு ராமேஸ்வரத்திற்கும் யாத்திரை வருவார்கள். ஆனால் நாங்களோ அவ்வளவு அருகில் இருக்கும் ராமேஸ்வரத்திற்குக்கூடப் போனதில்லை. நான் முதன் முதலாக ராமேஸ்வரம் சென்றது பள்ளியில் கடைசி வருடம் படிக்கும்போது சுற்றுலாவுக்குச் சென்றபோதுதான். கோவிலுக்குப் போவதால் புண்ணியம் கிடைக்கும் என்று அப்பா ஒருபோதும் நினைத்ததில்லை.

நாங்கள் மட்டும் வீட்டிற்கு அருகில் இருக்கும் முருகன் கோவிலுக்கு அவ்வப்போதும், புரட்டாசி மாத சனிக்கிழமைகளில் பெருமாள் கோவிலுக்கும் போவதோடு சரி. மாரியம்மன் கோவில் ஒன்று சிதிலமடைந்த நிலையில் இருந்தது. இப்போது அதைப் புதுப்பித்துக் கட்டியிருக்கிறார்கள். வீட்டில் யாருக்காவது – அநேகமாகக் குழந்தைகளுக்கு – சின்னம்மை, பொன்னுக்குவீங்கி போன்ற அம்மை நோய் வந்தால் அது குணமடைந்ததும் மாரியம்மன் கோவிலுக்குச் சென்றுவருவோம். ராமநாதபுரத்தில் பத்ரகாளியம்மன் கோவில் இருந்ததாக ஞாபகம் இல்லை. ராமநாதபுரம் சமஸ்தானத்தை ஆண்ட சேதுபதி மன்னர்களுக்குச் சொந்தமான அரண்மனைக்குள் அவர்களுடைய குலதெய்வமான ராஜராஜேஸ்வரி அம்மனுக்குக்

கோவில் உண்டு. தசரா சமயத்தில் அந்த அம்மனை வெளியில் கொண்டுவந்து அலங்கரித்து மகர்நோன்பு திடலுக்குக் கொண்டுசென்று மகிஷாசுரன் மீது அம்பு எய்யச் செய்வார்கள். அந்த வைபவத்திற்கும் எப்போதாவது போவதுண்டு. அப்பா வரமாட்டார். சித்தப்பாதான் எங்களைக் கூட்டிச்செல்வார்.

அப்பாவை நாத்திகர் என்று சொல்ல முடியாது. அதே சமயம் தீவிர பக்தர் என்றும் சொல்ல முடியாது. தினமும் நெற்றி நிறைய திருநீறு பூசி பெரிதாகக் குங்குமப் பொட்டு வைத்துக்கொள்வார். இதை எதற்காகச் செய்துவந்தார் என்று அப்போதும் விளங்கவில்லை, இப்போதும் விளங்கவில்லை.

இந்தச் சூழ்நிலையில் வளர்ந்துவந்த எனக்கும் இந்து மதக் கடவுள்கள் மேல் பக்தி இருந்தது. பெண் என்பதால் திராவிட முன்னேற்றக் கழகத்தைச் சேர்ந்த தலைவர்கள் நடத்தும் கூட்டங் களுக்குப் போக அனுமதி இல்லை. மேலும் எங்கள் ஊரில் அவர்கள் கூட்டம் நடத்துவதும் அவ்வப்போதுதான். அந்த மாதிரிக் கூட்டங் களுக்கு ஒருபோதும் போனதில்லை. அதனால் அவர்களுடைய நாத்திகவாதத்தின் தாக்கத்திற்கு உட்படவில்லை. எங்கள் சமூகத்தைச் சேர்ந்தவர்களில் கிட்டத்தட்ட எல்லோரும் காங்கிரஸ் கட்சியைச் சேர்ந்தவர்களாதலால் வீட்டிலும் நாத்திகம் பற்றிய விவாதமோ பேச்சோ எழுவதில்லை.

நான் படித்தது ஒரு கிறிஸ்தவப் பள்ளியில். பிரிட்டிஷார் நம்மை ஆண்டுகொண்டிருந்தபோது மிஷனரிகள் இரண்டு பள்ளிகளையும் (ஒன்று ஆண்களுக்கு, ஒன்று பெண்களுக்கு) ஒரு மருத்துவ மனையையும் ராமநாதபுரத்தில் நிறுவியிருந்தனர். ராமநாதபுரம் மாவட்டத் தலைநகர் என்பதால் ஒரு அரசு தலைமை மருத்துவமனை அங்கு உண்டு. அரசு மருத்துவமனை இருந்தபோதிலும் மிஷன் மருத்துவமனைதான் சிறந்த மருத்துவ சேவை செய்துவந்தது. இங்கிலாந்திலிருந்தும் அமெரிக்காவிலிருந்தும் மிஷனரிகளால் மருத்துவர்கள் இந்த மருத்துவ மனைக்கு அனுப்பிவைக்கப்பட்டனர்.

இந்தியா சுதந்திரம் பெற்ற பிறகும் பல வருடங்களுக்கு இந்தப் பள்ளிகளை மிஷனரிகளே நிர்வகித்துவந்தனர். ஆண்டுகள் செல்லச் செல்ல இந்தியர்களும் அந்தப் பள்ளிகளின் நிர்வாகக் குழுவில் இடம்பெறத் தொடங்கினர். ஆனால் எல்லோரும் கிறிஸ்தவ மதத்தைச் சேர்ந்தவர்கள். கிறிஸ்தவ மதத்தின் தாக்கம் இந்தப் பள்ளிகளில்

எப்போதும் உண்டு. சுதந்திரம் கிடைத்த பிறகும் சில ஆண்டுகளுக்கு பள்ளி ஆரம்பிக்கும்முன் பாடும் கடவுள் வாழ்த்து கிறிஸ்தவப் பாடலாகத்தான் இருக்கும். அதற்குப் பிறகே அந்தப் பாடல் மதம் சாராத பாடலாக அமைந்தது.

தினமும் கிறிஸ்தவ மதத்தைச் சேர்ந்த மாணவிகளுக்கு பைபிள் வகுப்புகளும் கிறிஸ்தவரல்லாத மாணவிகளுக்கு நீதிபோதனை வகுப்புகளும் (moral classes) நடத்துவார்கள். நீதிபோதனை வகுப்புகளிலும் பைபிளிலிருந்துதான் கதைகள் சொல்வார்கள். பெரும்பான்மையான ஆசிரியைகள் கிறிஸ்தவர்கள். (இசை, விளையாட்டு, இந்தி, தமிழ் ஆகிய பாடங்களுக்குக் கிறிஸ்தவ ஆசிரியைகள் கிடைக்கவில்லை போலும். அதனால் அவர்கள் மட்டும் இந்துமதத்தைச் சேர்ந்தவர்கள். இஸ்லாமிய மதத்தைச் சேர்ந்த ஆசிரியைகள் யாரும் இல்லை.) அவர்களில் ஒருவர் நீதிபோதனை வகுப்புகளை நடத்துவார். கிறிஸ்தவப் பள்ளியில் பைபிள் கதைகளைக் கேட்டு வந்தாலும் கிறிஸ்தவ மதத்தில் எனக்கு எந்தவிதப் பிடிப்பும் ஏற்படவில்லை.

எங்கள் ஊரில் அப்போது கல்லூரிகள் இல்லை. பின்னால் மதுரையில் ஒரு கிறிஸ்தவக் கல்லூரியில்தான் இளங்கலைப் படிப்பைத் தொடர்ந்தேன். அங்கும் எப்போதாவது கிறிஸ்தவ மத சம்பந்தமான போதனைகளையோ அறிவுரைகளையோ கேட்க நேரிடும். அங்கும் கிறிஸ்தவ மதம் பற்றியும் பைபிள் பற்றியும் இன்னும் கொஞ்சம் தெரிந்துகொண்டேனேயொழிய கிறிஸ்தவ மதத்தின் தாக்கம் என்னிடம் ஏற்படவில்லை. ஒன்றே ஒன்று மட்டும் இதற்கு விதிவிலக்கு. தேர்வுகள் நெருங்கும் சமயம் விடுதி மாணவிகள் எல்லோரையும் தேவாலயத்திற்கு அழைத்துச் செல்வார்கள். எல்லோரும் போக வேண்டும் என்ற கட்டாயமில்லை. விரும்புபவர்கள் தேவாலயத் திற்குச் சென்று தேர்வில் நல்ல மதிப்பெண்கள் வாங்கு வதற்குத் துணை புரியும்படி இறைவனை வேண்டிக்கொள்ளலாம். காலை ஐந்து மணிக்கே எழுந்து குளித்து முடித்து தேவாலயத்திற்குப் போகத் தயாராக வேண்டும். கல்லூரி பஸ்ஸில் அழைத்துச் செல்வார்கள். அதற்குரிய கட்டணத்தை எங்களிடம் வாங்கிக் கொள்வார்கள். பெரும்பாலான மாணவிகள் – நானும் இஸ்லாம் மதத்தைச் சேர்ந்த என் நெருங்கிய தோழி உள்பட – தேவாலயத்திற்குச் செல்வோம். தேர்வு என்றால் எந்தத் தெய்வத்தையும் விட்டுவைப்பதில்லை. கிறிஸ்தவக் கோவில் என்றாலும் அங்கும் போய்விட்டு வருவதை

ஏன் விடவேண்டும் என்றுதான் நினைத்தோம். நாங்கள் இப்படிச் செய்தது கிறிஸ்தவ மதத்தின் மேல் இருந்த பற்றினால் என்பதைவிட தேர்வைக் கண்டு பயந்ததால்தான் என்றால் மிகையாகாது. எல்லாத் தெய்வங்களையும் கும்பிட்டு வைப்போம்; யாராவது தேர்வில் நல்ல மதிப்பெண்கள் வாங்க உதவினால் நல்லதுதானே என்ற எண்ணம்தான்.

எங்கள் ஊரில் நிறைய முஸ்லிம்கள் வாழ்ந்துவந்தனர். நாங்கள் வசித்துவந்த பகுதியில் முஸ்லிம்களுக்கென்று தனிப் பகுதி கிடையாது. பக்கத்துப் பக்கத்து வீடுகளில் முஸ்லிம்களும் இந்துக்களும் வசித்துவந்தனர். (இப்போதும் அப்படியே.) மதக்கலவரங்கள் எங்கள் ஊரில் நடந்ததாக எனக்கு ஞாபகமில்லை. மதப் பண்டிகைகளைத் தவிர மற்றப் பழக்கங்கள் இருவருக்கும் பொதுவானவையாதலால் அவர்களை வேறுபடுத்திப் பார்ப்பதில்லை. எங்கள் தந்தையின் நண்பர்கள் பலர் இஸ்லாமிய மதத்தைச் சேர்ந்தவர்கள். எங்கள் தாத்தாவுக்கும் அவர் மூலம் எங்கள் தந்தைக்கும் நிறைய கிறிஸ்தவ நண்பர்களும் உண்டு. யாரும் இன்னொருவர் மதத்தை இழித்துப் பேசியதில்லை. பிற மதத்தினரைத் தங்கள் மதத்திற்கு இழுக்கும் கிறிஸ்தவர்கள் அருகில் வசித்துவந்த போதிலும் அந்த மதத்தின் தாக்கத்திற்கும் நாங்கள் ஆளாகவில்லை. இந்துக் குடும்பத்தில் பிறந்ததால் இந்துப் பெண்ணாக வளர்ந்துவந்தேன். ஒருமுறை கிறிஸ்தவ மதத்திற்கு மாறிவிட்ட ஒரு உறவினப் பெண், 'இந்த மரங்களையெல்லாம் உங்கள் முருகனா படைத்தார்? இந்த ஆடு மாடுகளையெல்லாம் உங்கள் முருகனா படைத்தார்? இவற்றை யெல்லாம் எங்கள் இயேசுதான் படைத்தார்' என்றார். அதைக் கேட்டு எனக்குச் சிரிப்புத்தான் வந்தது. அவரிடம் பதிலுக்கு எந்த வாதமும் செய்யவில்லை.

எங்கள் வீட்டிற்கு அருகில் இருக்கும் முருகன் கோவிலுக்கு அதிகமாகப் போனதால் முருகன் மீது எனக்குத் தனிப்பட்ட அபிமானம் ஏற்பட்டது. அதனால் பல இந்துக் கடவுள்களின் கோவில்களுக்குச் சென்றாலும் அங்கும் 'முருகா' என்றுதான் இறைவனை அழைப்பேன். ஏன் கிறிஸ்தவக் கோவிலுக்குக் கல்லூரியிலிருந்து போகும்போதும் 'முருகா' என்றுதான் முதலில் அழைப்பேன். வந்திருப்பது கிறிஸ்தவக் கோவில் என்பது உறைத்ததும் பொதுவாக 'இறைவா' என்று அழைப்பேன். எங்கள் திருமணம் தற்செயலாக முருகன் தலம் ஒன்றில் நடப்பதாக நிச்சயம் ஆனதும்

'முருகா, முருகா' என்று எப்போதும் வணங்கி வந்ததற்கு ஏற்ப முருகன் தலத்திலேயே உன் திருமணம் நடக்கப் போகிறது என்று அப்பா கூறுவார். அவருக்கு மகளுடைய அபிமானக் கடவுள் வீற்றிருக்கும் தலத்திலேயே அவளுடைய திருமணம் நடக்கப் போவதில் ஒரு சந்தோஷம்.

திருமணத்திற்குப் பிராமணப் புரோகிதர்களை வரவழைத்து அவர்கள் தலைமையில் திருமணத்தை நடத்தும் வழக்கம் எங்கள் பெற்றோர் காலத்தில் இருந்தது. அதன் பிறகு கொஞ்சம் கொஞ்சமாக குறைய ஆரம்பித்தது. ஆனாலும் இப்போதும் சிலர் அந்த வழக்கத்தைக் கையாளுகிறார்கள். என் தமக்கையின் திருமணத்தின் போது அவளுக்கு மாமியாராகப் போகிறவர் – அவருடைய கணவர் பல வருடங்களுக்கு முன்பே இறந்துவிட்டிருந்ததால் அவர்தான் எல்லாப் பொறுப்புகளையும் ஏற்று நடத்தினார் – தங்கள் உறவுக்காரர்களில் பெரியவர் ஒருவரின் தலைமையில் என் தமக்கையின் திருமணத்தை நடத்தி வைக்க விரும்பினார். என் தந்தை அதை அப்படியே ஏற்றுக் கொண்டார். அதே மாதிரி எங்கள் திருமணத்தின் போதும் என் கணவரின் பேராசிரியர் ஒருவர் தலைமை தாங்கவேண்டும் என்று என் கணவரும் அவருடைய தந்தையும் விரும்பிய போது அதையும் எந்த மறுப்பும் சொல்லாமல் எங்கள் தந்தை ஏற்றுக்கொண்டார்.

எனக்குப் பல வயது இளையவளான என் தங்கையின் திருமணத்தின் போது அவளுடைய மாமியாரும் மாமனாரும் பிராமணப் புரோகிதர் வைத்துத் திருமணத்தை நடத்தவேண்டும் என்று கூறியபோது அதையும் மறுப்புச் சொல்லாமல் ஏற்றுக் கொண்டார். திருமணம் சம்பந்தமான விஷயங்களில் பெண்ணைப் பெற்றோருக்கு அவ்வளவு சுதந்திரமில்லை என்பதை இது குறிக்கும் என்றாலும் புரோகிதர் வைத்தோ அவர் இல்லாமலோ திருமணத்தை நடத்திவைப்பதில் என் தந்தைக்கு எந்தவித ஆட்சேபமும் இல்லை என்பதையும் குறிக்கிறது.

குழந்தைகளுக்குக் காது குத்துதல், முதல்முடி இறக்குதல் போன்ற விசேஷங்களையும் கோவில்களில் வைத்துச் செய்வதில்லை; வீட்டிலேயே செய்துகொண்டோம். பெண் குழந்தைகள் பெரிய மனுஷி ஆகியபோதும் எந்தவித மதச்சடங்குகளும் செய்யவில்லை.

என் தந்தைவழிப் பாட்டி இறந்தபோது அவருடைய ஈமச் சடங்குகள் எதையும் பிராமணப் புரோகிதர்கள் யாரையும் வைத்துச் செய்ய

வில்லை. எங்கள் ஊர் வழக்கப்படி எங்கள் பாட்டியின் உடலை மூன்று முறை சுற்றி வந்து எங்கள் தந்தை தண்ணீர்க் கலயத்தை உடைத்தார். பின் சுடுகாட்டில் எங்கள் பாட்டியின் உடலுக்கு மூத்த மகனான என் தந்தை தீ மூட்டினார். அதன் பிறகு நடந்த சடங்குகளிலும் எந்த பிராமணரும் கலந்துகொள்ளவில்லை. எங்கள் தந்தை, தாய் இறந்த போதும் பிராமணப் புரோகிதர்கள் யாரையும் எந்தவிதச் சடங்கிற்கும் நாங்கள் அழைக்கவில்லை.

சாயிபாபா, அனந்தமயி அம்மா ஆகியோரைப் பற்றிக் கேள்விப் பட்டதோடு சரி. அவர்களை நேரில் பார்த்து, வணங்கி ஆசி பெற வேண்டும் என்று ஒருபோதும் நினைத்ததில்லை. அவர்களுடைய பெருமைகளைப் பற்றிச் சிலர் சொல்லும்போது 'அவர்களிடம் அப்படி என்னதான் இருக்கிறது? இத்தனை மனிதர்கள் அவர்களிடம் என்னத்தையோ பார்க்கிறார்களே. இவர்களை நேரில் சந்தித்து அது என்னவென்று தெரிந்துகொள்ள வேண்டும்' என்று நினைத்ததுண்டு. ஆயினும் அதற்குச் சந்தர்ப்பம் வாய்க்கவில்லை. சில இந்துமதத் தலைவர்கள் பெண்பித்தர்களாக இருப்பதை அறிந்ததும் 'இவர்களை ஏன் இன்னும் உயிரோடு விட்டுவைத்திருக்கிறோம்' என்று அயர்ச்சி அடைவதுண்டு.

திருமணம் முடிந்த பிறகு சில மாதங்களிலேயே கணவரோடு அமெரிக்காவுக்குக் கிளம்பியபோது இனி கோவில்களுக்குப் போக முடியாதே என்ற எண்ணம் எனக்கு கொஞ்சம்கூட எழவில்லை. அப்போது அமெரிக்காவில் இந்துக் கோவில்கள் கிடையாது. நிறைய இந்தியர்கள் அமெரிக்காவிற்கு வர ஆரம்பித்த பிறகு தங்களுடைய இறை, ஆன்மீகத் தேவைகளை நிறைவேற்றிவைக்க பல இந்துக் கோவில்களைக் கட்டினர். நாங்கள் அமெரிக்காவிற்கு 1966இல் வந்தபோது அதிக அளவில் இந்தியர்கள் அமெரிக்காவில் இல்லை, அதனால் இந்துக் கோவில்களும் இல்லை. இப்போது அமெரிக்காவில் 80 பெரிய இந்துக் கோவில்கள் இருக்கின்றனவாம். அதற்கு மேல் சிறிய கோவில்கள் வேறு. இந்தக் கோயில்களுக்குப் போக வேண்டும் என்று நான் ஆசைப்பட்டதில்லை. நான் சிறுபெண்ணாக வளர்ந்துவந்த போது இந்துவாக வளர்ந்தாலும் மற்ற மதங்களைத் தூற்றவோ, அவற்றின் மீது வன்மம் பாராட்டவோ ஒருபோதும் பழகவில்லை. என் பெற்றோரின் வளர்ப்பு அப்படி. 'நான் என் மதத்தைப் பின்பற்று கிறேன்; மற்றவர்கள் அவர்கள் மதங்களைப் பின்பற்றுகிறார்கள்' என்ற எண்ணத்தைத் தவிர மற்ற எண்ணங்கள் எழவில்லை.

சிகாகோ பல்கலைக் கழகத்தில் தமிழாசிரியராகப் பணிசெய்த போது என் கணவர் மொழியியலில் முனைவர் பட்டத்திற்காகப் படித்து வந்ததால் மாணவர்கள் வரிசையில் அவரும் சேர்க்கப்பட்டார். அப்போது பல நாடுகளிலுமிருந்து பல்கலைக்கழகத்திற்கு வந்திருக்கும் மாணவர்களைச் சிகாகோவிற்கு அருகிலுள்ள ஊர்களில் உள்ளவர்கள் நன்றி தெரிவிக்கும் பண்டிகைக்கு அழைத்து மூன்று நாட்கள் தங்கள் வீட்டில் வைத்து உபசரிப்பார்கள். அப்போது ஒரு நாள் சர்ச்சுக்கும் அழைத்துச் செல்வார்கள். நாங்களும் மறுக்காமல் அவர்களுடன் செல்வோம். எனக்கு எப்போதுமே மற்றவர்களுடைய வழிபாட்டுத் தலங்களுக்குப் போகப் பிடிக்கும். அவர்கள் எப்படி அவர்களுடைய தெய்வங்களை வழிபடுகிறார்கள் என்று பார்க்க ஆசை. இந்தியாவில் முஸ்லிம் நண்பர்கள் யாரும் தங்களுடைய மசூதிக்குத் தொழுகைக்கு வரும்படி என்னை அழைத்ததில்லை. அதனால் மசூதிக்குப் போகும் வாய்ப்புக் கிடைக்கவில்லை. இந்தியாவிலும் சரி, அமெரிக்காவிலும் சரி, கிறிஸ்தவர்கள் எல்லோரையும் தங்கள் மதத்திற்கு வரும்படி அழைப்பு விடுப்பார்கள். இந்துக் கோவில்களில் இந்துக்கள் அல்லாதவர்களை அனுமதிப்பது இல்லை. ஏன், இந்துக்களிலும் – பிராமணர்களைத் தவிர – பிறரைக் கர்ப்பக்கிருகத்திற்குள் அனுமதிப்பதில்லை. ஆனால் கிறிஸ்தவர்கள் அப்படி இல்லை. எல்லோரையும் தங்கள் மதத்தைத் தழுவும்படி வேண்டிக்கொள்வார்கள். இப்போதும் அமெரிக்காவில் நான் தெருவில் நடந்துகொண்டிருந்தால் கிறிஸ்தவ மதத்தைப் பரப்புபவர்கள் என்னை நெருங்கி அவர்களுடைய தேவாலயங்களுக்கோ மதக் கூட்டங்களுக்கோ வரும்படி அழைப்பார்கள். நானும் அவர்கள் கொடுக்கும் துண்டுப் பிரசுரங்களையோ சிறுபுத்தகங்களையோ தயங்காமல் பெற்றுக்கொள்வதுண்டு.

என்னுடைய கணவர் கடவுள் நம்பிக்கை இல்லாதவர். ஆகையால் திருமணம் ஆன புதிதில் அவருக்கும் எனக்கும் கடவுள் இருக்கிறாரா இல்லையா என்ற சர்ச்சை எழும். 'என்னால் எப்படிக் கடவுளை உங்களுக்குக் காட்ட முடியாதோ அதே மாதிரி உங்களால் கடவுள் இல்லை என்று நிரூபிக்க முடியாது' என்று வாதிடுவேன். ஆனாலும் அந்த வாதங்களோடு சரி. மதம் சம்பந்தமாக எங்களுக்குள் எந்தச் சச்சரவும் எழுந்ததில்லை. கோவில்கள் இல்லாததால் அங்கு போவது பற்றி எந்தப் பிரச்சினையும் எழுந்ததில்லை. அமெரிக்கா வந்தபோது என் இஷ்ட தெய்வம் முருகனின் படம் மாத்திரம் கொண்டு வந்திருந்தேன். கொண்டுவரும் பொருட்களின் எடை கூடிவிடும்

என்பதால் சட்டம் போட்ட முருகன் படத்தைக் கொண்டுவரவில்லை. அதைச் சுவரில் மாட்டி வைத்துத் தினமும் இரவில் படுக்கப் போகும் முன் ஒருமுறை இறைவனை வேண்டிக்கொள்வதோடு சரி. வாழ்க்கையில் சோதனை ஏற்படும்போது வழக்கத்தைவிட அதிக நேரம் பிரார்த்தனை தொடரும்.

ஐந்து வருடங்கள் அமெரிக்காவில் வாழ்ந்துவிட்டு இந்தியாவில் மைசூரில் குடியேறினோம். மைசூரில் கிட்டத்தட்ட எல்லா வீடுகளிலும் பூஜை அறையோடுதான் வீடுகள் கட்டப்படும். பூஜை அறை என்று ஒன்று தனியாக இல்லாவிட்டாலும் ஏதாவது ஒரு மூலையை பூஜை அறையாக ஆக்கிக்கொள்வார்கள். எல்லாப் பண்டிகைகளின் போதும் பூஜை அறையை நன்றாக அலங்கரித்து அன்று விசேஷமாகச் செய்த பலகாரங்களை இறைவனுக்குப் படைப்பார்கள். நாங்கள் வாடகைக்கு எடுத்த வீட்டிலும் பெரிய பூஜை அறை இருந்தது. நானும் அதை பூஜை அறையாக உபயோகிக்க ஆரம்பித்தேன். பண்டிகை தினங்களில் இறைவனுக்குப் படைத்துவிட்டுத்தான் பலகாரங்களைச் சாப்பிடுவது என்ற பழக்கத்தையும் கடைப்பிடித்தேன். எப்போதாவது கோவிலுக்குப் போகும் பழக்கத்தையும் ஏற்படுத்திக் கொண்டேன். இதற்கெல்லாம் என்னுடைய கணவர் மறுப்பு ஏதும் சொல்லாததோடு கோவிலுக்கும் என்னோடு வருவார். பண்டிகை தினங்களில் வீட்டில் செய்யும் பலகாரங்களை இறைவனுக்கு முதலில் படைக்கும் பழக்கம் எங்கள் தாய்வீட்டில் இல்லாதது; மைசூருக்கு வந்த பிறகு நான் கற்றுக்கொண்டது.

மைசூரில் பக்கத்து வீட்டுக்காரர்கள் எல்லோரும் இந்துக்கள். எல்லாப் பண்டிகைகளையும் பாரம்பரிய முறைப்படி கொண்டாடுவர். பல முறை கணவர்களின் நன்மைக்காகப் பெண்கள் நடத்தும் பூஜைகளுக்கு என்னையும் அழைப்பார்கள். நான் வைஷ்ணவர்கள், சைவர்கள் என்ற பேதம் பார்ப்பதில்லை. எல்லோர் வீடுகளுக்கும் போவதுண்டு. எங்கள் குடும்பம் எந்தப் பிரிவைச் சேர்ந்தது என்று எனக்கே தெரியாது.

என் கணவரின் அலுவலகத்திற்கு ஆராய்ச்சிக்காக வந்திருந்த ஒரு அமெரிக்க நண்பர் என்னிடம், 'நீங்கள் சைவமா, வைணவமா?' என்று கேட்டபோதுதான் அதுபற்றி என் கணவரிடம் கேட்டேன். எங்கள் சமூகத்தினர் சைவப் பிரிவைச் சேர்ந்தவர்கள் என்று அவர் சொன்ன போதுதான் எனக்கு அது பற்றித் தெரியவந்தது. நான் முருகனை என் இஷ்ட தெய்வமாக ஆக்கிக்கொண்ட போதிலும் மற்ற இந்துக்

கோவில்களுக்கு – அவை வைணவக் கோவில் என்றாலும் சைவக் கோவில் என்றாலும் – போகாமல் இருந்ததில்லை.

எப்போதுமே எனக்குக் கோவிலுக்குப் போய்த்தான் இறைவனை வணங்க வேண்டும் என்ற எண்ணம் இருந்ததில்லை. எங்கள் நெருங்கிய உறவினர் பெண் ஒருத்தி வாழ்க்கையில் ஏற்பட்ட சோதனையைத் தாங்க முடியாமல் கிறிஸ்தவ மதத்திற்கு மாறி யிருந்தாள். எங்கள் சொந்த ஊரான ராமநாதபுரத்திற்கு நான் சென்றிருந்தபோது அவளும் அவளுடைய நோய்வாய்ப்பட்டிருந்த தாயைப் பார்க்க வந்திருந்தாள். ஒரு வாரம் ஊரில் தங்கியிருந்த அவள் அடிக்கடி பிரார்த்தனைக் கூட்டத்திற்குச் சென்றுவிடுவாள். ‘நோய்வாய்ப்பட்டிருக்கும் தாயின் அருகில் இருப்பதைவிட பிரார்த்தனைக் கூட்டத்திற்குப் போவது அவ்வளவு முக்கியமா?’ என்று அவளிடம் நான் கேட்டேன். ‘இப்போது அங்கு பைபிள் வகுப்பு நடத்துகிறார்கள். இறைவனோடு எப்படி உரையாடுவது என்று கற்றுத் தருகிறார்கள்’ என்றாள். ‘அவர்கள் என்ன நமக்குச் சொல்லிக் கொடுப்பது? நாமே இறைவனோடு உரையாடலாமே’ என்றேன். ‘நாம் இறைவனோடு பேசலாமோ என்னவோ. அப்படிப் பேச முடிந்தாலும் பதிலாக அவர் கூறுவதைப் புரிந்துகொள்வதற்கு இந்த மாதிரிப் பிரார்த்தனைக் கூட்டங்களுக்குப் போக வேண்டும்’ என்றாள். ‘இறைவனோடு பேசுவதற்கு மட்டுமல்ல, அவர் நம்மிடம் சொல்வதையும் பிறர் உதவி இல்லாமல் என்னால் புரிந்துகொள்ள முடியும்’ என்றேன். ‘நோய்வாய்ப்பட்டிருக்கும் தாயின் அருகில் இருந்துகொண்டு தாய்க்கு உதவிகள் புரிந்துகொண்டு இறைவனை வீட்டிலேயே பிரார்த்தித்துக் கொள்வது தாயைத் தனியே விட்டுவிட்டு வெளியே நடக்கும் பிரார்த்தனைக் கூட்டங்களுக்குச் செல்வதைவிட சாலச் சிறந்தது’ என்றேன். அவள் பதில் ஏதும் சொல்லவில்லை. என் வாதத்தையும் ஒப்புக்கொள்ளவில்லை.

எங்கள் உறவினர்களில் சிலர் வாழ்க்கையில் ஏற்பட்ட சோகங் களைத் தாங்க முடியாமல் கிறிஸ்தவ மதத்திற்கு மாறியிருக்கிறார்கள். ஆனாலும் இயேசுவின் கொள்கைகள் என்று பைபிளில் கூறப் பட்டிருக்கும் எதையும் பின்பற்றுவதாகத் தெரியவில்லை. சகட்டு மேனிக்குப் பொய் உரைப்பார்கள். போட்டி, பொறாமை, பேராசை என்ற எதையும் வாழ்க்கையில் விட்டிருப்பதாகத் தெரியவில்லை.

சாதாரணமாக மதநம்பிக்கை இல்லாதவர்கள் காலப்போக்கில் வாழ்க்கையில் துன்பங்கள் நேரும்போது இறைநம்பிக்கையை

வளர்த்துக்கொள்வார்கள். எங்கள் நெருங்கிய உறவினர்களில் ஒருவர் சிறு வயதில் கடவுள் இல்லை என்று சொன்னதோடு அம்மன் கோவில் திருவிழாக்களில் தீயில் நடப்பதற்கும் கடவுள் நம்பிக்கைக்கும் எந்த சம்பந்தமும் இல்லை என்று வாதாடி அவரே தீயில் இறங்கி நடந்து காட்டியிருக்கிறார். பின்னால் என்ன காரணத்தினாலோ பெரிய பக்திமானாகிவிட்டார். மதுரையிலிருந்து பழனிக்கு நடந்தே சென்று இறைவனைத் தரிசித்துவிட்டு வருவார். என்னைப் பொறுத்த வரை இந்துமதத்தின் மேலும் இந்துக் கடவுள்கள் மேலும் சிந்திக்காமலேயே நம்பிக்கை கொண்டிருந்த நான், மதத் தலைவர்கள் பற்றித் தெரிந்துகொண்டபோது மத நம்பிக்கையை இழக்க ஆரம்பித்தேன். இறைவன் ஒருவன் இருக்கிறான், அவன் எல்லோரது செயல்களுக்கும் தீர்ப்புச் சொல்வான் என்ற நம்பிக்கை மட்டும் தொடர்ந்து இருக்கிறது. இப்போது உலகில் பொய் உரைப்பவர்களுக்கும் ஊழல்புரிபவர்களுக்கும் பிறருக்குத் தீங்கு விளைவிப்பவர்களுக்கும் இறைவனின் நீதிமன்றத்தில் தண்டனை கிடைத்தே தீரும் என்று நினைத்தால்தான் மனதில் நிம்மதி பிறக்கிறது. ஆனாலும் மதத்தின் மீதும் மதத் தலைவர்கள் மீதும் நம்பிக்கை ஏற்படவில்லை.

வயது ஏற ஏற வாழ்க்கையில் முதிர்ச்சி ஏற்பட ஏற்பட கோவிலுக்குப் போவதும் அங்கு நடக்கும் சடங்குகளில் கலந்து கொள்வதும் எனக்குத் தேவையற்றவையாகத் தோன்றத் தொடங்கின. கோவிலுக்கு வரும் பக்தர்கள் காட்டும் போலி பக்தி எனக்கு அவர்கள் மேல் வெறுப்பு ஏற்படக் காரணமாக அமைந்தது. இறைவனுக்கு அருகில் அனுமதிக்கப்படும் பிராமணப் புரோகிதர்கள் என்னைவிட எதில் பெரியவர்கள் என்ற கேள்வி என்னுள் எழத் தொடங்கியது. இவர்கள் கையால் வழங்கும் பிரசாதங்களை உண்பதால் இறைவன் நான் செய்யும் தவறுகளை மன்னித்துவிடுவாரா என்று எனக்கு நானே கேட்டுக்கொண்டேன்.

இறைவனைப் பல்லக்கில் வைத்து ஊர்வலமாக அழைத்துச் செல்லும் போது இறைவனுக்குப் பக்கத்தில் இந்த புரோகிதர்கள் இருப்பார்கள்; அவர்களையும் இறைவனையும் சுமந்துகொண்டு மற்ற ஜாதியினர் வருவார்கள். இது ஏன் என்று என்னால் கேட்காமல் இருக்க முடியவில்லை. இந்து மதத்தைச் சேர்ந்தவர்களிடையே இத்தனை படிநிலைகளா என்று மனம் புழுங்குவேன். இந்து மதத்தைப் படைத்தவர்களின் மேல் (மதத்தைப் படைத்தவன் மனிதன்தானே!)

மிகுந்த கோபம் ஏற்பட்டது. இறைவன் இருப்பதாகச் சொல்லிக் கொண்டு இவர்கள் தங்களை உயர்த்திக் கொண்டும் மற்றவர்களைத் தாழ்ந்த நிலையில் வைத்துக்கொண்டும் காலம் காலமாக எத்தனை அட்டூழியங்கள் புரிந்திருக்கிறார்கள் என்று உள்ளம் குமுறியது.

என்னுடைய இந்தக் கோபத்தைத் தூண்டும் வகையில் ஒரு சம்பவம் என் வாழ்க்கையில் நடந்தது. சிகாகோ பல்கலைக்கழகத்தின் நூலகத்தில் ஆறு மாதங்கள் இந்து சமய நூல்களை – சைவம் மற்றும் வைணவம் – பெயர்ப் பட்டியல் செய்யும் வேலை பார்த்தேன். கிட்டத்தட்ட எழுநூறு புத்தகங்கள். இந்தப் புத்தகங்களை இந்தியாவில் இந்து சமயம் பற்றி ஆராய்ச்சி செய்த ஒரு பேராசிரியர் தன்னுடைய கடைசிக் காலத்தில் நூலகத்திற்கு நன்கொடையாக வழங்கியிருந்தார். இவை பல காலகட்டங்களில் எழுதப்பட்டவை. இந்த வேலையில் என்னை மேற்பார்வையிட்டவர் ஒவ்வொரு புத்தகத்தைப் பற்றிய முழுச் சுருக்கமும் வேண்டும் என்றார். அதனால் நானும் எல்லாவற்றையும் படித்து அவற்றின் சாராம்சத்தை முழுமையாகத் தெரிந்துகொள்ள வேண்டியிருந்தது. இந்த அனுபவம் என்னிடம் ஒரு பெரிய மாற்றத்தை ஏற்படுத்தியது. ஏற்கனவே இந்துமதத்தில் பிராமணர்களின் ஆதிக்கம் பற்றி நடைமுறையில் தெரிந்துவைத்திருந்த எனக்கு இந்தப் புத்தகங்களைப் படித்த பிறகு இந்துமதத்தில் இத்தனை பேதமையா என்று எண்ண ஆரம்பித்தேன்.

சைவர்கள் சைவக் கடவுள்கள்தான் பெரியவை என்றும் வைணவர்கள் வைணவக் கடவுள்கள்தான் பெரியவை என்றும் கூறிச் செய்த வாதங்களும், ஒரு பிரிவு இன்னொரு பிரிவை இழித்துப் பேசியதும் என்னுள் மிகுந்த எரிச்சலையும் இந்து மதத்தின் மேல் ஒரு நம்பிக்கையின்மையையும் தோற்றுவித்தன. ஏற்கனவே இந்துமதம் பற்றிப் புழுங்கிக்கொண்டிருந்த நான் அதை முழுமையாக வெறுக்க ஆரம்பித்தேன். வைணவப் பத்திரிகை நடத்தும் ஒரு வைணவர் விஷ்ணுதான் முதற் கடவுள் என்று பல ஆதாரங்களோடு சொல்லி விட்டுக் கடைசியில் 'உண்மை விளம்பி' என்று தன்னைப் பற்றிக் கூறியிருப்பார். எந்த உண்மையை இவர் விளம்பிவிட்டார்? விஷ்ணுவின் பிறப்பு, அவர் செய்த சாகசங்கள் என்று என்னென்னவோ கூறியிருப்பார். இவர் நேரில் பார்த்தாரா? எதை உண்மையென்று கூறுகிறார்?

எல்லா மதங்களிலும் எத்தனை அறியாமை மண்டிக் கிடக்கிறது! இவற்றைப் பற்றித் தெரிந்துகொண்ட பிறகு மனிதனுக்கு மதம்

தேவையா என்று எண்ண ஆரம்பித்தேன். இறைவன் தேவை என்றாலும் மதங்கள் தேவை இல்லையே.

எப்போதுமே எனக்கு எல்லோரும் நேர்மையாக, நாணயமாக, நியாயமாக நடந்துகொள்ள வேண்டும் என்ற எண்ணம் உண்டு. 'உன்னைப் போல் பிறரை நேசி' என்ற வாக்கியமும், 'உனக்கு மற்றவர்கள் எதைச் செய்யக்கூடாது என்று நினைக்கிறாயோ அதை நீ மற்றவர்களுக்குச் செய்யாதே' என்ற யூதர்களின் தோராவின் வாசகமும், 'ஆசையை அறு' என்ற புத்தரின் போதனையும் எனக்கு மிகவும் பிடித்தவை.

நான் சிறுமியாக இருந்தபோது எங்கள் உறவுப் பையன் ஒருவனை மற்ற உறவுப் பையன்கள் கேலிசெய்தபோது என் நெஞ்சமெல்லாம் வலித்தது. இத்தனைக்கும் எனக்கு அப்போது எட்டு வயதுதான் இருக்கும். வறியவர்கள் மீதும் எளியவர்கள் மீதும் எனக்கு எப்போதுமே மிகுந்த பரிவு உண்டு. எங்கள் கழிவுகளைச் சுத்தம் செய்த பெண், எங்கள் அழுக்குத் துணிகளை எடுத்துச் சென்று துவைத்துக் கொடுத்தவன் ஆகியயோர் மீது அப்போதே எனக்கு அபிமானம் உண்டு. அடிக்கடி அவர்களோடு பேசிக்கொண்டிருப்பேன். என் பெற்றோரும் அதைக் கண்டித்ததில்லை. ஆனால் இப்போது போல் அவர்களை ஏன் நம் சமுதாயம் அந்த வேலைகளைச் செய்ய நியமித்தது என்ற கோபம் அப்போது ஏற்படவில்லை. பின்னால் மதம் இதையெல்லாம் நியாயப்படுத்துகிறதே என்ற கோபம் ஏற்பட்டது.

இந்து மதத்தின் மேலும் பிராமணப் புரோகிதர்கள் மேலும் இருந்த கோபம் மதத்தலைவர்கள் மேலும் திரும்பியது. ஒரு பெரிய மடத்தின் தலைவர் ஒரு கொலை வழக்கில் கைது செய்யப்பட்டார். நெருப்பு இல்லாமல் புகையாது என்பார்கள். இருந்தாலும் அவர் விடுவிக்கப்பட்டார். இந்தியாவில் நீதிமன்றங்கள் செயல்படும் விதம் எல்லோரும் அறிந்ததே. இதற்கிடையில் பல இந்துமதத் தலைவர்கள் பெண்பித்தர்களாகவும் பிறரை ஏமாற்றுபவர்களாகவும் இருப்பதைக் கண்டு இவர்கள் எல்லாம் மதத்திற்குத் தேவையா என்ற கேள்வி என்னுள் திரும்பத் திரும்ப எழுந்தது.

இந்து மதத்தில் மட்டுமல்ல கத்தோலிக்கத் தேவாலயங்களிலும் பல போதகர்கள் தங்களை நாடி வரும் சிறு பையன்களிடம் நடந்துகொண்ட விதம் என்னுள் அருவருப்பை ஏற்படுத்தியது. அமெரிக்காவில் முக்கியமான கட்டடங்களைப் போராளிககள் 2001 செப்டம்பர் மாதம்

11ஆம் தேதி தாக்கியபோது எல்லா முஸ்லிம்கள் மேலும் உலகம் முழுவதும் கண்டனங்கள் எழுந்தன. இஸ்லாம் மத ஸ்தாபகரான நபிகள் நாயகத்தைக் கேலிச்சித்திரங்கள் மூலம் கேலி செய்வது, முஸ்லிம்கள் எல்லோரும் வன்முறையில் ஈடுபடுபவர்கள் என்று அவதூறு சாட்டுவது போன்ற அராஜகச் செயல்கள் உலகம் முழுவதும் பரவிக்கொண்டிருந்தன. அந்தச் சமயம் பார்த்து கத்தோலிக்க கிறிஸ்தவ மதத்தலைவரான போப் பெனெடிக்ட் பதினான்காம் நூற்றாண்டில் ஒரு முஸ்லிம் அரசன் செய்த கொடுமைகளைப் பற்றி உலகறியப் பேசினார். ஒரு சிலர் செய்த கொடூரச் செயல்களுக்காக முஸ்லிம்கள் அனைவரையும் உலகம் கண்டித்துக்கொண்டிருக்கும் போது அதை இன்னும் தூண்டிவிடுவதுபோல் ஒரு மதத்தலைவர் பேச வேண்டுமா என்று எனக்கு ஆயாசமாக இருந்தது.

மனிதனுக்கு மதம் (அதாவது, இறைவன்) தேவையென்றாலும் மதச்சடங்குகளும் மதத்தலைவர்களும் வழிபாட்டு இடங்களும் தேவை இல்லை என்ற முடிவுக்கு வந்தேன். மதத்தலைவர்கள் மேல் எனக்குச் சொல்லவொணாத வெறுப்பும் கோபமும் தோன்றத் தொடங்கின. இவர்கள் மனித இனத்தைக் கடைத்தேற்ற வந்தவர்களா அல்லது அவர்களுக்குள் பகைமையை வளர்த்து மனித இனத்தையே அழிக்க வந்தவர்களா என்ற கேள்வி என்னுள் பெரிதாக எழுந்தது.

இந்த எண்ணம் என் மனதிற்குள் பூதாகாரமாக வளரத் தொடங்கிய சமயத்தில் போப் பிரான்சிஸ் கத்தோலிக்க மதத்தலைவராகத் தேர்ந்தெடுக்கப்பட்டார். போப்புகள் எப்படித் தேர்ந்தெடுக்கப்படு கிறார்கள் என்பது பற்றியோ தேர்ந்தெடுக்கப்பட்ட பிறகு அவர்கள் எப்படிச் செயல்படுகிறார்கள் என்பது பற்றியோ நான் அதிக அக்கறை செலுத்தியதில்லை. இந்தியாவில் அன்னை தெரசா வறியவர்களுக்கும் எளியவர்களுக்கும் தன் வாழ்க்கையையே அர்ப்பணித்தவர். அவர் அப்போதைய போப்பைத் தரிசித்து மகிழ்ந்தபோது 'இவரே சேவையின் பண்புருவம். இவர்கூட போப்பை நேரில் பார்க்க விரும்பினாரா, பார்க்க வேண்டுமா?' என்று வியந்திருக்கிறேன். கிறிஸ்தவ நண்பர்கள் போப்பாண்டவரை நேரில் பார்த்து ஆசி வாங்க வேண்டும் என்று விரும்பியபோது 'போப் என்ன அவ்வளவு பெரியவரா?' என்று நினைத்திருக்கிறேன்.

இந்தக் கட்டத்தில் பிரான்சிஸ் போப்பாகத் தேர்ந்தெடுக்கப்பட்டதும் அவரைப் பற்றி மேலும் தெரிந்துகொள்ள வேண்டும் என்று நான் நினைக்கவில்லை. ஆனால் அதன் பிறகு அவருடைய பேச்சுக்கள்,

செயல்கள் என்னைக் கவர ஆரம்பித்தன. அவருடைய சொல், செயல் எல்லாம் எனக்கு அவர்மீது பெரும் மதிப்பை உண்டாக்கின. இந்த நான்கு ஆண்டுகளில் அவர் உலகக் கத்தோலிக்கர்களுக்கு மட்டுமல்ல உலகிற்கே வழிகாட்டியாக இருக்கிறார். எளிய வாழ்க்கையைக் கடைப்பிடித்துக்கொண்டு மற்ற போப்புகள் செய்யாத, செய்யத் துணியாத பல காரியங்களைச் செய்துவருகிறார். அவர் இன்னும் நீண்ட நாட்கள் வாழ்ந்து உலகை வழிநடத்த வேண்டும் என்று வேண்டிக் கொண்டு அவர் வாழ்க்கை வரலாற்றை இங்கே சித்தரிக்கிறேன்.

2
போப் தேர்தல்

வெள்ளைப் புகை

2013ஆம் ஆண்டு மார்ச் மாதம் 13ஆம் தேதி. உலகத்தையே மாற்றக் கூடிய ஒரு முக்கிய தினம். அன்றுதான் அர்ஜென்டைனாவைச் சேர்ந்த கார்டினல் ஹோர்கே மரியோ பெர்காகிலியோ 266ஆவது போப்பாகத் தேர்ந்தெடுக்கப்பட்டு போப் பிரான்சிஸ் ஆகிறார். போப்பாக யார் தேர்ந்தெடுக்கப்படப் போகிறார் என்பதை அறிந்துகொள்ளவும் புதிய போப்பைக் காணவும் இரண்டு லட்சம் மக்கள் வாடிகன் நகரிலுள்ள செயின்ட் பீட்டர் சதுக்கத்தில் கூடியிருக்கிறார்கள்.

முந்தின தினம் இரவு 7: 42 மணிக்கு புதிய போப் தேர்ந்தெடுக்கப் பட்ட செய்தியைத் தெரிவிக்கும் ஸிஸ்டீன் சிற்றாலயத்தின் புகைக் கூண்டிலிருந்து அதுவரை புதிய போப் தேர்ந்தெடுக்கப்படவில்லை என்ற செய்தியை அறிவிக்கும் வகையில் கருப்புப் புகையே வெளி வந்துகொண்டிருந்தது. அன்றுதான் போப்பைத் தேர்ந்தெடுக்கும் குழு முதன்முறையாகக் கூடியது. மறுதினமும் கூடிய குழு காலை 11: 40 மணிக்கு மறுபடி கறுப்புப் புகையை வெளியிட்டது.

போப்பைத் தேர்ந்தெடுக்கும் குழு புதிய போப்பைத் தேர்ந்தெடுக்கும் தன் முயற்சியில் இதுவரை இரண்டுமுறை வெற்றி பெறவில்லை. அன்று சாயங்காலம் 6 மணிக்கு மறுபடியும் குழு தோல்வியுற்றதால் புதிய போப்பைத் தேர்ந்தெடுப்பதற்குப் பல நாட்கள் ஆகலாம் என்று பலர் முடிவுசெய்திருந்த நிலையில் 7:06 மணிக்கு சிற்றாலயத்தின் புகைக் கூண்டிலிருந்து வெள்ளைப் புகை வெளிவந்து, புதிய போப் தேர்ந்தெடுக்கப்பட்டதை உலகிற்கு அறிவித்தது. கூடியிருந்த அனைவரும் புதிய போப் யாராக இருக்கலாம் என்று யூகிக்க முயன்றனர். இவருக்கு முந்தைய போப் ஜெர்மனியைச் சேர்ந்தவர் என்பதாலும் அவருக்கு முந்தியவர் போலந்தைச் சேர்ந்தவர்

என்பதாலும் இப்போது இத்தாலியர் ஒருவரைத் தேர்ந்தெடுத் திருப்பார்களோ என்று யூகித்தனர். அல்லது புதிய போப் கனடாவைச் சேர்ந்தவரா, பிரேஸிலைச் சேர்ந்தவரா, பிலிப்பைன்ஸைச் சேர்ந்தவரா, இலங்கையைச் சேர்ந்தவரா என்றும் யூகங்கள் தோன்றிக் கொண்டிருந்தன.

இவர்களுடைய யூகங்கள் உலவிக்கொண்டிருக்கும்போது முதன் முதலாக பால்கனியின் திரை அகன்றது; புதிய போப்பின் பெயரை அறிவிக்கும் கார்டினல் ஜான் லூயி டொரேன் பால்கனியில் தோன்றுகிறார். அவருக்கு அருகில் ஒலிபெருக்கியைக் கையில் வைத்துக்கொண்டு இன்னொரு பாதிரியார் நிற்கிறார். அந்த ஒலிபெருக்கி சதுக்கத்தில் கூடியிருந்தவர்கள் கேட்பதற்கு ஏதுவாக அங்கு பொருத்தப்பட்டிருந்த பல ராட்சதத் திரைகளோடு இணைக்கப் பட்டிருக்கிறது.

டொரேனுக்கு சமீபத்தில் உடல் தொந்தரவுகள் ஏற்பட்டிருந்ததால் அவருடைய பேசும் திறமை பாதிக்கப்பட்டிருந்தது. இருப்பினும் இந்த மகிழ்ச்சிகரமான சமயத்தில் உற்சாகத்தை வரவழைத்துக் கொண்டு புதிய போப் தேர்தெடுக்கப்பட்ட செய்தியைத் தெளிவான, உரத்த குரலில் அறிவிக்கிறார். பெத்லஹேமில் இயேசு பிறந்த செய்தியை இடையர்களுக்குத் தேவதூதர்கள் அறிவித்த அதே பாணியில் 'உங்களுக்கு நற்செய்தி கொண்டுவந்திருக்கிறேன்' என்கிறார்; 'நமக்கு இப்போது ஒரு புதிய போப் கிடைத்திருக்கிறார்' என்கிறார். கூட்டம் மகிழ்ச்சியில் திளைத்துக் கரவொலி எழுப்புகிறது. 'மேன்மைமிகு ரோமன் சர்ச்சைச் சேர்ந்த ஹோர்கே மரியோ பெர்காகிலியோ தான் புதிய போப்' என்கிறார். பெர்காகிலியோ போப்பாகத் தனக்குத் தேர்ந்தெடுத்துக் கொண்ட பெயரையும் அறிவிக்கிறார்: 'பிரான்சிஸ்'

புதிய போப்பாகத் தேர்ந்தெடுக்கப்பட்ட ஹோர்கே மரியோ பெர்காகிலியோ செயின்ட் பீட்டர்ஸ்பர்க் தேவாலயத்தின் பால்கனியில் தோன்றுகிறார். நேரம் இரவு 8:24. இதமான குளிர். லேசான மழை தூறிக்கொண்டிருக்கிறது. பலர் குடை பிடித்துக் கொண்டிருக்கிறார்கள். சிலர் மௌனமாக நின்று கொண்டிருக்கிறார்கள். சிலர் தங்களுக்குள் உரையாடிக்கொண்டிருக்கிறார்கள். சிலர் தியானத்தில் ஈடுபட்டிருக் கிறார்கள். இந்தத் தேவாலயத்தின் சதுக்கத்தில் கூடியிருந்தவர்கள் மட்டுமின்றி உலகம் முழுவதிலும் இருந்த கத்தோலிக்கக் கிறிஸ்தவர்களும் புதிய போப்பைப் பற்றித் தெரிந்துகொள்ள ஆவலாக இருந்தவர்களும் தங்கள் தொலைக்காட்சிப் பெட்டியின் முன்போ,

கணினித் திரையின் முன்போ உட்கார்ந்து கொண்டு புதிய போப்பை ஆவலாகப் பார்க்கிறார்கள்.

தேர்தல்முறை

போப் எப்படித் தேர்ந்தெடுக்கப்படுகிறார் என்பதை இங்கு கொஞ்சம் பார்ப்போம். போப்பாக இருப்பவர் இறந்துவிட்டாலோ போப்பாண்டவர் பதவியை ராஜினாமா செய்தாலோ (இது அபூர்வம்) புதிய போப் தேர்ந்தெடுக்கப்படுகிறார். (போப்பைத் தேர்ந்தெடுப்பதில் பரிசுத்த ஆவி கார்டினல்களுக்கு உதவுகிறது என்ற ஒரு நம்பிக்கை கத்தோலிக்கர்களிடையே நிலவுகிறது.) போப் இறந்து பதினைந் திலிருந்து இருபது நாட்களுக்குப் பிறகு புதிய போப் தேர்தெடுக்கப் படுகிறார். போப்பாக இருப்பவர் அவருக்குப் பின் வரப்போகும் போப்பைத் தேர்ந்தெடுப்பதில்லை. உலகெங்குமுள்ள எல்லாக் கத்தோலிக்கர்களும் வாக்களித்துப் புதிய போப்பைத் தேர்ந்தெடுப்ப தில்லை. பதிலாக, போப்பால் பல சமயங்களில் தேர்தெடுக்கப்பட்ட கார்டினல்களே போப்பைத் தேர்ந்தெடுக்கிறார்கள். எல்லா கார்டினல்களுக்கும் போப்பைத் தேர்ந்தெடுக்கும் உரிமை இருப்ப தில்லை. அப்படி உரிமைபெற்ற கார்டினல்களை 'தேர்ந்தெடுக்கும் கார்டினல்கள்' (elector cardinals) என்கிறார்கள். சாதாரணமாக இப்படிப்பட்டவர்கள் 120 பேர் இருப்பார்கள். இவர்கள் எண்பது வயதிற்குள்ளாகவும் தெளிந்த மனதுடனும் இருக்கவேண்டும். போப்பைத் தேர்ந்தெடுக்க வாடிகனுக்கு நேரில் வரக்கூடியவர் களாகவும் இருக்கவேண்டும். எந்தவொரு கத்தோலிக்கரும் போப்பாகத் தேர்ந்தெடுக்கப்படலாம் என்ற விதி இருந்தபோதிலும் 1522இலிருந்து கார்டினல் ஒருவர்தான் போப்பாகத் தேர்ந்தெடுக்கப்பட்டு வருகிறார். கார்டினல் அல்லாத ஒருவர் எப்போதாவது போப்பாகத் தேர்ந்தெடுக்கப் பட்டால் முதலில் அவர் கார்டினலாக ஆக்கப்படவேண்டும்.

போப்பாகத் தேர்ந்தெடுக்கப்படுபவருக்கு 120 கார்டினல்களில் மூன்றில் இரண்டு பங்கு கார்டினல்களாவது வாக்களித்திருக்க வேண்டும். வாக்கெடுப்பு ஒரு நாளைக்கு நான்கு முறை நடக்கலாம். யாருக்கும் மூன்றில் இரண்டு பங்கு வாக்குகள் கிடைக்கவில்லை யென்றால் வாக்கெடுப்பு பன்னிரெண்டு அல்லது பதிமூன்று நாட்களுக்கு நடக்கலாம். அதன் பிறகும் யாருக்கும் மூன்றில் இரண்டு பங்கு கிடைக்கவில்லையென்றால் ஐம்பது சதவிகிதமும் அதற்கு மேல் ஒரு வாக்கும் பெற்றவர் போப்பாகத் தேர்ந்தெடுக்கப்படுவார்.

புதிய போப்பைத் தேர்ந்தெடுப்பதற்கு உலகெங்கிலுமுள்ள கார்டினல்கள் வாடிகனுக்கு வரவழைக்கப்படுவார்கள். எல்லோரும் முதலில் நடக்கும் பொதுக்குழுக் கூட்டத்தில் கலந்துகொண்டு உரையாடுவார்கள். அந்தக் கார்டினல்களில் மேலே குறிப்பிட்டபடி போப்பைத் தேர்ந்தெடுக்கும் உரிமை பெற்ற கார்டினல்கள் ஸிஸ்டீன் சிற்றாலயத்திற்குள் அனுமதிக்கப்படுவார்கள். அங்கு அவர்கள் ரகசியமாக வாக்களிப்பார்கள். எல்லாக் கார்டினல்களும் தங்களுக்குக் கொடுக்கப்பட்ட, 'நான் இவரைப் போப்பாகத் தேர்தெடுக்கிறேன்' என்று லத்தீன் மொழியில் எழுதப்பட்ட ஒரு செவ்வகக் கார்டில் கூடிய வரை தங்கள் சொந்தக் கையெழுத்து அடையாளம் தெரியாமல் தாங்கள் தேர்ந்தெடுப்பவரின் பெயரை எழுதுவார்கள். பிறகு அந்த அட்டையை இரண்டு தடவை மடித்து தலைக்கு மேலே தூக்கிப் பிடித்துக்கொண்டு சிற்றாலயத்தின் பலிபீடத்திற்கு அருகில் நின்று கொண்டு 'இயேசு கிறிஸ்துவின் சாட்சியத்தோடு நான் யாரைப் போப்பாகத் தேர்ந்தெடுக்க வேண்டுமோ அவரைத் தேர்ந்தெடுத் திருக்கிறேன்' என்று கூறிவிட்டு, பீடத்தின் மேலிருக்கும் கோப்பையின் மீதுள்ள தட்டின் மேல் தன் வாக்கை வைத்து அதைக் கோப்பைக்குள் தள்ளிவிடுவார். பின் தன் இருக்கைக்குத் திரும்புவார்.

எல்லா கார்டினல்களும் வாக்களித்த பிறகு வாக்குகளை எண்ணுவதற்குப் போப்பைத் தேர்ந்தெடுக்கும் உரிமைபெற்ற – அதாவது ஸிஸ்டீன் சிற்றாலயத்திற்குள் அனுமதிக்கப்பட்ட – கார்டினல்களுக்குள் மூன்று பேரைத் திருவுளச் சீட்டு மூலம் தேர்ந்தெடுப்பார்கள். இவர்கள் ஒரு மேஜைக்கு முன்னால் அமர்வார்கள். இவர்களுள் முதலாமவர் கோப்பையின் மேலேயிருந்த தட்டினால் கோப்பையை நன்றாக மூடிக்கொண்டு அதை நன்றாகக் குலுக்குவார். இன்னொருவர் வாக்குகளைப் பிரிக்காமலே எத்தனை இருக்கின்றன என்று எண்ணுவார். வாக்களித்த கார்டினல்களின் எண்ணிக்கையும் வாக்குகளின் எண்ணிக்கையும் ஒன்றாக இல்லாவிட்டால் அந்த வாக்குகள் எல்லாம் எரிக்கப்பட்டு இன்னொரு வாக்கெடுப்பு தொடரும்.

வாக்குகளின் எண்ணிக்கையும் கார்டினல்களின் எண்ணிக்கையும் சரியாக இருந்தால் வாக்குகளை எண்ணும் வேலையைத் தொடர்வார்கள். முதலாமவர் வாக்குகளைப் பிரித்து அதிலுள்ள பெயரைப் பார்த்துக்கொள்வார். பிறகு அதை இரண்டாமவரிடம் கொடுப்பார். மூன்றாமவர் வாக்கில் இருக்கும் பெயரைச் சத்தமாக

வாசித்துவிட்டு 'நான் இவரைத் தேர்தெடுக்கிறேன்' என்று எழுதி யிருக்கும் வாசகங்களுக்கு மேல் ஒரு ஊசியால் துளையிட்டு அதை ஒரு நூலிழையில் கோர்ப்பார். எல்லாக் கார்டினல்களும் உரக்க வாசிக்கப்பட்ட பெயரைக் கவனித்துக்கொள்வார்கள். எல்லா வாக்கு களும் வாசிக்கப்பட்ட பிறகு ஒரு தனித் தாளில் வாக்குகளின் எண்ணிக்கை குறிக்கப்படும். வாக்குகள் கோர்க்கப்பட்ட நூலிழை இருபக்கமும் கட்டப்பட்டு ஒரு பேழையில் வைக்கப்படும். உரிய எண்ணிக்கைகளுடன் போப்பாக ஒரு கார்டினல் தேர்ந்தெடுக்கப்பட்டு அவரும் போப் பதவியை ஏற்றுக்கொண்டால் எல்லா வாக்குகளும் பிற குறிப்புகளும் எரியூட்டப்பட்டு வெள்ளைப் புகை சிற்றாலயத்தின் கூண்டிலிருந்து வெளிவந்து வெளியே ஆவலாகக் காத்திருப்பவர் களுக்கு போப் தேர்ந்தெடுக்கப்பட்ட செய்தியைச் சொல்லும். யாரும் தேர்ந்தெடுக்கபடவில்லை என்றால் வாக்குச்சீட்டுகளை எரிக்கும் போது வேதிப்பொருள் ஒன்றை அதில் கலப்பார்கள். அதனால் கருப்புப்புகை வெளிவந்து யாரும் தேர்ந்தெடுக்கப்படவில்லை என்பதை அறிவிக்கும்.

கார்டினல் ஒருவர் போப்பாகத் தேர்ந்தெடுக்கப்பட்டவுடன் அவர் போப் பதவியை ஏற்றுக்கொள்கிறாரா என்று கேட்பார்கள். அவர் 'சரி' என்று சொன்னதும் அவருக்கு அவருடைய பெற்றோர்கள் கொடுத்த பெயருக்குப் பதிலாக இன்னொரு பெயரை அவர் தேர்ந்தெடுக்க வேண்டும். அன்றிலிருந்து அதுதான் அவருடைய பெயராக வழங்கப் படும். போப்புகள் தங்களுக்கு முன்னால் இருந்த, தங்களுக்குப் பிரியமான போப்புகளின் பெயர்களையோ புனிதர்களின் (saints) பெயர்களையோ வைத்துக்கொள்வதுண்டு. அப்படி அவர்கள் தேர்ந்தெடுக்கும் பெயர்கள் அவர்கள் போப்பாண்டவர் பதவியை எப்படி வகிக்கப் போகிறார் என்பதையும் போப்பாக எப்படி செயல்படப் போகிறார் என்பதையும் கூறிவிடும்.

புதிய பெயர் பிரான்சிஸ்

கார்டினல் பெர்காகிலியோ போப் ஆனவுடன் பிரான்சிஸ் என்ற பெயரைத் தேர்ந்தெடுத்துக்கொண்டார். அந்தப் பெயரைத் தேர்ந் தெடுத்துக்கொண்ட முதல் போப் கார்டினல் ஹோர்கே மரியோ பெர்காகிலியோதான். புனிதர் பிரான்சிஸ் இத்தாலியில் உள்ள அஸிஸி என்னும் ஊரில் ஒரு பணக்காரக் குடும்பத்தில் 1182இல் பிறந்தவர். போர் வீரன் ஆகவேண்டும் என்ற இவருடைய ஆசையை நிறை

வேற்றும் வகையில் பக்கத்து ஊரார் அஸிஸி மீது படையெடுத்தனர். இவர் படையில் சேர்ந்து போர் புரிந்தார். இவருடைய படை தோற்றுப் போனதால் எதிரிகளால் சிறை பிடிக்கப்பட்டு ஒரு வருடம் சிறையில் கழித்தார். அவருடைய தந்தையிடம் பணம் பெற்றுக்கொண்டு அவரை எதிரிகள் விடுவித்தனர். சிறையில் இருக்கும் போதே அவருக்கு இயேசுவின் தரிசனம் கிடைத்தது. இயேசு அவரை எளிய வாழ்க்கை வாழும்படியும் ஏழைகளுக்கு உதவும்படியும் கட்டளையிட்டார். அதன்படியே இவர் எளிய வாழ்க்கையை மேற்கொண்டார். சிலுவையில் அறைந்தபோது இயேசுவுக்கு ஏற்பட்ட புண்கள் மாதிரியே ஒருமுறை இவருடைய உடலில் புண்கள் தோன்றின. அவர் இறக்கும்வரை அவை மறையவில்லை. இயேசுவின் தரிசனம் இவருக்குக் கிடைத்திருப்பதாக எல்லோரும் நம்பினர். ஒருமுறை தொழுநோயால் பாதிக்கப்பட்ட ஒருவரை இயேசுவே அந்தத் தொழுநோயாளியின் உருவில் வந்ததாக நினைத்து கட்டித் தழுவி முத்தமிட்டார். அப்படித் தாம் செய்தது தன்னிடம் ஒரு இனிய உணர்வை ஏற்படுத்தியதாகக் கூறினார். வறுமை வாழ்க்கையை வாழ்ந்துகொண்டு கிறிஸ்தவக் கொள்கைகளைப் பரப்பிக் கொண்டு வாழ்ந்த இவருக்கு நிறையத் தொண்டர்கள் கிடைத்தனர். 44 வயதில் இறந்த இவர் இரண்டாண்டுகளுக்குப் பிறகு திருமுறைப்படுத்தப் பட்டார். இவருக்குக் கிறிஸ்தவ உலகம் முழுவதும் நிறையத் தொண்டர்கள் இருக்கிறார்கள். இவர் ஏழைகளுக்காக வாழ்ந்தவர் என்பதால் பெர்காகிலியோ இவர்பால் ஈர்க்கப்பட்டார். பெர்காகி லியோவுக்கு ஏழைகள் மேல் எப்போதும் பரிவும் பாசமும் இரக்கமும் உண்டு. 'நான் நேசிக்கும் மக்கள் எல்லோரும் ஏழைகள்; அவர்களில் நானும் ஒருவன்' என்று கூறிக்கொள்வார்.

கார்டினல் பெர்காகிலியோ போப்பாகத் தேர்ந்தெடுக்கப்படும்வரை ஐரோப்பிய நாடுகளைச் சேர்ந்த கார்டினல்கள்தான் போப்பாகத் தேர்ந்தெடுக்கப்பட்டனர். ஐரோப்பிய நாடுகளுக்கு வெளியே முதல் முதலாகத் தேர்ந்தெடுக்கப்பட்டவர் கார்டினல் பெர்காகிலியோதான். தென் அமெரிக்கக் கண்டத்திலிருந்த கார்டினல்களில் முதன்முதலாகப் போப்பாகத் தேர்ந்தெடுக்கப்பட்டவர் பெர்காகிலியோதான்.

இயேசு சங்கத்தை (Society of Jesus) சேர்ந்த கார்டினல்களில் முதன்முதலாகப் போப்பாகத் தேர்ந்தெடுக்கப்பட்டவரும் இவர்தான். பிரான்சிஸ் என்ற பெயரை வைத்துக்கொண்ட முதல் போப்பும் இவர்தான்.

இயேசு சங்கத்தைப் பற்றி இங்கு கொஞ்சம் பார்க்கலாம். ஸ்பெயின் நாட்டின் லயோலா என்னும் ஊரைச் சேர்ந்த இக்னேஷியஸ் ஒரு கத்தோலிக்கர். இவர் இன்னும் ஆறு பேர்களோடு சேர்ந்து 1539இல் இயேசு சங்கத்தை நிறுவினார். இவர்களை ஆங்கிலத்தில் *ஜெஸுயிட்* (Jesuit) என்று அழைக்கிறார்கள். இக்னேஷியஸும் அஸிஸியைச் சேர்ந்த பிரான்சிஸைப்போல் ஒரு உயர்ந்த, பணக்காரக் குடும்பத்தில் பிறந்தவர். போர்வீரனாக இருந்தவர். ஒருமுறை போரில் இரண்டு கால்களிலும் காயம்பட்டு மருத்துவமனையில் சிகிச்சை பெற்றுக் கொண்டிருந்தார். அந்தக் காலத்தில் மருத்துவமனைகள் மதம் சம்பந்தப்பட்டவர்களால் நடத்தப்பட்டதால் நோயாளிகளுக்கு மதம் சம்பந்தப்பட்ட புத்தகங்களைப் படிப்பதற்குக் கொடுப்பார்களாம். கிட்டத்தட்ட பத்து மாதங்கள் மருத்துவமனையில் இருந்த இக்னேஷியஸ் இம்மாதிரிப் புத்தகங்களைப் படித்து இயேசுவின் மேலும் கன்னிமேரியின் மேலும் மிகுந்த பற்றுதல் கொள்ள ஆரம்பித்தார். ஒருமுறை இவருக்கு குழந்தை இயேசுவைத் தூக்கிக் கொண்டிருக்கும் மேரியின் தரிசனம் கிடைத்துத் தீவிர பக்தரானார்.

அதன்பிறகு மிகவும் எளிய வாழ்க்கை வாழ ஆரம்பித்தார். ஒரு குகையில் வாழ்ந்துகொண்டு ஒரு நாளைக்கு ஏழு மணி நேரம் தியானத்தில் கழித்தார். அப்படிக் கழித்த நாட்களில்தான் 'ஆன்மீகப் பயிற்சிகள்' (Spiritual Exercises) என்னும் நூலை எழுதுவதற்கான ஆன்மீக பலம் பெற்றார். இவரும் இவரைச் சேர்ந்த ஆறு பேர்களும் ஏழ்மை, எளிமை, ஒழுக்கம், கீழ்ப்படிதல் ஆகியவற்றைக் கடைப் பிடிப்பதாகச் சபதம் செய்துகொண்டனர்.

எல்லாவற்றுக்கும் மேலாக கத்தோலிக்க மதத்தலைவரான போப்பிற்கு முழுவதும் கீழ்ப்படிந்து நடந்துகொள்ள வேண்டும் என்பது இவர்களுடைய கொள்கை. பொ.ஆ. 1540இல் இவர்களுடைய சங்கத்தையும் அவர்களுடைய கோட்பாடுகளையும் ஒப்புக்கொண்டு அப்போதைய போப் ஆணை பிறப்பித்தார். கத்தோலிக்க மதத்தை எதிர்த்த புராடெஸ்டன்ட் இயக்கத்திற்கு எதிராக இவர்கள் செயல் பட்டனர். பல நூற்றாண்டுகளுக்குப் பின்னால் விடுதலை இறையியல் கோட்பாட்டைப் பரப்புவதிலும் பெரும்பங்குகொண்டனர். இயேசுவின் நற்செய்தி பரவாத இடங்களிலும் அவருடைய நற்செய்தியைப் பரப்ப முயற்சிகள் மேற்கொண்டனர். சமூகத்தில் உள்ள சமத்துவமின்மையை மாற்ற இவர்கள் வெகுவாகப் பாடுபடுகிறார்கள். இப்போது இந்த சங்கத்தின் கிளை 112 நாடுகளில்

இருக்கின்றன. கத்தோலிக்க மதகுருமார்களுக்கான பயிற்சிக் கல்லூரி களையும் பல இடங்களில் நடத்துகிறார்கள். கல்வியைப் பரப்புவதிலும் இவர்களுடைய பங்கு அதிகம். அமெரிக்கா, பிலிப்பைன்ஸ், இந்தியா ஆகிய நாடுகளில் இவர்களுடைய கல்வித் தொண்டு சிறந்து விளங்குகிறது. இந்தக் கல்வி நிறுவனங்களின் முக்கிய குறிக்கோள் இறையருளைப் பரப்புவது, சமுதாய நலப் பணிகளில் ஈடுபடுவது, சமயப் பிரச்சாரம் ஆகியவை. கத்தோலிக்க மதப்பிரிவுகளில் எண்ணிக்கையில் இவர்கள்தான் அதிகம். இவர்களுடைய தலைமையகம் ரோமில் இருக்கிறது.

போப் தரிசனம்

பால்கனியில் தோன்றிய இயேசு சங்கத்தைச் சேர்ந்த போப் சுத்த வெண்ணிற போப்பாண்டவர் உடையில் தோன்றினார். (ஒரு சுவாரசிய மான விஷயம்: போப் அணியும் உடைகளைத் தயார் செய்யும் இத்தாலியக் கம்பெனி போப்பிற்கான தேர்வு நடக்கும் சமயம் பல அளவுகளில் அந்த உடைகளைத் தயார் செய்து வைத்திருக்குமாம். யார் தேர்ந்தெடுக்கப்பட்டாலும் அவர்களுக்குப் பொருந்துகிற மாதிரி இருக்கட்டும் என்பதற்காகப் போலும். போப் அணியப் போகும் காலணிகளும் ஐந்து அளவுகளில் தயாராக இருக்கும்.) போப்புக்கான அங்கியை அணிந்துகொள்ள உதவியவர் தோள்களிலிருந்து முழங்கைவரை தொங்கும் கைகளில்லாத சிவப்பு அங்கியை இவர் தோள் மீது போட முயன்றபோது பெர்காகிலியோ அதைத் தடுத்து விட்டார். சுத்த வெண்ணிற உடையில்தான் தன்னைக் காண வந்தவர்களுக்கு இவர் காட்சியளிக்க விரும்பினார்.

பால்கனியில் தோன்றிய பெர்காகிலியோ சில நிமிடங்கள் எதுவும் பேசாமல் இருந்தார். அந்த மௌனத்திலேயே அவருடைய பணிவும் அடக்கமும் வெளிப்பட்டு செயின்ட் சதுக்கத்தில் கூடியிருந்தோரைக் கவர்ந்தது; அப்போதே அவருக்கும் கூடியிருந்தோர்களுக்கும் இடையே ஒரு பந்தம் ஏற்பட்டது. அவர் எதுவும் பேசுவதற்கு முன்பே ஜனங்கள் அவரைப் புரிந்துகொண்டார்கள்; அவரின் மதிப்பைச் சரியாக உணர்ந்து கொண்டார்கள். இதையெல்லாம் விளக்குவது கடினம். தன்னுடைய மௌனத்தின் மூலமே தன்னுடைய மனித நேயத்தையும் உணர் திறனையும் அவர் அங்கு கூடியிருந்தோர்களுக்கு உணர்த்தி விட்டார். எல்லோரும் 'போப் நீடூழி வாழ்க' என்று கூவத் தொடங்கினர். பிரான்சிஸ் என்ற பெயரைத் தேர்ந்தெடுத்ததன் மூலம்

கத்தோலிக்கக் கிறிஸ்தவர்களை வழிநடத்துவதற்கு இவர் தனக்கென்று ஒரு தனி வழியை வகுத்துக்கொள்ளப் போகிறார் என்பதும் அந்த வழியைப் பின்பற்றுவதில் எளிமையையும் ஏழைகளின் மீது கருணை காட்டுவதையும் கடைப்பிடிக்கப் போகிறார் என்பதும் தெளிவாயிற்று. சாதாரணமாக, போப்பாகத் தேர்ந்தெடுக்கப்பட்டவர் பால்கனிக்கு வந்ததும் வாடிகனைச் சேர்ந்த கார்டினல்கள்தான் அவரோடு தோன்றுவார்கள். போப் பிரான்சிஸ் கேட்டுக்கொண்டதால் பிரேஸிலைச் சேர்ந்த கார்டினல் க்ளாடியோ ஹம்ஸ் என்பவரும் உடனிருந்தார். அகில உலக முதலாளித்துவக் கோட்பாடுதான் உலகம் முழுவதிலுமுள்ள கோடிக்கணக்கான ஏழை மக்களின் துயரத் திற்கும் வறுமைக்கும் காரணம் என்று ஹம்ஸ் கருதியதால் முதலாளித்துவத்தைக் கடுமையாகச் சாடியிருக்கிறார். போப்பாகத் தேர்ந்தெடுக்கப்பட்டதற்குப் பிறகு – ஆனால் பெயரைத் தேர்ந்தெடுப் பதற்கு முன் – ஹம்ஸ் பெர்காகிலியோவிடம் 'ஏழைகளை மறந்து விடாதே' என்று மெல்லிய குரலில் கூறினாராம். பிரான்சிஸ் என்ற பெயரைத் தேர்ந்தெடுத்ததற்கு ஹம்ஸ் கொடுத்த இந்தத் தூண்டுதல் ஒரு காரணம் என்று பின்னால் போப் கூறியிருக்கிறார்.

மௌனத்தைக் கலைத்த பிறகு அவருக்கு முன்னால் போப்பாக இருந்த போப் பதினாறாம் பெனெடிக்ட்டிற்காக ஜெபம் செய்யத் துவங்கினார். 'நம் இறைவன் அவரை வாழ்த்தட்டும், நம் மேரி அவரைப் பாதுகாக்கட்டும்' என்று வேண்டினார். பிறகு எல்லோருக் காகவும் தன் தியானத்தைத் துவங்கினார். இப்படித் துவங்கும் முன்பு முதலில் தனக்காக இறைவனிடம் எல்லோரும் வேண்டிக் கொள்ளும்படி மக்களிடம் கேட்டுக்கொண்டார். எல்லோருக்காகவும் அவர் இறைவனிடம் வேண்டிக்கொண்டார். அவர்களுக்காக ஜெபம் செய்தார். பிறகு அவர்களிடம் விடைபெறும் முன்,

> சகோதர, சகோதரிகளே! என்னை வரவேற்றதற்கு நன்றி கூறுகிறேன். இப்போது நான் உங்களைவிட்டுப் பிரிகிறேன். சீக்கிரமே மீண்டும் சந்திப்போம். இப்போது ரோம் நகரைக் காத்துவரும் மடோனாவை (இயேசுவின் தாய் மேரி) வணங்கி ஜெபிக்கப் போகிறேன். எல்லோருக்கும் குட் நைட் சொல்லி விடைபெறுகிறேன்,

என்று தன் பேச்சை முடித்தார். இவருடைய முதல் பேச்சிலேயே இவருடைய பணிவும் அடக்கமும் ஜெபத்தின் மேல் இவருக்கிருக்கும் நம்பிக்கையும் வெளிப்படுகிறது.

முந்திய போப் பெனெடிக்கெட்

பதினாறாம் பெனெடிக்ட் 2005இல் போப்பாகத் தேர்ந்தெடுக்கப்படும் போதே போப் பிரான்சிஸின் பெயரும் போப் பதவிக்கு அடிபட்டதாகக் கூறப்படுகிறது. 2005ஆம் ஆண்டு இரண்டாவது போப் ஜான் பால் இறந்தவுடன் அடுத்த போப்பிற்கான தேர்தல் ஏற்பாடுகள் ஆரம்பித்தவுடனேயே பல கார்டினல்கள் ஹோர்ஹே மரியோ பெர்காகிலியோ போப்பாக வரவேண்டும் என்று விரும்பினர். ஜெர்மனியின் பிஷப்புகளுக்குத் தலைவரான கார்டினல் கார்ல் லேமன், பிரஸ்ஸல்ஸின் ஆர்ச் பிஷப்பான கார்டினல் டேனியல்ஸ், வாடிகனைச் சேர்ந்த இரண்டு கார்டினல்கள் பெர்காகிலியோவுக்கு ஆதரவு தேடினர். தேர்ந்தெடுக்கப்பட்ட ரேட்ஸிங்கரைவிட (பெனெடிக்ட்) ரோமன் கத்தோலிக்கர்களை ஒருமைப்படுத்தி வைத்திருப்பதில் இவர் சிறந்தவர் என்று இவருடைய ஆதரவாளர்கள் நினைத்தனர்.

மேலும் வாடிகனில் விடுதலை இறையியலின் (Liberation Theology) தாக்கம் பரவிய சமயத்தில் அதிலுள்ள மார்க்சியக் கொள்கைகளை எதிர்த்தவர் என்ற முறையில் பழமைவாதிகளாலும் ஏழைகளின் நலனுக்காகப் பாடுபடுபவர் என்ற முறையில் மிதவாதிகளாலும் அவர் மதிக்கப்பட்டார். மேலும் இவர் மிகவும் எளிய வாழ்க்கை வாழ்ந்துவந்தார். அர்ஜென்டைனாவில் இவர் ஆர்ச் பிஷப்பாகத் தேர்ந்தெடுக்கப்பட்டதும் அவருக்குரிய மாளிகையில் தங்காமல் ஒரு சிறிய அப்பார்ட்மெண்டில் தங்கிக் கொண்டு தானாகச் சமைத்துக் கொள்வதையும் தனக்காக ஒதுக்கப்பட்ட பெரிய காரில் செல்வதற்குப் பதில் பேருந்துகளிலும் சுரங்கப்பாதை ரயில்களிலும் பிரயாணம் செய்வதையும் இவருடைய எளிமைக்கு ஆதாரமாக இவருடைய ஆதரவாளர்கள் குறிப்பிட்டனர். மேலும் இறைவனிடம் ஜெபிப்பதில் இவர் மிகவும் தீவிரமானவர்.

2005இல் போப் தேர்ந்தெடுக்கப்படுவதற்கு முன்னால் பெர்காகிலியோவின் எண்ணம் என்னவென்று யாருக்கும் சரியாகத் தெரியவில்லை. அவர் யாரிடமும் அதுபற்றிப் பேசியதில்லை. திரைமறைவிலும் தனக்கு ஆதரவு தேடவில்லை.

ஆயினும் முதல் நாள் போப்பைத் தேர்ந்தெடுக்கும் குழுவைச் சேர்ந்த கார்டினல்களில் 47 பேர் ரேட்ஸிங்கருக்கு வாக்களித்தனர். இரண்டாவதாக வந்த பெர்காகிலியோவுக்குப் பத்து வாக்குகள்

கிடைத்தன. 115 பேர் அடங்கிய கார்டினல்களின் குழுவிலிருந்து 77 வாக்குகளாவது (அதாவது மூன்றில் இரண்டு பங்கு) பெறுபவர் தான் போப்பாகத் தேர்ந்தெடுக்கப்படுவார். மற்றவர்களுக்கு பெர்காகிலியோவுக்குக் கிடைத்ததைவிடக் குறைவாகவே கிடைத்தது.

இரண்டாவது நாள் எடுத்த வாக்கெடுப்பில் ரேட்ஸிங்கருக்கு 65 வாக்குகளும் பெர்காகிலியோவுக்கு 35 வாக்குகளும் கிடைத்தன. தினம் காலையிலும் மாலையிலும் வாக்கெடுப்பு நடந்தது. அடுத்த வாக்கெடுப்பில் ரேட்ஸிங்கருக்கு 72 வாக்குகளும் பெர்காகிலியோவுக்கு 40 வாக்குகளும் கிடைத்தன. ரேட்ஸிங்கருக்குத் தேவையான வாக்குகள் கிடைக்காததோடு பெர்காகிலியோவுக்கு 40 வாக்குகள் கிடைத்திருந்தது ரேட்ஸிங்கர் போப்பாகத் தேர்ந்தெடுக்கப்படும் வாய்ப்பிற்குத் தடையாக இருந்தது.

போப்பாகத் தேர்ந்தெடுக்கப்படுபவர் மூன்றில் இரண்டு பங்கு வாக்குகளாவது பெற வேண்டும் என்ற விதியை இரண்டாவது ஜான் பால் சிறிது மாற்றி, பல வாக்கெடுப்பிலும் யாருக்கும் மூன்றில் இரண்டு பங்கு கிடைக்கவில்லையென்றால் 50 சதவிகித வாக்குகளுக்கு மேல் ஒரு வாக்கு கிடைத்தாலே வெற்றி என்று ஆக்கியிருந்தார். ஏற்கனவே ரேட்ஸிங்கருக்கு 58இக்கு மேல் கிடைத் திருந்ததால் அவரின் ஆதரவாளர்கள் பல வாக்கெடுப்புக் களுக்காகக் காத்திருக்கத் தயாராக இருந்தனர். வாக்கெடுப்பு அதிக காலம் நீண்டு கொண்டே போனால் கார்டினல்களுக்கிடையே இருக்கும் வேற்றுமைகள் வாடிகனின் படிமத்தைக் குறைக்கலாம் என்று எண்ணித் தன் ஆதரவாளர்களை ரேட்ஸிங்கருக்கு வாக்களிக்குமாறு பெர்காகிலியோ கேட்டுக் கொண்டார். அதன்படியே அடுத்த வாக்கெடுப்பில் ரேட்ஸிங்கருக்கு 84 வாக்குகளும் பெர்காகிலியோவுக்கு 26 வாக்குகளும் கிடைத்தன. போப் பதவியை ஏற்றுக் கொண்டதாக ரேட்ஸிங்கர் கூறி, பதினாறாவது பெனெடிக்ட் என்ற பெயரையும் தேர்ந்தெடுத்ததும் போப்புக்குரிய ஆடைகளை அணிவிக்க அவரை ஒரு தனி அறைக்குள் அழைத்துச் சென்றுவிட்டனர். அவரைத் தொடர்ந்து செல்ல முயன்ற பெர்காகிலியோவை அங்கிருந்த ஒரு அதிகாரி தடுத்துவிட்டார். ‘மேய்ப்பரை அவருடைய மந்தையிலிருந்து அப்போதைக்கு கூட்டிச் சென்றுவிட்டனர்’ என்றார் அவர். மறுநாள் புது போப்பிற்கான தன் வணக்கத்தைக் கூறுவதற்காக பெர்காகி லியோவும் மற்றவர்களைப் போல் அதிக நேரம் அவருடைய குடியிருப்புக்கு முன்னால் காத்திருக்க வேண்டியதாயிற்று.

ரேட்ஸிங்கர் பதினாறாவது பெனெடிக்ட் என்ற பெயருடன் போப் ஆன பிறகு கார்டினல் பெர்காகிலியோவுக்கும் போப்பிற்கும் நிறைய கருத்துவேறுபாடுகள் தோன்றின. போப் ஆன ஒரு வருடத்திலேயே தன் சொந்த நாடான ஜெர்மனியிலுள்ள ரீஜன்ஸ்பர்க் பல்கலைக் கழகத்தில் (இது பெனெடிக்ட் படித்த பல்கலைக்கழகம்) ஆற்றிய உரையில் இஸ்லாம் மதத்தையும் வன்முறைகளையும் அதிக கோபத்தைத் தூண்டும் வகையில் இணைத்துப் பேசிய ஒரு பைசான்டின் அரசரைப் பற்றிக் குறிப்பிட்டார். போப் செய்த இந்தக் காரியம் அவரும் அந்த அரசர் கூற்றை ஆதரிப்பதுபோல் இருந்தது. உலகம் முழுவதும் அதற்குப் பலத்த எதிர்ப்பு எழுந்தது; பல கிறிஸ்தவர்கள் கொல்லப் பட்டனர். பெனெடிக்ட் எதிர்ப்பைக் கண்ட பிறகு தான் பேசியதற்கு மன்னிப்புத் தெரிவித்தாலும் தான் அப்படிக் கூறியதின் முழுப் பின்விளைவும் அவருக்குப் புரியவில்லை. தான் ஒரு கல்வியாளன் என்ற முறையில் அப்படிக் கூறியிருந்தால் யாரும் அதைக் கண்டு கொண்டிருக்க மாட்டார்கள், ஆனால் போப் என்ற முறையில் தான் கூறியதற்கு எப்படி இவ்வளவு எதிர்ப்பு எழுந்தது என்று அவரால் புரிந்துகொள்ள முடியவில்லை.

பெர்காகிலியோவின் கருத்துவேறுபாடு

அப்போது தன் சொந்த நாடான அர்ஜென்டைனாவில் இருந்த பெர்காகிலியோ இந்தச் பேச்சின் பின்விளைவுகளை நன்றாகவே புரிந்துகொண்டார். தன்னுடைய உதவியாளர் மூலம் *நியுஸ் வீக்* பத்திரிகைக்கு பெனெடிக்ட் கூறியது தனக்கு ஒப்பவில்லை என்ற செய்தியைத் தெரிவித்தார். 'போப் பெனெடிக்டின் கருத்துகளை நான் ஆதரிக்கவில்லை. கடந்த இருபது வருஷங்களாக போப் இரண்டாவது ஜான் பால் இஸ்லாமிய சமயத்திற்கும் கிறிஸ்தவ மதத்திற்கும் இடையே வளர்த்த நல்லெண்ணத்தையும் உறவையும் பெனெடிக்ட்டின் பேச்சு இருபதே நொடிகளில் அழித்துவிடும்' என்றார். வாடிகன் அதிகாரிகளுக்கு இது மிகுந்த கோபத்தை உண்டாக்கியது. அவருடைய உதவியாளரை உடனேயே பதவியிலிருந்து இறக்குமாறு கூறினர். எட்டு வருடங்களாக பெர்காகிலியோவுக்கு உதவியாளராக இருந்தவர், தான் பெர்காகிலியோவின் உதவியாளர் என்ற முறையில் அப்படிக் கூறவில்லை என்றும் பல மதங்களின் நல்லிணக்கத்திற்காகப் பாடுபடும் நிறுவனத்தின் தலைவர் என்ற முறையில் அப்படிக் கூறியதாகக் கூறித் தம் பதவியைத் துறந்தார். பெர்காகிலியோவின்

கருத்தைத்தான் அவர் கூறினார் என்பது எல்லோருக்கும் தெரிந்தது. உடனேயே பெர்காகிலியோ ஒரு மத நல்லிணக்கக் கூட்டத்தைக் கூட்டி அதற்குத் தலைமைதாங்க இன்னொருவரை ஏற்பாடு செய்தார். இதன்மூலம் இவருடைய அரசியல் அறிவுக் கூர்மையைத் தெரிந்து கொள்ளலாம்.

போப் பெனெடிக்ட் பழமைவாதி. கத்தோலிக்க மதத்தில் ஆயிரத்துத் தொளாயிரத்து அறுபதுகளில் ஏற்பட்ட சில சீர்திருத்தக் கருத்துகளை முழுமையாக ஒத்துக்கொள்ளவில்லை. அதற்கு முன்பிருந்த பழைய கொள்கைகளையே பின்பற்றி வந்தார். போப்பிற்கான பழைய பாணி உடைகளையே அணிந்தார்; வழிபாட்டு முறைகளிலும் பழைய வழிகளையே பின்பற்றினார். இரண்டாவது ஜான் பாலுக்கு அவர் இறந்து இரண்டு வருடங்களிலேயே புனிதர் பட்டம் (sainthood) கொடுத்தார். இவையெல்லாம் அவர் பழமையைப் போற்றுபவர் என்பதைக் காட்டின. இதற்கிடையில் கார்டினல் பெர்காகிலியோவோ தாம் கார்டினலாக இருந்த அர்ஜென்டைனாவில் வழிபாட்டில் புதிய வழிமுறைகளைக் கையாண்டார்; ஜெபத்தின்போது புதிய வகையான அங்கிகளை அணிந்தார்; பாமர மக்களோடு தொடர்பு கொள்ளும் வகையில் சமயக் கூட்டங்கள் இருக்க வேண்டுமென்று தனக்குக் கீழே உள்ளவர்களுக்குக் கட்டளையிட்டார். சீர்திருத்தக் கருத்துகளை முழுமையாக ஏற்றுக்கொண்டு 'அவை பரிசுத்த ஆவியினால் ஏற்பட்டவை; அவற்றை ஏற்றுக்கொண்டே ஆகவேண்டும்; பழமைக்குத் திரும்பவே முடியாது' என்றார்.

தேவாலயத்தில் சிறு பையன்களோடு தகாத பாலுறவு வைத்துக் கொண்ட பாதிரிகளின் விஷயத்தில் இரண்டாவது ஜான் பாலைவிட போப் பெனெடிக்ட் கடுமையாக நடந்துகொண்டாலும் உலகில் தேவாலயங்களின் மதிப்பை அப்பாதிரியார்களின் நடத்தை குறைத்து விடும் என்பதால் அவர்களை வெளிப்படையாகத் தண்டிக்காமல் ரகசியமாகத் தண்டிக்க விரும்பினார். அவர் வெளிநாடுகளுக்குச் செல்லும் போதெல்லாம் அங்கு தகாத பாலுறவில் ஈடுபட்ட பாதிரியார்களின் சார்பில் மன்னிப்பு கேட்டுக்கொண்டு பாதிக்கப் பட்டவர்களைச் சந்தித்து ஆறுதல் கூறினாலும், இவற்றையெல்லாம் தனிமையில் செய்ததன் மூலம் பைபிளில் கூறப்பட்டிருக்கும் அறிவுரைகளைக் கடைப்பிடிப்பதற்குப் பதில் கத்தோலிக்க சர்ச்சின் மதிப்பைக் காப்பாற்ற முயன்றார் என்ற குற்றச்சாட்டிற்கு பெனெடிக்ட் ஆளானார்.

கார்டினல் பெர்காகிலியோவோ பாதிரிகள் பிரம்மச்சரியத்தைக் கடைப்பிடிப்பதற்கும் (இறைவனுடைய சேவைக்குத் தங்களை அர்ப்பணித்துகொள்ள விரும்பும் கத்தோலிக்கக் குருமார்கள் பிரம்மச்சரியத்தைக் கடைப்பிடிக்க வேண்டும் என்பது கத்தோலிக்க விதி) சிறு பையன்களோடு தகாத பாலுறவு வைத்துக்கொள்ளுவதற்கும் எந்த சம்பந்தமும் இல்லை என்று கூறினார். இம்மாதிரி குணம் உள்ளவர்கள் பாதிரியாராக ஆவதற்கு முன்னும் அப்படித்தான் இருந்திருப்பார்கள் என்றார். 'இப்படிப்பட்ட குருமார்களை ஒரு மறைமாவட்டத்திலிருந்து (Diocese) இன்னொன்றுக்கு மாற்றுவது பிரச்சினையைத் தீர்க்காது. அப்படி மாற்றப்படுபவர்கள் தங்கள் குணத்தையும் தங்களோடேயே எடுத்துச் செல்கிறார்கள்' என்றார். இப்படிப்பட்ட குருமார்களால் பாதிக்கப்பட்டவர்கள் இந்தக் குருமார்களைக் காவல்துறைக்கு விசாரணைக்கு அனுப்ப வேண்டும் என்றனர். பெர்காகிலியோவும் இம்மாதிரி குற்றம்புரிபவர்களை ஒருபோதும் மன்னிக்க முடியாது என்றார்.

பெனெடிக்ட்டின் விலகல்

போப் இரண்டாவது ஜான் பால் இருபத்தாறு வருடங்கள் போப்பாக இருந்தபோது வாடிகனின் பல பிரிவின் செயல்கள் கவனிக்கப்படாமல் இருந்தன. பல துறைகளின் தலைவர்கள் தங்கள் இஷ்டத்திற்குச் செயல்பட்டு வந்தனர். போப் பதினாறாம் பெனெடிக்ட் இரண்டாவது ஜான் பாலுக்கு உதவியாளராகப் பல வருடங்கள் இருந்ததால் அவர் வாடிகனில் நடந்துவரும் நடவடிக்கைகளைச் சரிசெய்வார் என்று அவரைப் போப்பாகத் தேர்ந்தெடுத்தவர்கள் நம்பினர். ஆனால் பெனெடிக்ட் அந்தச் செயல்களைச் சீர்திருத்தாததோடு அவற்றைப் புறக்கணிக்கவும் செய்தார்.

வாடிகனில் உள்ள அதிகாரிகளைக் கண்டிக்க முடியாத போப் பெனெடிக்டின் உடல்நிலை வெகுவாகப் பாதிக்கப்பட்டது. அவருடைய கேட்கும் திறன் குறைந்துகொண்டே வந்தது; இடது கண்ணில் பார்வை குறைந்தது. உடல் எடை குறைந்துகொண்டே போனது.

2012இல் மெக்ஸிகோவுக்கும் கியூபாவுக்கும் போயிருந்த போது தன்னுடைய அறையில் கீழே விழுந்து தலையில் காயம் ஏற்பட்டது. இது ரகசியமாக வைக்கப்பட்டாலும் போப் பெனெடிக்ட் பதவியிலிருந்து விலகுவதாக முடிவுசெய்தார். 598 வருடங்களுக்கு முன் –

அதாவது 1415இல் – போப் பன்னிரெண்டாவது கிரிகரி பதவி விலகிய பிறகு பதவியைத் துறந்தவர் போப் பெனெடிக்ட்தான்.

போப் பெனெடிக்ட் பதவியைத் துறப்பதாக முடிவுசெய்தும் அது உலகிற்கு அறிவிக்கப்படவில்லை. ஆனால் அதற்குள் இன்னொரு சம்பவம் வாடிகனில் நடந்தது. போப்பின் தனிப்பட்ட சமையற்காரர் கேப்ரியல் 'அழிக்கப்பட வேண்டிய கோப்புகள்' என்று போப் குறித்து வைத்திருந்த ஆவணங்களை ஒரு பத்திரிகையாளருக்குக் ரகசியமாகக் கொடுத்துவிட்டார். அந்த ஆவணங்களில் வாடிகனில் நடந்த பல அட்டூழியங்கள் – அவதூறான சூழ்ச்சிகள், பலரிடையே இருந்த போட்டிகள், பேராசைகள், ஊழல்கள், ரகசியச் செயல்கள் – விவரிக்கப்பட்டிருந்தன. போப்பை மீறிச் செயல்பட்டவர்களை வெளிச்சத்திற்குக் கொண்டுவர வேண்டும் என்ற எண்ணத்தில்தான் கேப்ரியல் அப்படிச் செய்தார். வாடிகனின் வங்கியில் நடந்த ஊழல்களும் வெளியே வந்தன. ஊழல்களைப் பற்றி விசாரிக்க போப் மூன்று கார்டினல்கள் அடங்கிய ஒரு கமிட்டியை நிறுவி அவர்கள் கொடுத்த அறிக்கையை ஒரு இரும்புப் பெட்டியில் வைத்துப் பூட்டினார். தனக்குப் பின்னால் போப்பாகப் பதவியேற்பவர் அவற்றைக் கையாளட்டும் என்று முடிவுசெய்தார். வாடிகனில் நடந்த பலவகை ஊழல்களும் நியாயமற்ற செயல்களும் போப்பை வெகுவாகப் பாதித்தன. இவற்றையெல்லாம் போப் பெனெடிக்டால் தாங்கிக் கொள்ள முடியவில்லை. 2013 பிப்ரவரியில் பல கார்டினல்கள் அடங்கிய கூட்டத்தில் புதிதாகச் சேர்க்கப்பட்ட புனிதர்களின் பட்டியலை வெளியிடும்போது 'வாடிகனை நிர்வகிக்க வேண்டிய மனோபலமும் உடல்பலமும் என்னிடம் இப்போது இல்லை என்பதால் என்னால் இனிமேலும் வாடிகனை நிர்வகிக்க முடியாது, அதனால் பதவி விலக முடிவு செய்துவிட்டேன்' என்ற தன் முடிவைக் கடைசியில் வெளியிட்டார். கூடியிருந்த கார்டினல்கள் அதிர்ச்சி யுற்றனர். வாடிகனிலுள்ள பல அதிகாரிகளைத் தன்னால் விலக்க முடியாதபோது தானே விலகுவதாகப் போப் முடிவுசெய்தார்.

பெர்காகிலியோவின் பதவி உயர்வு

இதற்கிடையில் 2005இல் போப்பாகத் தேர்ந்தெடுக்கப்படாத பெர்காகிலியோ அதன் பிறகு ஆறு மாதங்களுக்குள் அர்ஜென்டைனா வின் பிஷப்புகளுக்குத் தலைவராகத் தேர்ந்தெடுக்கப்பட்டார். இரண்டு வருடங்களுக்குப் பிறகு தென் அமெரிக்காவிலுள்ள எல்லா

பிஷப்புகளுக்கும் தலைவராகத் தேர்தெடுக்கப்பட்டார். அவர்கள் நடத்திய கூட்டத்தின் முடிவுகளை எழுதும் பணி இவருக்குத் தரப் பட்டது. அந்த உரையில் 'ஐந்து நூற்றாண்டுகளாக இந்தக் கண்டத்தில் முதன்மை வகித்த கிறிஸ்தவ மதப்பற்று இப்போது மறைந்து வருகிறது' என்று வருந்தியிருந்தார். 1968இலும் 1976இலும் நடந்த தென் அமெரிக்க பிஷப்புகளின் கூட்டத்தில் அவர்கள் வலியுறுத்தி யிருந்த 'ஏழைகளுக்கு முன்னுரிமை வழங்கப்பட வேண்டும்' என்ற கருத்தை அப்போது பெர்காகிலியோ ஆதரிக்கவில்லை. ஆனால் இப்போது 2007இல் அதை ஆதரித்த பெர்காகிலியோ 'உலகு மிக வேகமாக வளர்ந்துவரும் காலத்தில் நாம் வாழ்ந்துவந்தாலும் ஏழை களின் துன்பம் தீர்க்கப்படவில்லை. உலக வளங்கள் எல்லோருக்கும் சமமாக வழங்கப்படவில்லை. இந்த சமூக அநீதி நம்மில் பலருக்கு வாழ்க்கையில் பல வாய்ப்புகளைப் பெற்றுத் தரவில்லை' என்று கூறியிருந்தார். மூன்று வாரங்கள் நடந்த அந்தக் கூட்டத்தில் பல பிஷப்புகள் பெர்காகிலியோவைப் புகழ்ந்தனர். சமூக நீதி, ஏழைகளின் வாழ்க்கைமுறை, பைபிளில் கூறப்பட்டிருக்கும் நற்செய்தியைக் கிறிஸ்தவரல்லாதவருக்கு எடுத்துரைத்தல் ஆகிய மூன்றையும் சேர்த்துக்கொடுத்த அவருடைய தீர்க்கதரிசனம் எல்லோரையும் வெகுவாகக் கவர்ந்தது. பெனெடிக்டிற்கு எதிராக வாடிகனுக்குள்ளேயே எதிர்மறைச் செயல்கள் நடந்துகொண்டிருக்க, பெர்காகிலியோவின் புகழ் வளர்ந்துகொண்டிருந்தது.

பெர்காகிலியோ ரோமுக்குச் செல்லும் போதெல்லாம் வழக்கம் போல் சாதாரண மாளிகையிலேயே தங்கினார். அங்கிருந்து வாடிகன் அலுவலகம் இருந்த கொஞ்ச தூரத்தை நடந்தே கடப்பார். இதனால் வழியில் இருக்கும் கடைகள், வீடுகள், தேவாலயங்கள், நினைவுச் சின்னங்கள் ஆகியவற்றோடு மனிதர்கள் வாழும் தினசரி வாழ்க்கை யையும் அதில் ஏற்படும் எளிய அன்புச் செயல்களையும் பார்க்கும் வாய்ப்பு அவருக்குக் கிடைத்தது. கார்டினல்களுக்குரிய சிவப்புத் தொப்பியை அவர் அணிவதில்லை. அவருடைய மார்பில் தொங்கும் சிலுவையை அவருடைய நீண்ட அங்கி மறைத்துக்கொள்ளும். அவரைப் பலருக்குச் சரியாகத் தெரியாது. வாடிகனின் அலுவலகத் திலிருந்து திரும்பி வந்ததும் பிற பாதிரிகளோடு எளிமையாக உணவருந்துவார். இந்த எளிமைதான் அவருடைய பலம்.

3

வித்தியாசமான போப்

ரோமுக்குப் பயணம்

பதினாறாம் பெனெடிக்ட் போப் பதவியை ராஜினாமா செய்த பிறகு புதிய போப் ஒருவரைத் தேர்ந்தெடுக்கும் பொறுப்பை வாடிகன் ஏற்றுக்கொண்டு உலகெங்கிலுமுள்ள கார்டினல்களை ரோமிற்கு வருமாறு பணித்தது. பேனஸ் ஐரஸைச் சேர்ந்த கார்டினல் பெர்காகிலியோவும் ரோமிற்குக் கிளம்ப ஆயத்தமானார். அப்போது அவர் தன்னுடைய பழைய காலணிகளையே அணிந்து செல்லத் திட்டமிட்டார். ஆனால் பேனஸ் ஐரஸ் கதீட்ரலில் இருந்த பாதிரி ஒருவர் 'பெர்காகிலியோ இப்போது உபயோகித்து வரும் காலணிகளை அணிந்துகொண்டு ரோமிற்குச் செல்லக்கூடாது. நாம் எல்லோரும் சேர்ந்து அவருக்காக ஒரு புதிய ஜோடியை வாங்குவோம்' என்றார். எல்லோரும் கொஞ்சம் பணம் போட்டு ஒரு புதிய ஜோடி காலணிகளை அவருக்காக வாங்கினர். அப்படி அவர்கள் வாங்கியதற்கு நன்றி தெரிவித்த பெர்காகிலியோ அந்த காலணிகளை அணியாமல் 'பழைய காலணிகள் எனக்கு மிகவும் வசதியாக இருக்கின்றன. மேலும் அவை எந்த அலங்காரமும் இல்லாமல் எளிமையாகவும் இருக்கின்றன. அவற்றை அணிந்துகொண்டு போவதில் என்ன கஷ்டம்?' என்று கூறிப் பழைய காலணிகளை அணிந்துகொண்டு விமானநிலையத்திற்குச் செல்வதற்காகப் பேருந்தைப் பிடிக்க விரைந்தார்.

வாடிகனிலிருந்து இவருக்கு முதல் வகுப்பு விமான டிக்கெட்டுகள் அனுப்பியிருந்தனர். ஆனால் பெர்காகிலியோ அவற்றை உபயோகிக் காமல் சாதாரண வகுப்பிலேயே பயணம் செய்தார். ஒரே ஒரு சலுகை மட்டும் விமானக் கம்பெனியிடம் கேட்டிருந்தார். விமானத்தில் அவசர நிலை ஏற்பட்டால் திறப்பதற்குரிய கதவுகள் இருக்கும் இடத்தில்

தனக்கு சீட் ஒதுக்குமாறு கேட்டுக்கொண்டார். அங்குள்ள சீட்டுகளுக்கு முன்னால் கால்களை நீட்டிக்கொள்ளக் கொஞ்சம் அதிக இடம் இருக்கும். சென்ற முறை ரோமிற்குச் சென்றபோது அவருடைய இடுப்புப் பகுதியில் வலி ஏற்பட்டு படுக்கையில் இருக்க வேண்டிய கட்டாயம் ஏற்பட்டு எதற்காகச் சென்றாரோ அந்தக் கூட்டத்தில் கலந்துகொள்ள முடியாமல் போய்விட்டது. அதைத் தவிர்க்கத்தான் இப்போது அவசர நிலைக் கதவுக்குப் பக்கத்தில் இடம் கேட்டுப் பெற்றார். அர்ஜென்டைனாவின் தலைநகர் பேனர்ஸ் ஐரஸிலிருந்து ரோமிற்குப் பதின்மூன்று மணி நேரப் பயணம்.

ரோமில் வழக்கமாகத் தான் தங்கும் ஓட்டலில் அறை எடுத்திருந்தார். அது உலகின் பல இடங்களிலிருந்து ரோமிற்கு வரும் மத குருமார்கள் தங்கும் இடம். அன்றும் பலர் அங்கு தங்கியிருந்தனர். 600 வருஷங்களுக்குப் பிறகு உயிரோடு இருக்கும்போதே போப் ஒருவர் தன் பதவியை ராஜினாமா செய்திருக்கிறார். பெனெடிக்ட் ஏன் அப்படிச் செய்தார் என்பது பற்றியும் இனி அடுத்த போப்பாக யார் வருவார் என்பது பற்றியும் பல யூகங்கள் அவர்களிடையே தோன்றின. இத்தாலியப் பத்திரிகைகள் மிலானைச் சேர்ந்த கார்டினல் அஞ்சலோ ஸ்கோலா என்பவர்தான் கண்டிப்பாக அடுத்த போப்பாக வருவார் என்று கூறிக்கொண்டிருந்தன. இரண்டாவது ஜான் பாலுக்கு முன்னால் இருந்த மூன்று போப்புகளும் இத்தாலியைச் சேர்ந்தவர்கள். மூவரும் மிலானில் பணியாற்றியவர்கள். அதனால்தான் பெனெடிக்ட் ஸ்கோலாவை இன்னொரு இடத்திலிருந்து மிலானுக்கு மாற்றி யிருந்தார். பெனெடிக்டிற்குப் பிடித்த இன்னொரு கார்டினல் கனடாவைச் சேர்ந்த மார்க் கொலட். இவரை பெனெடிக்ட் 2010இல் பிஷப்புகளின் குழுவை நடத்துவற்காக ரோமிற்கு மாற்றியிருந்தார். பெனெடிக்ட் ஜெர்மனியைச் சேர்ந்தவர். அதற்கு முந்தையவர் போலந்து நாட்டைச் சேர்ந்தவர். அதனால் இப்போது இத்தாலியின் முறை என்று இத்தாலியர்கள் அடுத்ததாக வரப்போகும் போப் இத்தாலியராக இருக்கவேண்டும் என்று விரும்பினர். போப்பாகத் தேர்ந்தெடுக்கப்படுவதற்குத் தகுதிபெற்ற இன்னும் சில கார்டினல் களும் பட்டியலில் இடம் பெற்றிருந்தனர்.

பெர்காகிலியோவுக்கு ஆதரவு

பெர்காகிலியோ போனமுறை – 2005இல் பெனெடிக்ட் போப்பாகத் தேர்ந்தெடுக்கப்பட்டபோது – இரண்டாவது இடத்தைப் பிடித்திருந்தார்.

ஆனால் அவர் 75 வயதைத் தாண்டிவிட்டதால் அவரை இப்போது யாரும் கண்டுகொள்ளவில்லை. பெனெடிக்ட் சிறந்த வழிகாட்டி யாகவும் ஆசிரியராகவும் இருந்தாலும், தேர்ந்த நிர்வாகியாக இல்லாததால் இந்த முறை வாடிகனின் எல்லாத் துறைகளையும் சிறந்து நிர்வகிக்கும் திறமை படைத்த ஒருவரை போப்பாகத் தேர்ந்தெடுக்க வேண்டும் என்று போப்பைத் தேர்ந்தெடுக்கும் குழுவில் இடம் பெற்ற கார்டினல்கள் விரும்பினர். மேலும் வாடிகனின் பல துறை களிலும் நிறைய ஊழல்கள் இருந்தன. அந்த ஊழல்களை எல்லாம் ஒழித்து வாடிகனைச் சிறந்த இடமாக மாற்றும் திறமையுள்ள ஒருவரைத் தேர்ந்தெடுக்க வேண்டும் என்று அவர்கள் விரும்பியதால் வெளியிலிருந்து ஒருவரைத் தேர்ந்தெடுக்கவேண்டும் என்றும் நிச்சயித்தனர்.

போப்பைத் தேர்ந்தெடுக்கும் குழு கூடுவதற்கு முன்னால் எல்லாக் கார்டினல்களும் கலந்துகொள்ளும் பொதுக் குழு கூடும். அதில் இறந்துபோன போப்பின் அடக்கம் பற்றி முதலில் முடிவு செய்வார்கள். இந்த முறை அந்தக் கூட்டம் தேவை இல்லாமல் இருந்தது. ஆனால் ஒருவரை ஒருவர் அறிந்துகொள்வது, யாரைத் தேர்ந்தெடுப்பது என்பது பற்றிய கூட்டம் நடந்தது. பிரேஸிலைச் சேர்ந்த கார்டினல் வாடிகனின் பல துறைகளிலும் நடந்த ஊழல்களைக் களைந்தெறியவும் முதல் மந்திரியாக இருந்தவரைப் பதவி நீக்கம் செய்யும்படியும் பெனெடிக் டிடம் வேண்டிக்கொண்டபோது, அவர் வெளிப்படையாக எதுவும் செய்யாமல் ஊழல்கள் பற்றி விசாரிக்க மூன்று கார்டினல்கள் அடங்கிய ஒரு குழுவை ரகசியமாக நியமித்து அவர்கள் கொடுத்த அறிக்கையைப் பத்திரமாகப் பூட்டிவைத்துவிட்டார். இருந்தாலும் ஊழல்களை விசாரித்த மூன்று கார்டினல்களும் மற்ற கார்டினல் களோடு மனம்திறந்து பேசி அந்த அறிக்கையின் விபரத்தை மற்றவர் களோடு பகிர்ந்துகொண்டனர். அதன்படி வாடிகனிலுள்ளவர்களுக்கு அதிகாரம் குறைக்கப்பட்டு உலகின் எல்லாப் பகுதிகளிலும் உள்ள பிஷப்புகளுக்கு அதிக அதிகாரம் கொடுக்கப்பட வேண்டும் என்று நினைத்தனர். இரண்டாவதாக கத்தோலிக்க மதம் பழைய கொள்கைகளை விடுத்து மதச்சார்பின்மை பற்றிய விஷயங்களிலும் கவனம் செலுத்தவேண்டும் என்றும் அவர்கள் விரும்பினர்.

வெளியிலிருந்து ஒருவரைத் தேர்ந்தெடுப்பதா, வாடிகனில் பல வருடங்கள் வேலைபார்த்த ஒருவரைத் தேர்ந்தெடுப்பதா என்பதில் முதலில் கார்டினல்களுக்கிடையே ஏகமனதான முடிவு ஏற்படவில்லை.

முடிவில் வெளியிலிருந்து ஒருவரைத் தேநேர்ந்தெடுப்பது என்ற ஒருமித்த முடிவுக்கு வந்தனர். எல்லாக் கார்டினல்களுக்கும் தங்களைப் பற்றிக் கூறிக்கொள்ளச் சந்தர்ப்பம் அளிக்கப்பட்டது. வாரக் கடைசியில் பேசிய பெர்காகிலியோ தன்னுடைய உரையில் கீழ்க்கண்டவாறு கூறினார்:

> கத்தோலிக்க மதத்தின் ஒரே குறிக்கோள் இயேசு கிறிஸ்துவைப் பற்றி உலகுக்கு எடுத்துச் சொல்வது. சமூகத்தின் விளிம்பில் உள்ளவர்கள் மதம் பற்றிய அறியாமை, சமத்துவமின்மை, வேதனை, நோய்கள் ஆகியவற்றால் பீடிக்கப்பட்டிருக்கிறார்கள். இவர்களிடம் இயேசு பற்றிய நற்செய்திகள் போய்ச் சேரவேண்டும். இவர்கள் கத்தோலிக்க மதத்தின் அருமையை உணரவேண்டும். கத்தோலிக்க மதம் தன்னுடைய இறையியலிலேயே மூழ்கிப் போயிருக்கிறது. அது மதத்திற்கு நல்லதல்ல. இயேசு, 'நான் கதவின் அருகில் நின்று கதவைத் தட்டுகிறேன், பாருங்கள்' என்று சொன்னதை இயேசு வெளியிலிருந்து சொன்னதாகக் கூறுகிறார்கள். சில சமயங்களில் இயேசு கதவிற்கு உள்ளேயும் நின்றுகொண்டு, 'நான் கதவைத் தட்டுகிறேன். மற்றவர்களுக்காக என்னை வெளியே விடுங்கள்' என்று சொன்னதாகவும் கொள்ளலாம். நிலவைப் போல் கத்தோலிக்க மதத்திற்கும் சுய ஒளி இல்லை. நிலவு சூரியனிலிருந்து வெளிச்சத்தைப் பெற்று அதைப் பிரதிபலிப்பது போல் மதத்திற்கும் சுய ஒளி இல்லை. அது இயேசுவின் ஒளி மற்றவர்களைச் சென்றடையச் செய்யும் போதுதான் பொலிவு பெறுகிறது. தனக்குள்ளே, தனக்காக வாழும் மதம் ஒருபோதும் நிறைவு பெறுவதில்லை. வெளியில் சென்று சமூகத்தின் விளிம்பில் உள்ளவர்களுக்கு இயேசுவின் மூலம் கிடைக்கும் சந்தோஷத்தைக் கொடுப்பதுதான் உண்மையான மதம். இதைச் செய்யக்கூடிய ஒருவர்தான் அடுத்த போப்பாக வர வேண்டும்.

ஒவ்வொரு கார்டினலுக்கும் கொடுக்கப்பட்ட ஐந்து நிமிட நேரத்தைக்கூட பெர்காகிலியோ எடுத்துக்கொள்ளவில்லை. மூன்றே நிமிடங்களில் தன் பேச்சை முடித்துக்கொண்டார். இருந்தாலும் பலருக்கு அவர் பேச்சு மிகவும் பிடித்தது. 'பெர்காகிலியோ மற்றவர் களைவிடச் சிறந்த இறையியலாளராகவும் சிறந்த ஆன்மீகவாதி யாகவும் இருக்கிறார்' என்று அவரைப் புகழ்ந்தனர். அவர் கூறியவை அவருடைய இதயத்திலிருந்து வந்தவை என்று பாராட்டினர். ஹவானாவிலிருந்து வந்திருந்த கார்டினல் பெர்காகிலியோவிடம் அவர் பேசியதன் பிரதியைக் கேட்டாராம். பெர்காகிலியோ தான்

எதுவும் எழுதிவைத்துக்கொள்ளவில்லை என்றும் பேசியவற்றை ஞாபகத்திலிருந்து எழுதிக் கொடுப்பதாகவும் கூறி அப்படியே செய்தார். பெர்காகிலியோவின் பேச்சு கூடியிருந்த கார்டினல்களிடம் பெரிய தாக்கத்தை உண்டுபண்ணியது. இவர்தான் வாடிகனைச் சீராக நடத்திச் செல்லக் கூடியவர் என்ற முடிவுக்கு வந்தனர். தாராள வாதிகள், பழமைவாதிகள் ஆகியோரும் வாடிகனில் சீர்திருத்தங்கள் கொண்டுவர வேண்டும் என்று விரும்பியவர்களும் இவரை ஆதரிக்க முடிவு செய்தனர். பிறரோடு கலந்து ஆலோசிக்கும் கொள்கையையும் இவர் பின்பற்றுவார் என்று நம்பினர். (போப் ஆன ஒரு மாதத்திலேயே பிரான்சிஸ் உலகெங்கிலுமுள்ள கார்டினல்கள் அடங்கிய ஒரு குழுவை நியமித்தார். அவர்களோடு அடிக்கடி கலந்தாலோசிக்கிறார்.) நான்காவது முறையாக வாக்கெடுப்பு ஆரம்பித்ததும் தான் போப்பாகத் தேர்ந்தெடுக்கப்படப் போகிறோம் என்று பெர்காகிலியோவுக்குத் தெரிந்துவிட்டது. அவருக்குக் கொஞ்சம் பதற்றம் ஏற்பட்டது. போப்பாகத் தேர்ந்தெடுக்கப்பட்டதும் 'இந்தத் தேர்வை நீங்கள் ஏற்றுக்கொள்கிறீர்களா?' என்று கேட்கப்பட்ட போது சாதாரணமாக எல்லோரும் சொல்வதுபோல் 'ஆம்' என்று சொல்வதற்குப் பதில் 'நான் நிறையப் பாவங்கள் புரிந்திருக்கிறேன். கடவுளின் பொறுமையிலும் கருணையிலும் எனக்கு நம்பிக்கை உண்டு. இந்தப் பொறுப்பை ஏற்றுக்கொள்கிறேன்' என்றார். இந்தக் கட்டத்திலும் அவர் செய்த பாவங்களுக்காக வருந்தும் விழிப்புணர்வு அவருக்கு இருந்திருக்கிறது.

பெர்காகிலியோவிடம் என்ன பெயரைத் தேர்ந்தெடுக்கிறீர்கள் என்று கேட்டதும் 'பிரான்சிஸ்' என்றார். அதைக் கேட்டுச் சிலர் புருவங் களை உயர்த்தினர். போப்பாகத் தேர்ந்தெடுக்கப்பட்டவுடன் அவர்கள் தேர்ந்தெடுக்கும் பெயர்களை வைத்தே வாடிகனை அவர்கள் எப்படி நடத்திக்கொண்டு போவார்கள் என்பது தெரிந்துவிடும். அஸிஸியைச் சேர்ந்த பிரான்சிஸ் ஏழைகளுக்காவே தன் வாழ்நாட் களைக் கழித்தார். அதனால் பிரான்சிஸ் என்ற பெயரைத் தேர்ந்தெடுத்துக்கொண்ட பெர்காகிலியோவும் ஏழைகளுக்காக மிகவும் பாடுபடுவார் என்று அனுமானித்துக்கொண்டனர். போப்புகள் எப்படிப் பெயர்களைத் தேர்ந்தெடுக்கிறார்கள் என்பது சுவாரஸ்யமான விஷயம். ஆரம்ப காலத்தில் இருந்த போப்புகள் தாங்கள் ஞானஸ்நானம் எடுத்துக் கொண்ட பெயர்களையே வைத்துக்கொண்டனர். 533இல் பேகன் மதத்திலிருந்து கிறிஸ்தவ மதத்திற்கு மாறிய ஒருவர் போப்பாகத் தேர்ந்தெடுக்கப்பட்டபோது அவர் தன்னுடைய இயற்பெயரான

மெர்குரி என்பதை இரண்டாவது ஜான் என்று மாற்றி வைத்துக் கொண்டாராம். அன்றிலிருந்து இன்றுவரை ஜான் என்ற பெயரை 23 பேரும், கிரிகிரி, பெனெடிக்ட் என்ற பெயர்களை 16 பேரும். க்ளெமென்ட் என்னும் பெயரை 14 பேரும், லியோ என்னும் பெயரை 13 பேரும், பயஸ் என்னும் பெயரை 12 பேரும், ஸ்டீபன் என்னும் பெயரை 9 பேரும், போனிஃபேஸ், அலெக்ஸாண்டர் என்னும் பெயர்களை 8 பேரும் வைத்துக்கொண்டிருக்கிறார்கள். இரண்டு பேர்தான் தங்கள் பெயர்களை மாற்றிக்கொள்ளவில்லையாம். போப்பாகத் தேர்ந்தெடுக்கப்பட்டதும் என்ன பெயரை வைத்துக் கொள்கிறீர்கள் என்று பெர்காகிலியோவிடம் கேட்கப்பட்டதும் அவருக்கு அருகில் அமர்ந்திருந்த அவருடைய கார்டினல் நண்பர் 'ஏழைகளை மறந்துவிடாதீர்கள்' என்று சொன்னது ஞாபகம் வந்ததால், ஏழைகளுக்காகவும் அமைதிக்காகவும் வாழ்ந்த பிரான்சிஸின் பெயர் அவர் ஞாபகத்திற்கு வந்ததாகப் பின்னால் பத்திரிகையாளர்களிடம் கூறினார்.

பிரான்சிஸின் எளிமை

புதிய போப்பை தேவாலயத்தின் இடது பக்கம் இருந்த அறைக்குள் போப்புக்குரிய உடைகளை அணிவிக்க அதற்குரிய அதிகாரி அழைத்துச் சென்றார். அதுவரை முதலில் நடந்த ஆலோசனைக் குழுக்களிலும் பின் போப்பைத் தேர்ந்தெடுக்கும் குழுவிலும் கலந்துகொண்ட புதிய போப்பிற்கு இந்த அறையில்தான் தனக்குக் கொடுக்கப்பட்டிருக்கும் பொறுப்பின் சுமை பற்றிச் சிந்திக்க அவகாசம் கிடைக்கும். பிரான்சிஸ் மூன்று அளவுகளில் இருந்த போப்பிற்கான அங்கிகளிலிருந்து தன் அளவுக்குரியதைத் தேர்ந்தெடுத்துக்கொண்டார். ஆனால் ஐந்து அளவுகளில் இருந்த சிவப்புக் காலணிகளிலிருந்து எதையும் எடுத்துக்கொள்ளவில்லை. தான் ஏற்கனவே போட்டுக் கொண்டிருந்ததே போதும் என்றார். காலணிகள் விஷயத்தில் ரோமிற்குப் புறப்படும் முன் எப்படி அவருடைய நண்பர்களால் அவரை மாற்ற முடியவில்லையோ அதே மாதிரிதான் இங்கும் நடந்தது. தன்னுடைய பழைய காலணிகளே தனக்குப் போதும் என்று கூறிவிட்டார்.

உலகமெல்லாம் புதிய போப்பைக் காணக் காத்துக் கொண்டிருந்த போது போப் பிரான்சிஸ் இனி தான் பேனஸ் ஐரஸுக்குப் போய் தன்னுடைய பழைய வாழ்க்கையைத் தொடர முடியாதது பற்றிச் சிந்தித்துக்கொண்டிருந்திருக்கலாம். பதினெட்டு வருடங்களாகத் தாம்

வாழ்ந்துவந்த அந்தச் சிறிய வீட்டையும் அதிலுள்ள பொருள்களையும் – சாஸ்திரீய சங்கீதம் அடங்கிய கேசட்டுகள், பழைய கால்பந்து குழுவின் புகைப்படம், சேரியிலிருந்த போதைப்பொருள் தாக்கத்திலிருந்து விடுபட்டவர்களின் புகைப்படங்கள், எளிமையான படுக்கைக்கு மேலே தொங்கும் சிலுவை – பார்க்க முடியாது. அடுத்து வரும் ஈஸ்டர் ஞாயிற்றுக்கிழமை அன்று தேவாலயத்தில் அவர் உரையாற்ற முடியாது. மார்ச் 23ஆம் தேதி பேனர்ஸ் ஐரஸுக்குத் திரும்பிப் போவதற்காக வாங்கியிருந்த விமான டிக்கெட்டை உபயோகிக்க முடியாது.

போப்புகளுக்குரிய வெள்ளை அங்கியைத் தவிர வேறு எந்த ஆடம்பரப் பொருளையும் போப் அணியவில்லை. தோளிலிருந்து இடுப்பு வரை தொங்கும் சிவப்பு அங்கியை அவர் மறுத்துவிட்டார். விலையுயர்ந்த கற்கள் அடங்கிய தங்கத்தால் செய்யப்பட்ட சிலுவை யையும் மறுத்துவிட்டார். தான் பிஷப்பாக ஆனதிலிருந்து அணிந்து வந்த சாதாரண சிலுவையே போதும் என்றார். பைஸான்டின் காலத்தில் இருந்த, போப்புகள் சிவப்பு காலணிகள் அணியும் பழக்கத்தை பதினாறாவது பெனெடிக்ட் ஆரம்பித்திருந்தார். அப்போது அரசன், அரசி, போப் ஆகிய மூவரும்தான் சிவப்புக் காலணிகள் அணிவார்களாம். போப் அரசருக்குச் சமமாக மதிக்கப்பட்ட காலம் அது. போப் பதினாறாம் பெனெடிக்ட் போப்புக்குரிய எல்லா ஆடம்பர உடைகளையும் அணிவார். பிரான்சிஸ் அப்படியல்ல. எளிமையின் சின்னம். அஸிஸியைச் சேர்ந்த பிரான்சிஸ் எளிமை, பணிவு, கொடை, கீழ்ப்படிதல், அறிவு முதிர்ச்சி ஆகிய நல்லொழுக்கங்களின் பிரதிநிதி. தென் அமெரிக்காவிலிருந்து தேர்ந்தெடுக்கப்பட்ட, இயேசு சங்கத்தைச் சேர்ந்த முதல் போப் பிரான்சிஸ். இவருடைய காலத்தில் வாடிகனின் திசை வேறு வகையில் திரும்பும். கூட்டத்தில் இருந்த ஒரு அமெரிக்கர், 'தென் அமெரிக்காவைச் சேர்ந்த ஒருவர் போப்பாகத் தேர்ந்தெடுக்கப் பட்டிருப்பது கருப்பு இனத்தைச் சேர்ந்த ஒபாமா அமெரிக்க ஜனாதிபதியாகத் தேர்ந்தெடுக்கப்பட்டிருப்பதற்குச் சமம்' என்றார்.

எளிமையைக் கடைப்பிடிக்கும் போப் பிரான்சிஸ் போப்பு களுக்குரிய சிம்மாசனத்தில் உட்கார மறுத்துவிட்டார். மற்ற கார்டினல்களுக்குச் சமமாக நின்றுகொண்டு அவர்களுடைய வாழ்த்து களைப் பெற்றார். தான் போப் என்றாலும் அவர்களுள் ஒருவர், அவர்களுள் முதல்வர் என்பதைக் குறிக்க, 'சகோதர கார்டினல்களே' என்று அவர்களை அழைத்தார். பிறகு தனக்கு முந்தைய போப்பைத்

தொலைபேசியில் அழைத்தார். யாரும் தொலைபேசியை எடுக்கவில்லை. போப்பைத் தேர்ந்தெடுக்கும் நிகழ்ச்சியைத் தவறவிட அவர் விரும்பாததால் அவரும் அவருடைய ஆட்களும் தொலைக்காட்சிப் பெட்டி அருகே உட்கார்ந்திருந்தனர். அதனால் தொலைபேசி மணி அடித்தது அவர்களுக்குக் கேட்கவில்லை. கடைசியாக பழைய போப்பின் உதவியாளர் தொலைபேசியைப் முந்தைய போப்பிடம் கொடுத்தார். இருவரும் வாழ்த்துகளைப் பரிமாறிக்கொண்டனர். ஒருவருக்கொருவர் ஜெபிப்பதாகக் கூறிக்கொண்டனர்.

அடுத்து, போப் பால்கனிக்கு வந்து பொதுமக்களுக்குத் தரிசனம் கொடுத்தார். போப்புகளின் அதிகாரத்தைக் குறிக்கும் தலைத் தொப்பியையோ இடுப்புவரை வரும் சிவப்பு அங்கியையோ அணியாத போப் பிரான்சிஸ் மக்களை எதிர்கொள்ளுவதிலும் பழைய போப்பிற்கு எதிர்மாறாக இருந்தார். பழைய போப் வெற்றிபெற்ற ஒரு விளையாட்டு வீரனைப்போல் கைகள் இரண்டையும் கோர்த்துக் கொண்டு தலைக்கு மேலே தூக்கி மக்களை வரவேற்றார். பிரான்சிஸோ மெதுவாக வலது கையை மாத்திரம் லேசாகத் தூக்கிக் கூடியிருந்த ஒன்றரை லட்சம் மக்களை ஆசீர்வதித்தார். அவர்களுடைய இத்தாலி மொழியில் பேசினார். பின் வேடிக்கையாக ஒரு நகைச் சுவைத் துணுக்கைக் கூறினார். 'என் சகோதர கார்டினல்கள் ரோமின் பிஷப்பைத் தேடி உலகின் மூலைக்கே (அதாவது தென் அமெரிக்கா விற்கே) சென்றிருக்கிறார்கள்' என்றார். அமைதியான மெல்லிய குரலில் அவர் பேசினாலும் அதன் தாக்கம் கூடியிருந்த மக்களைச் சென்றடைந்தது. பணிவாக நடந்துகொள்வதின் சக்தி என்ன என்பதை முதல்முதலாக உணர்த்திய செயல் அது. எல்லோரையும் வாழ்த்துவதோடு அவர்களையும் தனக்காக இறைவனிடம் வேண்டிக்கொள்ளும்படி கேட்டுக்கொண்டார். இது புதிது. இதுவரை இப்படி யாரும் செய்ததில்லை. கூடியிருந்த கூட்டம் இதை எதிர்பார்க்கவில்லை. அவர் கேட்டுக் கொண்டதற்கிணங்க கூட்டம் மௌனமாக ஜெபிக்கத் தொடங்கியது. அந்த மௌனம் வழக்கமான மௌனமாக இல்லாமல் முற்றான, ஆன்மீக மௌனமாக இருந்ததால் ஒரு தொலைக்காட்சி அமைப்பாளர்கள் தங்கள் தொலைக்காட்சியில் ஒலியில் ஏதோ கோளாறு ஏற்பட்டுவிட்டதாக நினைத்தார்களாம்! இதற்குப் பிறகு போப் மக்களை ஒருவருக்கொருவர் இறைவனிடம் பிரார்த்தித்துக்கொள்ளும்படி கூறிவிட்டு அவர்களுக்குத் தன் வாழ்த்துகளை வழங்கினார்.

பதவியின் அதிகாரத்தை விட அன்புக்கு அதிக இடமளித்த போப் பிரான்சிஸ்

மக்களின் முன்னால் தோன்றிய பிறகு போப்பை இரவு விருந்திற்கு அழைத்துச் செல்ல போப்பிற்கே உரிய பெரிய கார் தயாராக இருந்தது. ஆனால் பிரான்சிஸ் அதில் ஏறவில்லை. 'எல்லோரும் சேர்ந்து வந்தோம். இப்போதும் சேர்ந்தே போவோம்' என்று கூறிச் சிற்றுந்து ஒன்றில் ஏறிச் சென்றார். விருந்திற்குப் பிறகு வாழ்த்துக் கூறுபவர்களுக்குப் பதிலளிக்கும் விதமாக, 'நீங்கள் என்னைப் போப்பாகத் தேர்ந்தெடுத்ததற்கு கடவுள் உங்களை மன்னிக்கட்டும்' என்று கூறியபோது மற்ற கார்டினல்கள் சிரித்தனராம்.

பேனஸ் ஐரஸில் ப்ளாசா டி மாயோ என்னும் சதுக்கத்தில் ரோமில் நடப்பவற்றைப் பார்க்க நான்கு ராட்சதத் திரைகள் பொருத்தப்

பட்டிருந்தன. இரவு முழுவதும் மக்கள் விழித்துக் கொண்டிருந்தனர். புதிய போப்பின் படங்களோடு அவருடைய சமய நற்போதனை களைக் காண்பித்துக்கொண்டிருந்தார்கள். அதிகாலை 3:32க்கு – அப்போது ரோமில் காலை 7:32 – ஒலிபெருக்கியிலிருந்து பிரான்சிஸின் குரல் கேட்டது. அவர் அர்ஜென் டைனாவின் ரெக்டர் ஒருவரோடு தொலைபேசியில் பேசியதை தொலைக்காட்சி டெக்னிஷியன் ஒலிபெருக்கியோடு இணைத்துவிட்டாராம். அதன்பிறகு பிரான்சிஸ் சதுக்கத்தில் உள்ளவர்களோடும் தொலைபேசியில் பேசினார்.

அப்போது அவர் கூறியதாவது: அன்பான குழந்தைகளே, நீங்கள் எல்லோரும் இப்போது சதுக்கத்தில் கூடியிருக்கிறீர்கள். எனக்காக நீங்கள் ஜெபிக்கிறீர்கள் என்பதை நான் அறிவேன். எனக்கு இப்போது அது மிகவும் தேவை. நாம் இறைவனை நோக்கி ஜெபிக்கிறோம். அவர் நம் எல்லோருக்கும் தந்தையாக விளங்குகிறார். உங்களிடம் நான் ஒரு உதவி கேட்கப் போகிறேன். நாம் எல்லோரும் ஒன்றாகச் செயல்பட வேண்டும். ஒருவருக்கொருவர் நன்மை செய்துகொள்ள வேண்டும். ஒருவர் நலனில் மற்றவர் அக்கறை செலுத்த வேண்டும். யாருக்கும் தீமை விளைவிக்காதீர்கள். உயிர்களைக் காப்பாற்றுங்கள். குடும்பத்தைக் காப்பாற்றுங்கள். இயற்கையைக் காப்பாற்றுங்கள். இளையவர்களையும் முதியோர்களையும் காப்பாற்றுங்கள். ஒருவரோடொருவர் சண்டையிடாதீர்கள். வன்மம் பாராட்டாதீர்கள். பொறாமையை விட்டொழியுங்கள். ஒருவரோடொருவர் பேசுங்கள். அது உங்கள் மனதில் அன்பை வளர்க்கும். இறைவனுக்கு அருகில் செல்லுங்கள். அவர் நல்லவர். அவரைக் கண்டு பயப்படாதீர்கள். அவர் எப்போதும் நம்மை மன்னிப்பார்; புரிந்துகொள்வார். மேரி உங்களை வாழ்த்துவார்; தாய் போல் உங்களைப் பாதுகாப்பார். நான் அதிக தூரத்தில் இருந்தாலும் உங்களை நேசிக்கிறேன். எனக்காக ஜெபியுங்கள்.

பேனஸ் ஐரஸில் கூட்டத்தில் இருந்த ஒரு பெண், 'இவரை உலகத்தாரோடு பகிர்ந்துகொள்வதில் நான் மகிழ்ச்சி அடைகிறேன். இப்போது இவர் மாதிரி ஒருவர்தான் நம் மதத்திற்குத் தேவைப் படுகிறது' என்றார். விடிந்துவிட்டாலும் யாரும் சதுக்கத்தைவிட்டுப் போகப் பிரியப்படவில்லை. 'அர்ஜென்டைனா உலகிற்குக் கொடுத்த பரிசு போப் பிரான்சிஸ்.'

பிறகு அர்ஜென்டைனாவில் இருந்த தன்னுடைய நண்பர்களை அழைத்துப் பேசினார். அதோடு அவருக்கு செய்திப் பத்திரிகை

போடும் ஏஜென்டைக் கூப்பிட்டு இனி பத்திரிகை வேண்டாம் என்று கூறினார். தன்னுடைய பல் மருத்துவரை அழைத்து, தன்னுடைய நேர முன்பதிவை ரத்துசெய்தார். தனக்குக் காலணிகள் செய்யும் தொழிலாளியைக் கூப்பிட்டுத் தான் பல வருடங்களாக உபயோகித்து வரும் தன்னுடைய காலணிகளை ரிப்பேர் செய்ய முடியுமா என்று கேட்டார். முயன்று பார்ப்பதாகக் கூறிய தொழிலாளி புதுக் காலணி களைச் செய்து அனுப்புவதாகக் கூறினார். வேண்டா வெறுப்பாக அந்த யோசனையை ஒப்புக்கொண்ட பிரான்சிஸ் எப்போதும்போல் கருப்பு நிறத்திலேயே காலணிகளைச் செய்யுமாறும், சிவப்பு நிறத்தில் வேண்டாமென்றும் கூறினார்.

தேர்வுக்குப் பின் புதுமை

போப்பாகத் தேர்ந்தெடுக்கப்பட்ட அன்று இரவு அவரால் சரியாகத் தூங்க முடியவில்லை. போப்பிற்கான வெள்ளை அங்கிகளைக் களைந்துவிட்டு வழக்கமான தன்னுடைய கருப்பு உடைகளை அணிந்துகொண்டு தன்னை ரோம் நகரத்திற்குள் அழைத்துச் செல்ல ஒரு காரும் டிரைவரும் கிடைப்பார்களா என்று அங்குள்ளவர்களைக் கேட்டிருக்கிறார். ஆச்சரியத்தில் உறைந்துபோன அலுவலர்கள் டிரைவரோடு ஒரு சாதாரண காரை ஏற்பாடு செய்து கொடுத்தார்கள். அதில் ரோமின் தெருக்களைப் பவனி வந்த போப், புதிய போப் தேர்ந்தெடுக்கப்பட்டதை மக்கள் கொண்டாடுவதைப் பார்த்தார். மறுநாள் காலையில் 5:45 மணிக்கு எழுந்து கருப்பு உடைகளை அணிந்துகொண்டு வாடிகனின் விடுதியிலுள்ள சிற்றாலயத்துக்குச் சென்றார். அங்கும் அலுவலர்களுக்கு ஒரே ஆச்சரியம். அவரைப் பொறுத்தவரை போப்பான பிறகும் முன்னால் இருந்தது போலவே காரியங்களைச் செய்துவந்தார். காலையில் எழுந்து இரண்டு மணி நேரம் தியானம் செய்த பிறகு சில கார்டினல்களோடு வாடிகனிலுள்ள மாதா கோவிலுக்குச் சென்றார். அது வாடிகனிலுள்ள மிகப் பழைய கோவில். வெள்ளை, மஞ்சள் நிறத்தில் ரோஜாப் பூக்கள் கொண்ட ஒரு மலர்க் கொத்தை கொண்டுசென்றிருந்தார். ரோம் மக்களைக் காப்பாற்றும்படி மாதாவிடம் வேண்டிக்கொண்டார். தேவாலயத் திற்குள் பொது ஜனங்கள் நுழைய முற்பட்டபோது அலுவலர்கள் அவர்களைத் தடுக்க முயன்றனர். 'அவர்களும் வரட்டும். நானும் அவர்களைப்போல் ஒரு புனித யாத்திரை செய்பவன்தான்' என்றார். அவர் தேவாலயத்தைவிட்டுச் செல்லும்போது மன்னிப்பு வழங்கும் பாதிரிகளைப் பார்த்து 'உங்களிடம் மன்னிப்பு கோர வருபவர்களுக்கு

அன்பு காட்டுங்கள். அவர்களிடம் கருணையோடு நடந்து கொள்ளுங்கள்' என்று அறிவுரை கூறினார். அருகிலிருந்த பள்ளியில் காரை நிறுத்திப் பள்ளிப் பிள்ளைகளைச் சந்தித்தார்.

வாடிகனுக்குத் திரும்பி வரும் வழியில் போப் வெளிநாட்டுப் பாதிரிமார்கள் தங்கும் விடுதிக்குச் சென்று சென்ற இரண்டு வாரங்களாகத் தான் தங்கியிருந்தபோது அவர்கள் செய்த உதவிகளுக்கு நன்றி தெரிவித்துவிட்டு, தான் தங்கியிருந்ததற்குரிய கட்டணத்தைத் தன்னுடைய கடன்அட்டை மூலம் செலுத்த முயன்றார். அதிர்ச்சி அடைந்த ஊழியர்கள் போப் ஆன பிறகு அவர் அறைகளுக்கான கட்டணம் எதுவும் செலுத்தத் தேவையில்லை என்றனர். ஆனால் பிரான்சிஸ் தான் ஒரு உதாரணமாக விளங்கவேண்டும் என்றும் அதனால் கட்டணத்தைப் பெற்றுக்கொள்ளும்படியும் கூறினார். தன்னுடைய அறைக்குச் சென்று தன்னுடைய பொருட்களைப் பழைய சூட்கேசிலும் கைப்பையிலும் அடைத்துக்கொண்டு கீழே இறங்கி வந்தார். போப்பிற்கான பெரிய மாளிகையில் தங்காமல் ஒரு சிறிய அப்பார்ட்மென்ட்டில் தங்க முடிவு செய்தார்.

வழிபாட்டு முறைகளிலும் சில மாற்றங்களைக் கொண்டுவந்தார். அன்று ஸிஸ்டீன் சிற்றாலயத்தில் நடந்த ஜெபக் கூட்டத்தில் அங்கு கூடியிருந்தவர்களைப் பார்த்துக்கொண்டு ஜெபக் கூட்டத்தை நடத்துவதற்காக அங்கிருந்த பீடத்தை நகர்த்திவைக்குமாறு கூறினார். பெனெடிக்ட் சில வருடங்களுக்கு முன்னால் தேவாலயத்தில் கூடி இருந்தவர்களுக்குத் தன் முதுகைக் காட்டிக்கொண்டு ஜெபக் கூட்டம் நடத்தும் பழக்கத்தை – இப்படித்தான் விடுதலை இறையியல் கோட்பாடு வருவதற்குமுன் வழிபாட்டை நடத்தினார்கள் – மறுபடியும் கொண்டுவந்திருந்தார். கூடியிருந்தவர்களை நேராகப் பார்த்துக் கொண்டு ஜெபக் கூட்டத்தை நடத்தினால்தான் அவர்களும் ஜெபத்தில் ஈடுபடுவார்கள் என்று கூறி பெனெடிக்ட் ஏற்படுத்திய பழக்கத்தை பிரான்சிஸ் மாற்றினார்.

இன்னும் சில செய்திகளையும் சொல்வதற்கு பிரான்சிஸ் தன்னுடைய முதல் திருப்பலியைப் பயன்படுத்திக்கொண்டார். மக்களைச் சார்ந்த அலுவல்களைப் புரிந்த பெனெடிக்டின் அலுவலர் களைத் தன்னோடு பணிபுரியுமாறு வைத்துக் கொண்டார். ஆனால் பெனெடிக்ட் உபயோகித்த விலையுயர்ந்த தலைக் குல்லாவை அணிய மறுத்துவிட்டார். அதற்குப் பதில் எளிய குல்லாவை அணிந்தார். வாடிகனின் அதிகாரி லத்தீன் மொழியில் தயாரித்த நற்செய்தியைப்

படிக்காமல் தானாகவே இத்தாலி மொழியில் உரையாற்றினார். அதைப் போப்பின் சிம்மாசனத்திலிருந்து படிக்காமல் சாதாரண பீடத்திலிருந்தே படித்தார். எல்லாவற்றிலும் எளிமையையே கடைப்பிடித்தார். போப் ஆன இரண்டு நாட்களில் இவருக்கு வாழ்த்துத் தெரிவித்த இயேசு சங்கத் தலைவருக்கு நன்றி கூறுவதற்கு, தானே தொலைபேசியில் அவரைக் அழைத்தார். ரோமிலும் அர்ஜென்டைனாவிலும் உள்ள பழைய நண்பர்களையும் அழைக்க, தானே தொலைபேசியில் எண்களைச் சுழற்றினார்.

போப் ஆன இரண்டு நாட்களில் போப்பைத் தேர்ந்தெடுக்கும் குழுவின் கூட்டம் முடிவுற்றதைக் குறிக்கும் நிகழ்ச்சியில் கார்டினல்களுக்கு ஆற்றிய உரையில் அவர் தன்னுடைய இறை பக்தியின் தீவிரத்தையும் நம்பிக்கையையும் தெளிவுபடுத்தினார். ரோமில் தங்கி மற்ற கார்டினல்களை அறிந்துகொண்ட இந்த அனுபவம் அவர்களுடைய மறைமாவட்டங்களுக்குத் திரும்பி அங்கு இன்னும் சிறப்பாகப் பணிபுரிய அவர்களுக்கு உதவும் என்றார். மறுநாள் அவர் முந்தைய போப்புகள் செய்யாத வேறு சில காரியங்களையும் செய்தார். பேனஸ் ஐரஸில் ஆர்ச் பிஷப்பாக இருந்தபோதே பத்திரிகையாளர்களோடு நெருங்கிய தொடர்பு வைத்துக்கொள்வார். அதன் மூலம்தான் கத்தோலிக்க மதத்தின் செய்திகளை உலகிற்கு வழங்க முடியும் என்று நினைத்தார். வாடிகனில் பத்திரிகைச் செய்தித் தொடர்பாளர்களின் தலைவர் முந்தைய போப்பை எப்போதாவதுதான் சந்திக்க முடியும். பிரான்சிஸின் பதவிக் காலத்தில் அவருக்குப் போப்பை நேரடியாகச் சந்திக்கும் வாய்ப்புக் கிடைத்தது. இரண்டாயிரம் பேர் அடங்கிய இந்தப் பத்திரிகையாளர் கூட்டத்தில்தான் முதல்முதலாகத் தான் பிரான்சிஸ் என்ற பெயரைத் தேர்ந்தெடுத்தற்குரிய விளக்கத்தை அளித்தார். தன்னுடைய பதவிக் காலத்தில் கத்தோலிக்க மதம் ஏழைகளுக்காகப் பாடுபடும் என்றார். ‘கத்தோலிக்கர் அல்லாதவர்களும் இறை நம்பிக்கை இல்லாதவர்களும் இங்கு இருக்கிறீர்கள். நான் உங்கள் எல்லோரையும் ஆசீர்வதிக்கிறேன். ஏனெனில் நீங்கள் எல்லோரும் கடவுளின் குழந்தைகள்’ என்றார். அதிகார பூர்வமாக போப்பாக அவர் நியமனம் பெறுவதற்கு இரண்டு நாட்களுக்கு முன் செயின்ட் பீட்டர்ஸ் தேவாலயத்தின் பால்கனியில் இத்தாலி மொழியிலேயே தன்னுடைய உரையை ஆற்றினார். இரண்டு வாரங்களுக்குப் பிறகு ஈஸ்டர் பண்டிகையின் போது தேவாலயத்தில் கூடியிருந்தவர்களுக்கு வழங்கிய ஆசியும் இத்தாலி மொழியிலேயே வழங்கினார். வழக்கமாக வாடிகன்

அதிகாரிகள் 65 மொழிகளில் போப்பின் உரையைத் தயாரிப்பார்கள். பிரான்சிஸ் அதை அப்படியே படிப்பதற்குப் பதில் தானே ஆசிகளை இத்தாலி மொழியில் வழங்கினார்.

அதிகாரபூர்வமாக அவர் போப்பாகப் பதவியேற்ற நிகழ்ச்சியிலும் எளிமையைக் கடைப்பிடித்தார். பல அரசியல் தலைவர்கள், மதத் தலைவர்கள், அகில உலக நிறுவனங்களின் தலைவர்கள் ஆகியோர் பங்கேற்ற நிகழ்ச்சியை முடிந்த அளவு எளிமையானதாக்க முயற்சி செய்தார். தான் பிஷப்பாக இருந்த நாட்களில் அணிந்த தலைக் குல்லாவையும் அங்கியையுமே அணிந்தார். இவருக்கு முன்னால் போப்பாகப் பதவி வகித்தவர்கள் தங்க மோதிரம் அணிந்தனர். இவரோ நான்காவது போப் பாலின் செயலர் அணிந்த, மறுசுழற்சி செய்யப்பட்ட, தங்க முலாம் பூசப்பட்ட வெள்ளி மோதிரத்தையே அணிந்தார். கம்பளியில் செய்த சாதாரண கழுத்துப் பட்டையையே அணிந்தார். அப்போது எழுப்பப்பட்ட பின்னணி இசையும் மிகவும் எளிமையான தாகவே இருந்தது.

பதினாறாவது பெனெடிக்ட் இதற்கு நேர்மாறாக ஆடம்பர இசையை இசைக்கச் செய்தார். ஒவ்வொரு கார்டினலும் போப்பை வணங்கித் தங்கள் கீழ்ப்படிதலைத் தெரிவிப்பதற்குப் பதிலாக ஒவ்வொரு படிநிலையிலும் இரண்டிரண்டு பேர் வந்து போப்பிடம் தங்கள் கீழ்ப்படிதலைத் தெரிவித்தால் போதும் என்றார்.

போப்பாக நியமனம் பெறும் நிகழ்ச்சிக்கு வரலாற்றிலேயே முதன் முதலாக ரோமைச் சேர்ந்த யூத மதகுரு அழைக்கப்பட்டார். சநாதன கிரேக்கக் கிறிஸ்தவர்களின் தலைவராகத் தேர்ந்தெடுக்கப்பட்ட கான்ஸ்டான்டினோபிளின் தலைமைக் குருவான பார்த்தோலோமியோவும் ஆயிரம் ஆண்டுகளுக்குப் பிறகு இப்போதுதான் இந்நிகழ்ச்சியில் கலந்துகொண்டார்.

தன்னுடைய பதவிக் காலத்தில் பல புதுமைகளைச் செய்த பிரான்சிஸ் போப்புகளுக்குரிய மாளிகையில் தங்காமல் ரோமிற்குப் பல மாநாடுகளில் கலந்துகொள்ள வரும் பாதிரிகளும் பிஷப்புகளும் தங்கும் விடுதியில் தங்கினார். ஒரு வகையில் இது அவருக்கு வசதியாக இருந்தது. அங்கு வரும் பாதிரிகளையும் பிஷப்புகளையும் அடிக்கடி சந்திக்கும் வாய்ப்பு அவருக்குக் கிடைத்தது. எளிமையைக் கடைப்பிடித்ததன் மூலம் பைபிளில் கூறப்படும் நற்செய்திகளை உலகிற்கு எடுத்துக்கூற விரும்பினார். கோடைக் காலத்தில் போப்புகள்

ரோமின் உஷ்ணத்தைத் தவிர்க்க குளிர்ந்த இடத்திற்குப் போவதுண்டு. ஆனால் பிரான்சிஸ் ரோமிலேயே தங்கி விடுமுறை எடுக்க முடியாத ஏழைகளோடு தனக்குள்ள பரஸ்பர உறவைக் காட்டினார்.

காலையில் நடக்கும் திருப்பலிக்கு வாடிகன் நகரின் தோட்டத் தொழிலாளர்களையும் துப்புரவுத் தொழிலாளர்களையும் அழைத்தார். ஞாயிற்றுக் கிழமைகளில் சிறிய தேவாலயத்திற்கு முன்னே நின்று அங்கு வழிபட வரும் பக்தர்களை ஒரு சாதாரண பாதிரிபோல் வரவேற்றார். திருப்பலியின்போது நடந்த தியானத்தில் பக்தர்களுக்குப் பின்னால் அமர்ந்திருந்தார். புதன் கிழமைகளில் பொதுமக்களுக்கு தரிசனம் கொடுத்த பிறகு ஒரு மணி நேரம் வாடிகன் நகரைச் சுற்றிவந்து நடக்க முடியாமல் சக்கர நாற்காலியில் வருபவர்களைச் சந்திப்பார். போப்பிற்குரிய வாகனத்தில் வந்தாலும் வண்டியை நிறுத்தச் சொல்லி அதிலிருந்து இறங்கி அவர்களை வாழ்த்துவார். கூட்டத்தினர் இவருடைய பெயரை உரக்கக் கூவினால் இயேசுவின் பெயரை உச்சரிக்குமாறு கூறுவார். வாடிகனின் வங்கியிலும் சில சீர்திருத்தங் களைக் கொண்டுவந்தார். வாடிகன் வங்கியில் மேலாளராகப் பணியாற்றும் ஐந்து கார்டினல்களுக்கு ஆண்டுதோறும் வழங்கப்படும் 25,000 பவுண்டுகளை நிறுத்தினார். சால்வடோர் நாட்டின் ஆர்ச் பிஷப்பாக இருந்த ஆஸ்கர் ரோமெரோவைப் புனிதராக்குவதற்கு இருந்த தடையை நீக்கினார்.

எந்த நிகழ்ச்சியிலும் நற்செய்திகளைப் படிப்பதற்குப் பதில் சுயமாகப் பேசுவார். சில சமயங்களில் வாடிகன் ரேடியோவில் அது தவறாக ஒலிபரப்பப்படும். அதைக் கேட்கும் ஊடகங்கள் தங்கள் கொள்கைகளுக்குத் தகுந்த மாதிரி அதைப் புரிந்துகொள்வார்கள். வேண்டுமென்றே தவறாகப் புரிந்துகொண்ட சந்தர்ப்பங்களும் உண்டு. ஆனால் பிரான்சிஸ் அதைப் பற்றியெல்லாம் கவலைப் படவில்லை. ஒருமுறை பிரான்சிஸ் இயேசு நாத்திகர்களையும் ரட்சித்து மீட்பார் என்று சொன்னதை (இயேசு நாத்திகர்களுக்கு சொன்ன வார்த்தைகள் இவை: 'நல்லதையே செய்யுங்கள். நாம் சந்திக்கும் தருணத்தை அடைவோம்') சொர்க்கம், நரகம், மீட்சி, தவறிழைக்காத தன்மை என்று என்னென்னவோ கூறிக் குழப்பி விட்டார்கள். தேவாலயத்தைவிட்டு வெளியே வந்து மக்களைச் சந்திக்கும்போது மதத்திற்கு ஏற்படும் கெடுதல், மதம் உள்ளேயே இருந்து மக்களைச் சந்திக்காமல் இருந்தால் ஏற்படும் விளைவு களைவிட நல்லதுதான் என்றார். பழைய கொள்கைகளையே

கடைப்பிடித்துக்கொண்டு பாமர மக்களை அணுகாமல் இருந்தால் மதம் நாளடைவில் நலிந்துவிடும் என்பார் பிரான்சிஸ்.

ஒரு போப் இறந்துவிட்டாலோ அல்லது பதவியைத் துறந்தாலோ புதிய போப் தேர்ந்தெடுக்கப்படும்வரை வாடிகனின் நிர்வாகத்தில் இருக்கும் அனைவரும் தங்கள் வேலையை இழந்துவிடுவர். புதிய போப் தேர்ந்தெடுக்கப்பட்ட சில நாட்களில் அவர் கிட்டத்தட்ட எல்லோரையும் திரும்பவும் பழைய வேலையில் நியமிப்பார். பிரான்சிஸ் சில நாட்கள் ஆன பிறகும் இந்தப் புதிய நியமனத்தைச் செய்யவில்லை. இயேசு சங்க ஸ்தாபகர் அறிவுறுத்தியபடி சில நாட்கள் தியானத்திலும் ஆழ்ந்த சிந்தனையிலும் இருந்தார். அந்த சிந்தனைக்கும் தியானத்திற்கும் பிறகு இதுவரை மற்ற போப்புகள் செய்திராத திட்டத்தை வெளியிட்டார். ரோமிலுள்ள தேவாலயத்தை நிர்வகிப்பதற்கும் வாடிகனில் சில சீர்திருத்தங்களைக்கொண்டு வருவதற்கும் உலகெங்கிலுமுள்ள கார்டினல்களில் எட்டுப் பேரைத் தனக்கு உதவுவதற்கு நியமித்துக் கொண்டார். அதில் ஒருவரும் இதுவரை வாடிகன் நிர்வாகத்தில் இருந்ததில்லை. ஏழு பேர் மறை மாவட்டங்களை நடத்திய அனுபவம் பெற்றவர்கள். ஒரே ஒருவர்தான் இத்தாலியர். இவர்கள் அனைவரும் போப் தேர்ந்தெடுக்கப்படுவதற்கு முந்திய கூட்டங்களில் வாடிகன் நிர்வாகத்தைக் கடுமையாக விமர்சித்தவர்கள். பலர் தங்களுடைய நாடுகளில் பிஷப்புகளின் மாநாடுகளை நடத்தியவர்கள். ஒருவர் ஜெர்மனியைச் சேர்ந்தவர்; ஒருவர் ஆப்பிரிக்க பிஷப்புகளுக்குத் தலைவராக இருந்தவர்; ஒருவர் மும்பை ஆர்ச் பிஷப்பாக இருந்த ஆசியாவின் பிஷப்பு களுக்குத் தலைவர்; இன்னொருவர் தென்அமெரிக்காவின் சிலி நாட்டைச் சேர்ந்தவர்; இன்னொருவர் சிட்னியின் ஆர்ச் பிஷப். அவர் இப்படி உலகின் பல பகுதிகளிலுமிருந்து கார்டினல்களைத் தேர்ந்தெடுத்தது வாடிகனைத் திறமையாக நிர்வகிப்பதற்கு. இவர்கள் எல்லோரும் போப் சொல்லுவதை அப்படியே ஒப்புக் கொள்ளாதவர்கள். இவர்களைத் தன்னுடைய் ஆலோசகர்களாகச் சேர்த்துக்கொண்டது உலகெங்கிலுமுள்ள கார்டினல்களின் கருத்து களைக் கேட்டு வாடிகனை நிர்வகிக்க வேண்டும் என்பதால்தான். பரிசுத்த ஆவியின் ஆசீர்வாதத்தால் தேர்ந்தெடுக்கப்படும் போப்பின் அதிகாரத்தையே பிரான்சிஸ் செய்யும் மாறுதல்கள் குறைத்துவிடும் அல்லது அழித்துவிடும் என்று சில பாதிரிகள் அபிப்பிராயப்பட்டனர். சென்ற ஆயிரம் ஆண்டுகளில் இல்லாத மாற்றங்களின் மூலம் கத்தோலிக்க மதத்தின் சரித்திரத்தில் ஒரு புது அத்தியாயம் பிறக்கப்

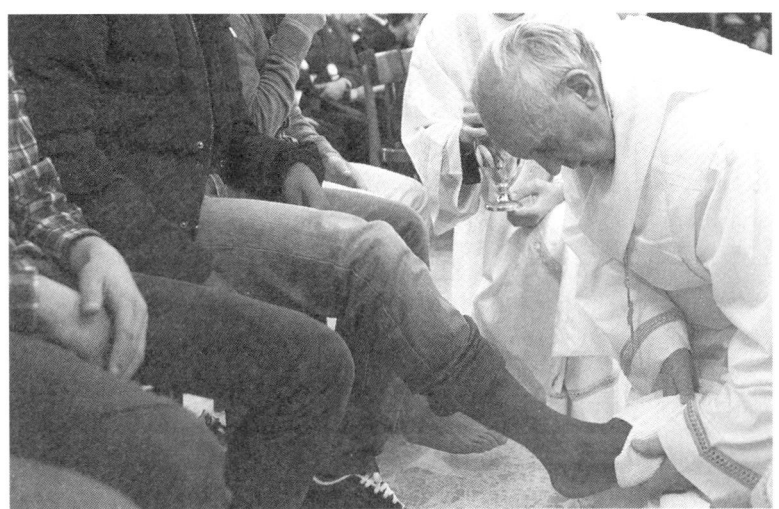

மருத்துவமனையில் ஒரு நோயாளியின் காலைக் கழுவும் போப் பிரான்சிஸ்.

போகிறது என்று கிறிஸ்தவ மதவளர்ச்சியின் சரித்திரத்தை ஆராயும் ஒரு பேராசிரியர் கூறினார். போப் பிரான்சிஸ் கொண்டு வந்த மாற்றங்களால் கத்தோலிக்க மதத்திற்கும் விடுதலை இறையியலுக்கும் இடையே நடந்த கருத்துப்போர் முடிவுக்கு வந்துவிட்டது என்று ஒரு ஆர்ச் பிஷப் கூறினார்.

சிலுவையில் அறையப்படுவதற்கு முந்தின பரிசுத்த வியாழனன்று இயேசு தன் சீடர்கள் பன்னிரெண்டு பேர்களின் கால்களையும் கழுவினார். அதைக் கொண்டாடும் முறையில் ஒவ்வொரு வருடமும் போப்புகள் பரிசுத்த வியாழனன்று பாதிரிமார்கள் பன்னிரண்டு பேர்களின் கால்களைக் கழுவும் வழக்கத்தைக்கொண்டிருந்தனர். இப்படி போப் காலைக் கழுவுபவர்களில் பெண்கள் யாரும் இருக்க மாட்டார்கள். பிரான்சிஸ் இதிலும் ஒரு பெரிய மாற்றத்தைக்கொண்டு வந்தார். சிறுவர்களுக்கான சிறைக்குச் சென்று அங்கு பன்னிரண்டு கைதிகளின் கால்களைக் கழுவினார். அப்போது பிரான்சிஸுக்கு 76 வயதாகியிருந்தது. அந்த வயதிலும் பிரான்சிஸ் கல்தரையில் மண்டியிட்டுப் பன்னிரண்டு பேர்களின் கால்களைக் கழுவினார். அதில் ஆண்கள், பெண்கள், கருப்பர்கள், வெள்ளையர்கள், பச்சை குத்திக்கொண்டவர்கள், பச்சை குத்திக்கொள்ளாதவர்கள், கத்தோலிக்கர்கள், சநாதனக் கிறிஸ்தவர்கள், முஸ்லிம்கள், நாத்திகர்கள் என்று பலதரப்பட்டவர்கள் இருந்தனர். அவர்கள் எல்லோருடைய

கால்களையும் கழுவிப் பின் அவற்றை முத்தமிட்டார். அதில் இருந்த இரண்டு பெண்களின் கால்களை போப் கழுவியதை 'கத்தோலிக்க மதத்தின் அடிப்படை விதிகளையே போப் மீறிவிட்டார்' என்று விமர்சித்தவர்களின் கூற்றுக்கு மாறாகச் சிலர் 'அவர் விதிகளை மீறவில்லை. அவற்றைப் புதிய விதிகளாக மாற்றி அமைக்கிறார்' என்றனர். பேனஸ் ஐரஸில் ஆர்ச் பிஷப்பாக இருந்தபோதே பிரான்சிஸ் போதைப் பொருள்களுக்கு அடிமையானவர்கள், எய்ட்ஸ் நோயால் பாதிக்கப்பட்டு மருத்துவமனையில் இருந்த நோயாளிகள் ஆகியோரின் கால்களைக் கழுவி முத்தமிட்டிருக்கிறார். அவர்களிடம், 'நான் உங்கள் சேவைக்காக இருக்கிறேன். நீங்கள் ஒருவருக்கொருவர் உதவுங்கள்' என்று அறிவுரை வழங்கியிருக்கிறார்.

பிறகு முட்டை வடிவில் செய்யப்பட்ட சாக்லேட்டையும் அமைதியின் அடையாளமான வெண்புறாவின் வடிவில் செய்யப்பட்ட ஈஸ்டர் கேக்கையும் அவர்களுக்கு வழங்கினார். 'ஒருபோதும் நம்பிக்கையைக் கைவிடாதீர்கள்' என்று அறிவுறுத்தினார். கத்தோலிக்க மதத்தவர்களுக்கு மட்டுமல்ல, உலகிற்கே ஒரு வித்தியாசமான போப்பாக விளங்க வேண்டும் என்று பிரான்சிஸ் விரும்பியதை இவை கோடி காட்டுகின்றன.

4
இளமைப் பருவம்

குடிபெயர்வு

1929ஆம் ஆண்டு ஜனவரி மாதம். இத்தாலியிலுள்ள ஃபைட்மான் என்னும் ஊரிலிருந்து தென் அமெரிக்காவிலுள்ள அர்ஜென்டைனாவின் தலைநகரமான பேனஸ் ஐரஸுக்கு போப் பிரான்சிஸின் தந்தையும் தந்தைவழிப் பாட்டியும் தாத்தாவும் ஒரு கப்பலில் வந்து இறங்கினார்கள். அப்போது பேனஸ் ஐரஸில் நல்ல வெயில் காலம். இருந்தாலும் அவருடைய பாட்டி தங்களுடைய சொந்த ஊரான ஃபைட்மானில் தாங்கள் நடத்திவந்த கஃபேயையும் வீட்டையும் விற்றுக் கிடைத்த பணத்தை அவர் போட்டிருந்த கம்பளிக் கோட்டின் உள் பாகத்தில் தைக்கப்பட்டிருந்த பையில் பத்திரமாக வைத்திருந்தார். அப்போது பேனஸ் ஐரஸில் வெயில் காலமாதலால் வெக்கை அதிகமாக இருந்தது. பணத்தைப் பத்திரமாக வைப்பதற்காகத்தான் கம்பளிக் கோட்டைப் போட்டிருந்தார். எல்லா வேலைகளும் முடிந்து விற்ற பணத்தைப் பெறுவதற்குத் தாமதமாகிவிட்டதால் அவர்கள் முதலில் பயணிப்பதாகவிருந்த பிரின்ஸிபேஸா மால்ஃபாடா என்ற கப்பலைத் தவறவிட்டிருந்தனர். ஜெனோவாவிலிருந்து புறப்படவிருந்த இந்தக் கப்பலுக்கு வாங்கிய பயணச் சீட்டுக்களை மாற்றி இன்னொரு கப்பலுக்கு வாங்கினர். அவர்கள் முதலில் பயணிக்கவிருந்த கப்பல் இடைவழியிலேயே உடைந்து கடலில் மூழ்கிவிட்டது. அதில் இருந்த 314 பயணிகளும் இறந்துவிட்டனர். இறைவனின் செய்கையைப் பாருங்கள்! இவர்களுக்குப் பணம் தாமதமாகக் கிடைத்திருக்காவிட்டால் இவர்களும் அதில் பயணித்திருப்பார்கள். மற்றவர்களுக்கு நேர்ந்த கதிதான் இவர்களுக்கும் நேர்ந்திருக்கும். இவர்களை வாழ வைப்பதற்காகவே இவர்களுடைய முதல் பயணம் தடைப்பட்டது போலும். இவர்கள் மூவரும் உயிர் பிழைத்து போப்பின் தந்தையான மரியோ எதிர்காலத்தில் போப்பாக வரப்போகும் ஒரு மகனைப் பெற்றுக்கொள்ள வேண்டும் என்பது இறைவனின் திட்டம் போலும்.

அமெரிக்கக் கண்டங்கள் கண்டுபிடிக்கப்பட்ட பிறகு ஐரோப்பா வின் பல நாடுகளிலிருந்து பலர் வட, தென் அமெரிக்க கண்டங் களுக்குக் குடிபெயர்ந்தனர். தென் அமெரிக்க நாடுகளில் ஸ்பெயினின் ஆதிக்கம் அதிகம் இருந்ததால் ஸ்பெயின், இத்தாலி முதலிய நாடுகளிலிருந்து அங்கு பலர் குடியேறினர். தென் அமெரிக்காவிலுள்ள அர்ஜென்டைனாவிலும் இத்தாலி நாட்டைச் சேர்ந்த பலர் குடியேறினர். போப் பிரான்சிஸின் மூதாதையர்களும் இவர்களைப் போன்று அர்ஜென்டைனாவில் குடியேறியவர்கள். அவருடைய தந்தையின் சகோதரர்கள் ஏற்கனவே அங்கு குடியேறி இருந்தனர். இவர்கள் இப்படிக் குடியேறியது பிரான்சிஸ் பிறப்பதற்கு ஆறு வருடங்களுக்கு முன்னால்.

பெர்காகிலியோவின் தந்தைவழிப் பாட்டியின் பெயர் ரோஸா. இவர் கத்தோலிக்க மதத்தில் தீவிரப் பற்றுள்ளவர். ஆயிரத்துத் தொளாயிரத்து இருபதுகளில் இத்தாலியில் முசோலினியின் அதிகாரம் பரவிக் கொண்டிருந்த நேரம். முசோலினியின் ஆதிக்கத்திலிருந்து கத்தோலிக்க மதத்தைக் காப்பாற்றி அதனுடைய சுதந்திரத்தைக் காப்பதற்காகக் கத்தோலிக்க சமய நடவடிக்கைகள் (catholic action) என்னும் இயக்கம் நாடு முழுவதும் தோன்றியது. இதில் பெண்கள் அணியில் முக்கிய பங்கு வகித்த ரோஸா அடிக்கடி இயக்கத்தின் கூட்டங்களில் பேசியிருக்கிறார். அவருடைய பேச்சு வன்முறையைத் தூண்டுவதாக இல்லாவிட்டாலும் இயக்கத்தின் நடவடிக்கைகள் அரசுக்கு எதிராக இருப்பதாக முசோலினி அரசு எண்ணியது. ஒருமுறை ரோஸா பேசுவதாக இருந்த கட்டடத்தை அரசு அடைத்துவிட்டதால் அவர் தெருவிலிருந்து உரையாற்றினார். ஒருமுறை தேவாலயத்திலேயே முசோலினியை எதிர்த்துப் பேசினார். பொதுவாக முசோலினி அரசு மதத்திற்கு எதிராக இருந்தது. அதுவும் இவர்கள் இத்தாலியை விட்டு வந்து அர்ஜென்டைனாவில் குடியேறியதற்கு ஒரு காரணமாகக் கூறப்படுகிறது.

போப்பாகத் தேர்ந்தெடுக்கப்படுவதற்கு முன்னால் பிரான்சிஸின் பெயர் ஹோர்கே மரியோ பெர்காகிலியோ. பெர்காகிலியோ என்பது அவர்களுடைய குடும்பப் பெயர். அவருடைய தந்தையின் கடைசிப் பெயரும் பெர்காகிலியோதான். அவருடைய தந்தைக்கு அவருடைய பெற்றோர்கள் இட்ட பெயர் மரியோ. மரியோவும் அவருடைய பெற்றோர்களும் அர்ஜென்டைனாவுக்கு வந்து ஐந்து வருடங்களில் மரியோ, ரெஜினா மரியா சிவரை என்ற பெண்ணை பேனஸ்

பள்ளிப்பருவத்தில் பெர்காகிலியோ

ஐரஸின் அல்மேக்ரோ என்ற இடத்தில் (இங்குதான் பெர்காகி லியோவின் குடும்பமும் வசித்துவந்தது) உள்ள சேன் அன்டோனியோ சிற்றாலயத்தில் திருச்சபைக் கூட்டத்தின்போது சந்தித்தார். அவருடைய பெற்றோர்களும் இத்தாலியிலுள்ள ஜெனோவா என்ற ஊரிலிருந்து பல தலைமுறைகளுக்கு முன்னால் வந்தவர்கள். அதன் பிறகு ஒரு வருடத்தில் அவர்களுடைய திருமணம் நடந்தது. திருமணமாகி ஒரு வருடத்தில் ஹோர்கே 1936 டிசம்பர் 17ஆம் தேதி பிறந்தார். பிறந்த எட்டு தினங்களில் கிறிஸ்துமஸ் தினத்தன்று அவருக்கு ஞானஸ் நானம் செய்வித்தனர்.

நெருக்கமான குடும்பம்

அர்ஜென்டைனாவிற்குக் குடிபெயர்ந்திருந்தாலும் பெர்காகிலியோ வின் குடும்பம் தங்கள் சொந்த நாடான இத்தாலியின் பழக்க வழக்கங்களைத்தான் பின்பற்றி வந்தது. இத்தாலியர்கள் அதிகமாக உண்ணும் உணவு பாஸ்தா. இது கோதுமையில் செய்யப்படுவது; நம் உணவில் அரிசி எவ்வளவு முக்கியமானதோ அதே போன்று பாஸ்தா அவர்களுடைய உணவில் முக்கியத்துவம் வாய்ந்தது. இவர்களின் உணவையும் இத்தாலியக் கலாச்சாரத்தையும் கிறிஸ்தவப் பண்பாட்டையும் புதிய நாட்டில் இவருடைய குடும்பம் பின்பற்றி வந்தது.

பெர்காகிலியோ தன்னுடைய பெற்றோருக்கு முதல் குழந்தை. ஆதலால் அவருடைய பாட்டி ரோஸாவுடன் அவருக்கு நெருக்கம் அதிகம். பக்கத்திலேயே இருந்த தன்னுடைய வீட்டிற்குப் பாட்டி தினமும் காலையில் பெர்காகிலியோவை அழைத்துச் சென்று விடுவார். பாட்டிவீட்டில் பகல் முழுவதும் இருந்துவிட்டு மாலையில்தான் வீட்டிற்குத் திரும்பி வருவார். பாட்டியோடு அதிக நேரம் செலவழித்ததால் இவருடைய உடன்பிறந்தவர்களைவிட இவர்தான் குடும்பப் பழக்கவழக்கங்களை அதிகமாகப் பின்பற்றியவர். இவருடைய பாட்டியும் தாத்தாவும் தங்களுக்குள் இத்தாலிய மொழியின் கிளை மொழியான ஃபைட்மான் என்ற மொழியைப் பேசிக் கொண்டதால், அந்த மொழியைப் புரிந்துகொண்டதோடு அவருடைய பாட்டி, தாத்தாவின் நினைவுகளையும் அவர்களிடமிருந்து தெரிந்து கொண்டார். இந்த அனுபவம் இவருடைய உடன்பிறந்தவர்களில் இவருக்கு மட்டுமே வாய்த்தது. ஃபைட்மான் கிளைமொழியைச் சிறுவயதிலேயே கற்றுக்கொண்டதால் பிரான்சிஸுக்கு இப்போது இத்தாலி மொழியைச் சரளமாகப் பேசவரும். அதோடு ஸ்பானிஷ்

மொழி அர்ஜென்டைனாவின் தேசிய மொழியாதலால் அதிலும் நல்ல பாண்டித்யம் உண்டு. கிறிஸ்தவ ஊழியம் செய்யப் போனதால் லத்தீன் மொழியும் நன்றாகத் தெரியும். ஜெர்மன், பிரெஞ்சு, போர்ச்சுக்கீஸ், ஆங்கிலம் ஆகிய மொழிகளிலும் பரிச்சயம் உண்டு. தன்னுடைய தந்தையின் சகோதரர் ஒருவரிடமிருந்து ஜெனோவாவில் பேசப்படும் இத்தாலிய மொழியில் பாடப்படும் சில பாட்டுக் களையும் கற்றுக்கொண்டு பாடுவார்.

அவருடைய தந்தையின் சகோதரர்கள் இனிப்புகள் விற்கும் வியாபாரம் செய்துவந்தனர். அவர்கள் பெர்காகிலியோவின் வீட்டிற்கு வரும்போது பெர்காகிலியோவின் தந்தையும் அவர்களும் இத்தாலிய மொழியில் பேசிக்கொள்வார்கள். பெர்காகிலியோவின் தந்தை தன் சகோதரர்களோடு இத்தாலி மொழியில் பேசினாலும் தன் பிள்ளைகள் அந்த மொழியில் பேசுவதை அவர் விரும்பவில்லை. அவர்கள் முழுக்க முழுக்க அர்ஜென்டைனாவைச் சேர்ந்தவர்களாக வளரவேண்டும் என்று விரும்பினார். அங்கு பேசப்படும் ஸ்பானிஷ் மொழியில் அவர்களுக்கு நல்ல தேர்ச்சி வேண்டும் என்று நினைத்தார். அவருடைய தந்தையும் தந்தையின் சகோதரர்களும் முதல் உலகப் போரில் கலந்து கொண்டவர்கள். அந்தப் போரில் தங்களின் அனுபவம் பற்றியும் போருக்குப் பிறகு முசோலினியின் அரசியல் வளர்ச்சி பற்றியும் பேசிக்கொள்வார்கள்.

அவருடைய தந்தை இத்தாலியில் கணக்கராக வேலைபார்த்தவர். ஆனால் அர்ஜென்டைனாவில் இத்தாலியில் அவர் கணக்கராகப் படித்த படிப்பிற்கு உரிய மதிப்பு இல்லையாதலால் உள்ளாடைகள் தயாரிக்கும் ஒரு தொழிற்சாலையில் கணக்கு எழுதுபவராக வேலைபார்த்தார். சம்பளம் அதிகமில்லை என்றாலும் அதைப் பற்றி அவர் குறை பட்டுக் கொண்டதில்லை. கஷ்டப்படாமல் குடும்பம் நடத்த அந்தச் சம்பளம் போதுமானதாக இருந்தது. ஆனால் வேறு ஆடம்பரச் செலவுகள் எதுவும் செய்வதற்கு உபரி வருமானம் இல்லை. அவர்கள் குடும்பம் கோடைக் காலத்தில் விடுமுறையைக் கழிக்க எங்கும் செல்வதில்லை. கார் வைத்துக்கொள்ளவில்லை.

இவர்களுடைய தாய் ஐந்தாவது குழந்தையைப் பெற்ற பிறகு கொஞ்சம் உடல்நலக் குறைவால் கஷ்டப்பட்டாலும் ஹோர்கேயும் (இதுதான் பெர்காகிலியோவுக்கு அவருடைய பெற்றோர் இட்ட சொந்தப் பெயர்) இப்போதும் உயிரோடு இருக்கும் அவருடைய தங்கை மரியா எலினாவும் (இவர் ஹோர்கேவுக்கு பன்னிரண்டு வயது

இளையவர்) தங்கள் இளமைக் காலத்தைச் சந்தோஷமாக நினைவு கூருகிறார்கள். இவர்களும் மற்ற குழந்தைகளும் தங்கள் தாய்க்குச் சமையலில் உதவுவார்களாம். பள்ளியிலிருந்து இவர்கள் வரும்போது அவர்களுடைய தாய் உரித்துவைத்த உருளைக் கிழங்கையும் மற்ற பொருட்களையும் தயாராகச் சமையலறை மேஜையில் வைத்திருப்பாராம். இவர்கள் வந்ததும் எப்படிச் சமைக்க வேண்டும் என்று அவர்களுக்குச் சொல்லிக்கொடுப்பாராம். அதனால் எல்லோருக்கும் ஓரளவு சமைக்கத் தெரியுமாம். இப்படித் தாயிடம் கற்றுக்கொண்ட சமையல் அறிவு பின்னால் ஹோர்கேவுக்கு மிகவும் பயன்பட்டது. மதகுருமார்களுக்கான பயிற்சிக் கல்லூரியில் சமையல்காரர் வரவில்லையென்றால் ஹோர்கே மற்ற எல்லா மாணவர்களுக்கும் சமைப்பாராம்; பேனஸ் ஐரஸில் ஆர்ச் பிஷப்பாக இருந்தபோது தானே சமைத்துக்கொண்டார். இப்போது போப் ஆன பிறகும் தன்னுடைய அறையில் சமையலுக்குத் தேவையான சில பொருட்களை வைத்திருக்கிறார்.

குடும்பத்தோடு சேர்ந்து சனிக்கிழமைகளில் வானொலியில் நாட்டிய நாடகங்களை ரசிப்பது இவருடைய குழந்தைப் பருவ நிகழ்ச்சிகளில் முக்கியமானது. சனிக்கிழமை மதியம் இரண்டு மணிக்கு இவரது தாய் எல்லாக் குழந்தைகளையும் வானொலியின் முன்னால் உட்காரவைத்து ஒலிபரப்பப் போகும் வானொலி நாடகத்தின் சுருக்கத்தைக் கூறுவாராம். உடன்பிறந்தவர்களோடும் தாயோடும் சனிக்கிழமைகளில் வானொலி நாடகங்களை இசையோடு கேட்டு ரசித்ததைத் தன் வாழ்க்கையின் மகிழ்ச்சியான அனுபவங்களில் ஒன்றாகக் கருதுகிறார். இசை இவருக்கு மிகவும் பிடிக்கும். அதிலும் இவர் மிகவும் விரும்புவது பீத்தொவன் இசை . இப்போதும் இரவில் சற்றுநேரம் இசையைக் கேட்டுவிட்டுத்தான் படுக்கச் செல்வார். போர்கேஸூம் தாஸ்தோவ்ஸ்கியும் இவருக்குப் பிடித்தமான நாவலாசிரியர்கள்.

ஹோர்கேவுக்குப் பதின்மூன்று வயதானபோதே அவருடைய தந்தை அவரை வேலைக்கு அனுப்ப முடிவு செய்தார். இது ஹோர்கேவுக்கு அதிர்ச்சியைக் கொடுத்தது. இவர் அப்போதுதான் வேதியியலில் ஆறு வருட டெக்னீஷியன் தொழில் கல்வியை ஆரம்பித் திருந்தார். ஆறு வருடத்திற்குப் பிறகு வேதியியல் டெக்னீஷியன் என்ற டிப்ளமோ கிடைக்கும். இந்தத் தொழிற்கல்விப் பள்ளியில் காலை எட்டு மணியிலிருந்து மதியம் ஒரு மணிவரை வகுப்புக்கள்

உண்டு. அதன் பிறகு இரண்டு மணியிலிருந்து இரவு எட்டு மணிவரை உள்ளாடைகள் தயாரிக்கும் தொழிற்சாலையில் அவருடைய தந்தை வேலைக்கு ஏற்பாடு செய்திருந்தார். அங்கு மூன்று வருடங்கள் வேலைபார்த்த பிறகு ஒரு உணவு ஆய்வகத்தில் ஹோர்கேவுக்கு வேலை கிடைத்தது. அங்கு இவருக்கு மேற்பார்வையாளராக இருந்தவர் எலிஸபெத் என்னும் பெண். இவரிடம் வேலைபார்க்கும் வாய்ப்புக் கிடைத்ததை ஹோர்கே மிகவும் அதிர்ஷ்டமாகக் கருதுகிறார். இந்தப் பெண்தான் இவருக்கு எதையும் முழுமையாக, செம்மையாகச் செய்ய வேண்டும் என்று கற்றுக் கொடுத்தவர்.

ஒரு ஆராய்ச்சியின் முடிவுகளை அவரிடம் ஹோர்கே காட்டினால் 'எவ்வளவு வேகமாக முடித்துவிட்டாய்' என்று கூறிவிட்டு 'எல்லாச் சோதனைகளையும் செய்தாயா?' என்று கேட்பாராம். 'முதலில் செய்த ஆராய்ச்சிக்குரிய சோதனைகள்தானே இவையும். அதே சோதனைகளை மறுபடி செய்ய வேண்டுமா?' என்று இவர் கேட்பாராம். ஒவ்வொன்றுக்கும் தனித்தனியே சோதனைகள் செய்யவேண்டும் என்று மேற்பார்வையாளர் கற்றுக் கொடுப்பாராம். இந்த அனுபவத்தால் சிறு வயதிலேயே வேலைக்கு அனுப்பியதற்கு தன்னுடைய தந்தையை இவர் எப்போதும் நன்றியோடு நினைவு கூருவாராம். ஆய்வகத்தில் இவருக்கு மேற்பார்வையாளர்களாக இருந்த எலிஸபெத் போன்றவர்களோடு வேலைபார்க்கும் சந்தர்ப்பம் கிடைத்ததைப் பெருமையாகக் கருதுகிறார். ஆய்வகத்தில் மனித முயற்சிகளின் நல்லது, கெட்டதுகளை அறிந்துகொண்டாராம். மனித உழைப்பின் முழு அர்த்தத்தையும் அங்கு புரிந்துகொண்டதாகப் பின்னால் கூறியிருக்கிறார். 'ஒரு மனிதனுக்கு தன்னுடைய உழைப்பு தான் கௌரவத்தையும் கண்ணியத்தையும் கொடுக்கும். அவனுடைய குடும்ப அந்தஸ்தோ குடும்ப வாழ்க்கையோ அவன் பெற்ற கல்வியோ இவற்றைக் கொடுக்க முடியாது' என்று கூறும் பெர்காகிலியோ எப்போதும் வேலை, வேலை என்று பலர் இருப்பதையும் கண்டித்திருக்கிறார்.

பெற்றோர்கள் இவரிடம் பாவமன்னிப்பு கோரும் வேளையில் இவர் அவர்களிடம் கேட்கும் முதல் கேள்வி 'உங்கள் குழந்தை களோடு நேரம் செலவழித்தீர்களா?' என்பதுதான். இப்போது வாரம் முழுவதும் பெற்றோர்கள் வேலைசெய்துவிட்டு வாரக் கடைசியில் உழைப்பின் அசதியால் தங்கள் குழந்தைகளோடு அதிக நேரம் செலவழிக்க முடியாமல் இருப்பது இவருக்குப் பிடிக்காது. ஒருவன்

மிக அதிகமாக வேலைசெய்தால் அவன் மனிதத்தன்மையை இழந்து விடக்கூடும். மனிதனுக்காக வேலையே தவிர வேலைக்காக மனிதன் இல்லை என்பது இவரது சித்தாந்தம்.

இளமைக்கால நம்பிக்கைகள்

பெர்காகிலியோவின் கடவுள் நம்பிக்கை அவருடைய குடும்பத்தின ரிடமிருந்து பெற்றது. அதிலும் இவருடைய பாட்டி இவரிடம் இறை நம்பிக்கையை வளர்த்ததில் பெரும் பங்கு வகித்தார். இவருக்கு ஞானஸ்நானம் கொடுத்தபோது பாட்டி ரோஸாதான் ஞானத் தாயாக இருக்க முன்வந்தார். 'இறையருளை என்னிடம் உண்டு பண்ணியதில் பாட்டியின் தாக்கம் அதிகம் உண்டு' என்று 2012இல் ஒரு வானொலி பேட்டியில் பெர்காகிலியோ கூறியிருக்கிறார்.

பாட்டி தன் பேரனுக்கு முதல் உலக யுத்தம் பற்றிய கதைகளைக் கூறுவதோடு புனிதர்களின் கதைகளையும் கூறுவாராம். 'நாங்கள் எல்லோரும் ஜெபமாலையை வைத்துக்கொண்டு பாட்டியோடு ஜெபிப்போம். ஹோர்கேவுக்கு கன்னிமேரி மீது எப்போதும் அதிக அபிமானம் உண்டு' என்று அவருடைய தங்கை மரியா எலினா கூறியிருக்கிறார்.

போப் பிரான்சிஸிற்கு மதத் தொண்டு செய்யவேண்டும் என்ற உந்துதல் ஏற்பட்டதற்குப் பாட்டி பெரிய தூண்டுதலாக இருந்திருக்கிறார். 'சிறு வயதில் பெரியவர்களுக்குக் கொடுத்த வாக்கை ஒருவன் மீறாமல் இருப்பானாக' என்று ஜெர்மன் புலவர் ஒருவர் – இவரும் சிறு வயதில் தன்னுடைய பாட்டியோடு மிக நெருக்கமாக இருந்தவர் – கூறியிருப்பதை அடிக்கடி பெர்காகிலியோ மேற்கோள் காட்டுவாராம். 'இன்றைய சமூகத்தில் தாத்தா, பாட்டிகளுக்குரிய இடத்தை நாம் மறந்துவிட்டோம். குளிர்காலம் முடிந்து கோடைகாலம் ஆரம்பித்ததும் குளிர்காலத்துக்குரிய அக்கோட்டுகளின் பாக்கெட்டு களில் சில பாச்சா உருண்டைகளைப் போட்டு அவற்றை அலமாரியின் ஒரு ஓரத்தில் தொங்கவிட்டுவிடுவதுபோல் அவர்களை முதியோர் இல்லத்திற்கு அனுப்பிவிடுகிறோம். பாட்டி, தாத்தாக்கள் நம்மை இறந்த காலத்தோடு இணைக்கும் பாலமாக விளங்குகிறார்கள்' என்கிறார்.

பாட்டி இவருடைய தந்தைக்கு இறையருளைப் புகட்டி, தந்தை இவருக்கு அதை அருளினார். அவர் தினமும் இரவு உணவுக்கு முன்னால் ஜெபமாலையோடு எல்லோரையும் ஜெபிக்கவைப்பாராம்.

இவர் பாட்டியிடமிருந்தும் தந்தையிடமிருந்தும் கற்றுக்கொண்ட மதம் கண்டிப்பானது. விவாகரத்து செய்து கொண்டவர்களுக்கும் பிரிந்துவாழும் தம்பதிகளுக்கும் இவர்கள் வீட்டிற்குள் அனுமதி இல்லை. இவர்களுடையது கத்தோலிக்கக் குடும்பம் என்பதால் புராடெஸ்டன்ட் பிரிவினைரைப் பற்றி இவர்களுக்கு நல்ல அபிப்பிராயம் இல்லை. பெர்காகிலியோவுக்கு ஆறு வயதாக இருக்கும்போது ஒருமுறை இரட்சணிய சேனையை (Salvation Army) சேர்ந்த இரண்டு பெண்களைப் பார்த்து ரோஸா பாட்டி, 'இவர்கள் புராடெஸ்டன்ட் பிரிவைச் சேர்ந்தவர்கள். ஆனாலும் நல்லவர்கள்' என்றாராம்.

அவரைப் பொறுத்தவரை கத்தோலிக்க மதத்தைச் சேர்ந்தவர்கள் எல்லோரும் நல்லவர்கள் என்ற ஒரு எண்ணத்தை அவரது பாட்டி அவரிடம் வளர்த்திருந்தார். பதின்மூன்று வயதுச் சிறுவனாக இருந்த போது பள்ளியில் சக மாணவர்களை திருவிருந்தில் (communion) கலந்துகொள்ள ஆரம்பித்துவிட்டீர்களா என்று கேட்டு, அவர்களில் நான்கு பேர் கலந்துகொள்ளவில்லை என்றதும் கத்தோலிக்க மதச் சடங்குகளிலிருந்து சில போதனைகளை (catechesis) எடுத்துக் காட்டினாராம். இவர்களுடைய வீட்டுத் திருமணம் ஒன்றில் ஒருவர் இறந்தபோது இன்னொரு உறவினர் கடவுள் இருக்கிறாரா என்று சந்தேகப்பட்டதைக் கேட்டபோது பெர்காகிலியோவுக்கு மிகவும் அதிர்ச்சியாகிவிட்டதாம்.

பேனஸ் ஐரஸின் நடுத்தர மக்கள் வசிக்கும் ஃப்ளோரஸ் பகுதியில் உள்ள சேன் ஹோஸேதான் பெர்காகிலியோ தன்னுடைய சிறுவயதில் வழிபட்ட தேவாலயம். இந்தத் தேவாலயத்தில் இப்போதும் பல வகையான ஓவியங்கள், சிலுவையில் அறையப்பட்ட இயேசுவின் பிம்பங்கள், புதிதாக வர்ணம் தீட்டப்பட்ட சிலைகள் இருக்கின்றன. தேவாலயத்தின் பின் பகுதியில் கதவின் பக்கத்தில் உள்ள மேரியின் உருவச் சிலையைப் பலர் வந்து வழிபடுகின்றனர். இந்தச் சிலை இங்குக் கொண்டுவரப்பட்டதற்கு ஒரு கதை இருக்கிறது. அர்ஜென்டைனாவில் உள்ள சேன்டியாகோவில் குடியேறியிருந்த ஒருவருக்கு பிரேஸிலில் செய்யப்பட்ட கன்னி மேரியின் உருவச் சிலை ஒன்று 1630இல் பேனர்ஸ் ஐரஸ் வழியாகக் கொண்டுவரப்பட்ட போது நடந்த நிகழ்ச்சி ஒன்று சுவராஸ்யமானது. அந்தச் சிலை பேனர்ஸ் ஐரஸ் துறைமுகத்தை வந்தடைந்ததும் அங்கிருந்து அதை சேன்டியாகோவுக்கு அனுப்ப முயற்சிகள் மேற்கொள்ளப்பட்டன.

அந்தச் சிலையைச் சுமந்துவந்த வண்டியின் காளைகள் லூஹான் என்னும் இடத்திற்கு வந்ததும் எவ்வளவோ விரட்டியும் அங்கிருந்து நகர மறுத்துவிட்டன. அந்தச் சிலையை வண்டியிலிருந்து அகற்றிய பிறகுதான் காளைகள் மற்ற பொருட்களைச் சுமந்துகொண்டு அங்கிருந்து நகர்ந்தன. இந்த அதிசயத்தைக் கண்ட உள்ளூர்வாசி ஒருவர் அந்த இடத்தில் கன்னிமேரிக்கு ஒரு சிறு கோவில் கட்டி அதில் மேரியின் உருவச் சிலையைப் பிரதிஷ்டை செய்தார். அன்றிலிருந்து அது புனித யாத்திரைத் தலமாக விளங்கிவருகிறது. கடந்த வருடம் பதினைந்து லட்சம் மக்கள் அந்தக் கோவிலுக்குப் புனித யாத்திரை சென்றனராம். இப்போது அர்ஜென்டைனா முழுவதும் அந்த உருவச் சிலையின் பிரதியைப் பார்க்கலாம். பலர் இம்மாதிரி சம்பவங்களைக் கதைகள் என்று ஒதுக்கிவிடுவர். ஆனால் பெர்காகிலியோ 'இவை எல்லாம் பாமர மக்களின் நம்பிக்கைகள். இவற்றைப் புறக்கணிக்கக் கூடாது' என்பார்.

இந்தத் தருணத்தில் சிவகாசியில் நடந்ததாகக் கூறப்படும் இதே மாதிரியான ஒரு புராணக் கதையை இங்கு சொல்ல வேண்டும். 15ஆம் நூற்றாண்டில் மதுரைக்குத் தெற்கேயுள்ள இடங்களை (இப்போதைய சிவகாசியும் அதைச் சுற்றிலும் உள்ள இடங்களை) ஹரிகேசரி பராக்கிரம பாண்டியன் என்னும் அரசன் ஆண்டுவந்தான். அவனுக்கு தென்காசியில் சிவனுக்கு ஒரு கோவில் கட்டவேண்டும் என்ற எண்ணம் எழுந்தது. அக்கோவிலில் பிரதிஷ்டை செய்யக் காசியிலிருந்து ஒரு லிங்கத்தைக் கொண்டுவர விரும்பினான். 1428-1460க்கு இடைப்பட்ட காலத்தில் காசிக்குச் சென்று அங்கிருந்து ஒரு லிங்கத்தைக் கொண்டுவந்தான். வரும் வழியில் ஒரு வில்வ மரத்தின் அடியில் இளைப்பாறிவிட்டு மறுநாள் பயணத்தைத் தொடர முயன்றபோது லிங்கத்தைச் சுமந்துவந்த மாடு அங்கிருந்து நகர மறுத்ததாம். தன்னுடைய விருப்பமும் இறைவனுடைய விருப்பமும் வெவ்வேறாக இருப்பதை உணர்ந்த மன்னன் மாடு நகர மறுத்த இடத்திலேயே சிவனுக்குக் கோவில் கட்டி அதில் அந்த லிங்கத்தைப் பிரதிஷ்டை செய்தான். காசியிலிருந்து கொண்டு வரப்பட்ட சிவலிங்கத்தைப் பிரதிஷ்டை செய்யப்பட்ட இடம் என்பதால் அதன் பிறகு அந்த இடம் சிவகாசி என்று அழைக்கப்பட்டது.

பாமர மக்களுடைய மத நம்பிக்கைகள் – அவை மூட நம்பிக்கைகள் என்று மத குருக்களால் கருதப்பட்டாலும் – மதத்தின் ஒரு பகுதியாகக் கருதப்பட வேண்டும் என்று பெர்காகிலியோ விரும்பினார்.

அவருடைய இந்தக் கொள்கைக்கு இயேசு சங்கத்தைச் சேர்ந்தவர் களிடையே பெரிய எதிர்ப்பு இருந்தது. போப் பதினாறாம் பெனெடிக்ட் இம்மாதிரியான பாமர மக்களின் மூட நம்பிக்கைகள் கலந்த இறை உணர்வை மிகவும் ஜாக்கிரதையாகக் கையாண்டார். பெர்காகிலியோ அப்படி அல்ல. அந்த நம்பிக்கைகளும் இறை நம்பிக்கையின் ஒரு பகுதியாக வேண்டும் என்று விரும்பினார். அதே சமயம் உண்மையான இறை நம்பிக்கையிலிருந்து வேறுபட்டு ஆழமில்லாத, மேல்மட்டமான நம்பிக்கையையும் தவிர்க்கவேண்டும் என்றார்.

அர்ஜென்டைனாவின் சேன் ஹ்வான் பகுதியைச் சேர்ந்த ஒரு பெண் தன் கணவன் போருக்கு அனுப்பப்பட்டபோது துக்கம் தாங்காமல் தன்னுடைய பச்சிளம் குழந்தையைத் தூக்கிக்கொண்டு ஒரு காட்டிற்குச் சென்றாள். அங்கு மிகுந்த தாகம் ஏற்பட்டு தண்ணீர் கிடைக்காமல் இறந்து போனாள். அப்படி இறந்த பிறகும் அவளுடைய மார்பகங்களிலிருந்து தாய்ப்பால் சுரந்துகொண் டிருந்ததாம். பல நாட்களுக்குப் பிறகு மாடு மேய்ப்பவர்கள் தாயின் மார்பகங்களிலிருந்து சுரந்துகொண்டிருந்த பாலைக் குடித்து உயிர்வாழ்ந்திருந்த குழந்தையைக் கண்டார்களாம். அந்தப் பெண் தெய்வமாக்கப்பட்டு அவருக்கு இப்போது நிறைய பக்தர்கள் இருக்கிறார்கள். இன்னும் பலருடைய வாழ்க்கையில் அந்தத் தெய்வீகப் பெண் பல அதிசயங்களை உண்டாக்குகிறாள் என்று நம்புகிறார்கள். இந்தப் பக்தி மரபை மதகுருமார்கள் பல வருடங்கள் ஏற்றுக்கொள்ளவில்லை.

ஆனால் இப்போது பெர்காகிலியோவின் தாக்கத்தால் அது மதத்தின் ஒரு பகுதியாகிவிட்டது. பெர்காகிலியோ ஒருமுறை இறை நம்பிக்கைக்கும் அங்கு உள்ள கலாச்சாரத்திற்கும் இடையே உள்ள தொடர்பை அறிய அகில உலக அளவில் ஒரு மாநாட்டைக் கூட்டினார். மேலே குறிப்பிட்ட பெண்ணைத் தெய்வமாக்கிய கலாச்சாரமும் அவர்களுடைய இறை நம்பிக்கையும் ஒன்றாகச் சங்கமிக்கின்றன என்று பெர்காகிலியோ நம்பினார்.

அர்ஜென்டைனாவில் கத்தோலிக்க மதம் சில கிராமிய பழக்க வழக்கங்களைக் கொண்டது. பதினெட்டாம் நூற்றாண்டில் வாழ்ந்த தாகக் கருதப்பட்ட, ராபின் ஹூட் போன்ற ஒருவரின் பெயர் பொறித்த ஸ்டிக்கரைத் தங்கள் கார்களின் பம்பரில் பலர் ஒட்டிவைத்துக் கொள்வார்கள். இப்படிச் செய்வதால் அவர் கார் ஓட்டுபவர்களைக்

இளமைப் பருவம் ✳ 65

காத்துக்கொள்வார் என்று ஒரு ஐதீகம். இன்னொரு புனிதர் பல வியாதிகளிலிருந்து தங்களைக் காப்பாற்றுகிறார் என்று மக்கள் நம்புகிறார்கள். இன்னும் உடல்நலத்திற்கு ஒரு புனிதர், வேலைக்கு ஒரு புனிதர். இத்யாதி, இத்யாதி. இதெல்லாம் பெர்காகிலியோவுக்குப் பிடித்தமானவை. மக்களின் பழக்கமான நடைமுறைகள், ஊர்வலங்கள், சிறிய கோவில்கள், கிறிஸ்துமஸ் அலங்காரங்கள். இவற்றிலெல்லாம் இறைவனை வழிபடும் அனுபவம் இவர்களுக்குக் கிடைக்கிறது. பாமர மக்கள் இப்படி எளிய முறையில் தங்கள் கடவுள் பக்தியை வெளியிடுவதுதான் கத்தோலிக்க மதத்தின் பலம் என்று எண்ணுகிறார்.

பிரான்சிஸுக்கு அன்பளிப்பாகக் கொடுப்பதற்காக உருவாகிவரும் ஒரு மதுக்கிண்ணத்தில் லூஹானில் உள்ள மேரியின் உருவச்சிலை, அவர் ஜெர்மனியிலிருந்து கொண்டுவந்த, மனிதர்களின் கட்டுகளை அவிழ்க்கும் (பிரச்சினைகளை அழிக்கும்) மேரியின் உருவச்சிலை மற்றும் அர்ஜென்டைனாவின் இலச்சினை ஆகியவை பொறிக்கப் பட்டிருக்கும்.

சிறுவயதில் பெர்காகிலியோவுக்குக் கால்பந்து ஆட்டம் மிகவும் பிடிக்கும். எப்போதும் காலடியில் பந்தை வைத்துக்கொண்டு இருப்பாராம். அவருடைய தந்தையும் பாட்டி, தாத்தாவும் முதலில் பேனஸ் ஐரஸில் குடியேறிய இடத்தில் இருந்த தேவாலயத்தைச் சேர்ந்த பாதிரி ஒருவர் சிறு பையன்கள் தெருவில் சுற்றிக்கொண்டு பொழுதை வீணாக்கக்கூடாது என்பதற்காக ஒரு கால்பந்து குழுவை ஆரம்பித்தாராம். இந்தக் குழு விளையாடும்போது பெர்காகி லியோவின் தந்தை இந்த ஆட்டங்களுக்கு மகனை அழைத்துச் செல்வாராம். அதனால் சிறுவயதிலிருந்தே பெர்காகிலியோவுக்கு இந்தக் குழுவோடு தொடர்பும் குழு மீது அபிமானமும் உண்டு. 2011இல் இந்தக் குழுவிற்காகத் திருப்பலி (Mass) கூட்டம் நடத்தியதோடு அவர்களோடு சேர்ந்து போட்டோவும் எடுத்துக் கொண்டார். அவர் போப் ஆன பிறகு இந்தக் குழு விளையாடும் போதெல்லாம் அவரோடு எடுத்த போட்டோவைத் தங்கள் பைகளில் எடுத்துச் செல்வார்களாம். பின்னால் அவருக்கு நேரம் இல்லாத போது இந்த ஆட்டத்தின் வர்ணனையை வானொலியில் கேட்டு மகிழ்வாராம். பதின்ம வயதினர் ஆனபோது பெர்காகிலியோவுக்கு அர்ஜென்டைனாவுக்கே உரிய டேங்கோ நடனம் மிகவும் பிடிக்கும். அதில் ஒரு வகையான மிலாங்கோ நடனம் அதிகம் பிடிக்கும்.

இளவயது அனுபவங்கள்

இளம்வயதில் பெர்காகிலியோவுக்குச் சில பெண்கள் மேல் ஈர்ப்பு இருந்தது. பன்னிரெண்டு வயதாக இருக்கும்போது பக்கத்து வீட்டுப் பெண்ணிற்கு ஒரு காதல் கடிதம் அனுப்பினாராம். 'திருமணம் செய்துகொண்டால் நீதான் என் மனைவி. நாம் இருவரும் நான் வரைந்திருக்கும் இந்த வீட்டைப் போன்றதொரு வீட்டில்தான் வசிப்போம். நீ என்னைத் திருமணம் செய்துகொள்ளாவிட்டால் நான் பாதிரியாக ஆகிவிடுவேன்' என்று எழுதியிருந்தாராம். அந்தப் பெண்ணின் தாய் அதைக் கிழித்துப் போட்டுவிட்டு அவரோடு தன்னுடைய மகள் பேசுவதைத் தடுத்துவிட்டாராம். தங்கள் மகளுக்கு ஒரு பையனிடமிருந்து அப்படி ஒரு கடிதம் வருவதை அந்தப் பெண்ணின் பெற்றோர் விரும்பவில்லை. அந்தப் பெண் இன்னும் அர்ஜென்டைனாவில் உள்ள ஃப்ளோரஸில் வசிக்கிறார். 'நல்ல வேளை அவர் என்னைத் திருமணம் செய்துகொள்ளவில்லை. அவர் இப்போது போப்பாக ஆகியிருக்கிறார்' என்கிறார்.

பதினேழு வயதில் வகுப்பு மாணவர்களோடு ஆண்டின் முடிவில் பிக்னிக் (மகிழ்வுலா) சென்றபோது உடன்படித்த தன் காதல் தோழியோடு தன்னைத் திருமணம் செய்துகொள்வது பற்றிப் பேச இருந்தாராம். ஆனால் அங்கு போகும் வழியிலேயே என்ன தோன்றியதோ வேகமாக ஜெபித்துவிட்டு வருவதற்காக வழியில் இருந்த தன்னுடைய தேவாலயத் திற்குள் நுழைந்தாராம். அங்கு அவர் அதுவரை சந்தித்திராத ஒரு பாதிரி இருந்தாராம். திடீரென்று ஏதோ ஒரு உந்துதலால் அவரிடம் 'மன்னிப்புக்'கோர விரும்பினாராம். (அவ்வப்போது கிறிஸ்தவர்கள் தங்கள் பாதிரியார்களிடம் தாங்கள் செய்த தவறுகளை மனம் திறந்து கூறி மன்னிப்புக் கோருவார்கள்.) 'அந்த மன்னிப்புக் கோரும் சம்பவத்தில் ஏதோ ஒரு அதிசயம் நிகழ்ந்து என்னுடைய வாழ்க்கையையே அது மாற்றிவிட்டது' என்று பின்னால் அவருடைய வாழ்க்கை வரலாற்றை எழுதியவர்களுக்கு அளித்த பேட்டியில் கூறியிருக்கிறார். 'அது ஒரு எதிர்பாராத சந்திப்பு. அதுவரை நமக்காகக் காத்திருந்தவரைச் சந்தித்த நிகழ்ச்சி. இறைவன் நம்மைத் தேடுவது நாம் அவரைத் தேடும் முன்பே நடக்கிறது' என்று கூறியிருக்கிறார். திடீரென்று ஏற்பட்ட அந்த உந்துதலால் பாதிரியாரோடு கழித்த அந்த நேரத்தில் அவருக்குச் சமயத் தொண்டுபுரிய இறைவனிடமிருந்து அழைப்பு வந்ததாகக் கூறுகிறார். (அதன் பிறகு பன்னிரெண்டு மாதங்களுக்குள்ளேயே அந்தப்

பாதிரியார் இறந்துவிட்டார்.) கடவுள் தன் கருணை உள்ளத்தால் தன்னைத் தேர்ந்தெடுத்ததாகவும் தானும் எல்லா மக்களிடமும் கருணையோடு நடந்துகொள்ள வேண்டும் என்று இறைவன் எதிர்பார்ப்பதாகவும் பெர்காகிலியோ கூறுகிறார். பிக்னிக்குக்குப் போக வேண்டியவர் அங்கு போகாமல், தன் தோழியிடம் திருமணம் பற்றி முன்மொழியாமல் வீட்டிற்குத் திரும்பினார்.

பள்ளியில் படிக்கும் போது – அவருக்குப் பதினேழு வயதாகும் போது – அவருக்கு ஒரு ஆச்சரியம் காத்திருந்தது. அவருடைய தாய்வழிப் பாட்டனார் ஒரு மரத் தச்சர். அவரைப் பார்க்க வரும் ஒருவர் அவரிடம் சாயங்களை விற்றுவிட்டுப் போவாராம். அவருடைய பாட்டி இருவருக்கும் காப்பியும் ஒயினும் கொடுத்து உபசரிப்பாராம். இருவரும் வெளி வராந்தாவில் உட்கார்ந்து பேசிக்கொண்டிருப்பார் களாம். சாயம் விற்பவர் சென்றதும் அவருடைய பாட்டி பெர்காகிலியோவிடம் 'இப்போது வந்துவிட்டுப் போனது யார் தெரியுமா? இவர்தான் ஒருமுறை அர்ஜென்டைனாவின் துணை அதிபராக இருந்த எல்பிடியோ கன்ஸாலஸ்' என்றாராம். பெர்காகிலியோ வுக்கு மிகவும் ஆச்சரியமாகப் போய்விட்டது. அத்தனை பெரிய பதவியில் இருந்தவர் இப்போது மிகக் குறைந்த வருமானமே வரும் சாயம் விற்கும் தொழிலைச் செய்கிறாரே என்பதுதான் அவருடைய ஆச்சரியத்துக்குக் காரணம்.

அரசியல் ஆர்வம்

பதின்ம வயதினராக இருந்தபோதே பெர்காகிலியோவுக்கு அரசியலில் ஆர்வம் ஏற்பட்டது. மேலே குறிப்பிட்ட கன்ஸாலஸ் தீவிரவாதக் கட்சியில் உறுப்பினராக இருந்திருக்கிறார். ஆனால் பெர்காகி லியோவின் அறிவுத் தாகம் வளர வளர அவருக்குக் கம்யூனிசக் கோட்பாடுகளில் பிடிப்பு ஏற்பட்டது. கம்யூனிஸ்ட் கட்சி நடத்திய பத்திரிகை ஒன்றை முழுவதுமாகப் படிப்பார். அதிலும் குறிப்பிட்ட ஒருவர் எழுதும் கட்டுரைகள் இவரிடம் தாக்கத்தை ஏற்படுத்தின. அந்தக் கட்டுரைகளைப் படித்ததன் மூலம் தனக்கு அரசியல் அறிவு ஏற்பட்டதாகவும், ஆனாலும் தான் ஒருபோதும் கம்யூனிஸ்டாக ஆகவில்லை என்றும் கூறியிருக்கிறார். பள்ளியில் கம்யூனிஸ்ட் கோட்பாடுகளுடைய ஒரு ஆசிரியரை இவருக்கு மிகவும் பிடிக்கும். அவர் மாணவர்களிடம் பல கேள்விகள் கேட்டு அவர்களைப் பற்றித் தெரிந்துகொண்ட விதமும் உலகைப் பற்றிய தன் கருத்துகளை

மாணவர்களோடு பகிர்ந்துகொண்ட விதமும் பல மாணவர்களிடம் அவருக்கு நல்ல மதிப்பைப் பெற்றுத் தந்தது.

1945இல் பெரோன் என்னும் ராணுவ அதிகாரி அர்ஜென்டைனா வில் ஆட்சியைப் பிடித்துப் பதவிக்கு வந்தார். ராணுவம், தொழிற் சங்கங்கள், கிறிஸ்தவ மதம் ஆகிய மூன்றும் சேர்ந்து அர்ஜென்டைனா வின் நலனுக்காக உழைக்க வேண்டும் என்பது அவருடைய கோட்பாடு. பெர்காகிலியோவுக்கு பெரோனின் கோட்பாட்டிலும் பிடிப்பு இருந்தது. ஒருமுறை பெரோனின் பேட்ஜை தன்னுடைய பள்ளிச் சீருடையில் அணிந்துகொண்டு சென்றதற்காகத் தண்டிக்கப்பட்டார்.

சமயப் படிப்பு

இதற்கு நடுவே சமயத் தொண்டு செய்ய வேண்டும் என்ற அவருடைய எண்ணம் உருப்பெறத் தொடங்கியது. வேதியியலில் டிப்ளமா படிப்பு முடிந்தவுடன் தன்னுடைய தாயிடம் தான் மருத்துவப் படிப்பு படிக்கப் போவதாகக் கூறினார். அவருடைய தாய்க்கு அதைக் கேட்டு மிகவும் சந்தோஷம். மகன் எந்தவிதத் தொந்தரவும் இல்லாமல் அமைதியாகப் படிக்க வேண்டும் என்பதற்காகச் பொருட்கள் வைக்கும் ஒரு அறையை ஒழிந்து கொடுத்தார். காலையில் ஆய்வக வேலையிலிருந்து திரும்பியதும் பெர்காகிலியோ அந்த அறைக்குச் சென்றுவிடுவார். ஒரு நாள் அவர் வெளியில் சென்றிருந்தபோது அவருடைய தாய் அந்த அறையைச் சுத்தம் செய்யச் சென்றவர் அங்கு மருத்துவப் படிப்புக்கான புத்தகங்கள் எதுவும் இல்லாததைக் கண்டு அதிர்ச்சியுற்றார். அதற்குப் பதில் லத்தீன் மொழியிலுள்ள இறையியல் புத்தகங்களும் இன்னும் சில மத சம்பந்தப்பட்ட புத்தகங்களும் இருந்தன. மகன் திரும்பி வந்ததும் அவர் தாய் கோபமாக மகனிடம் ‘என்னிடம் மருத்துவப் படிப்புப் படிப்பதாகக் கூறினாயே’ என்று கேட்டார். அதற்கு மகன், ‘நான் உங்களிடம் பொய் சொல்லவில்லை. நான் படிப்பது ஆத்மா வுக்கான மருந்துகளைப் பற்றி’ என்று பவ்யமாகப் பதில் கூறினார்.

மகன் அந்த வயதிலேயே மத சம்பந்தமான படிப்புப் படிப்பது தாய்க்குப் பிடிக்கவில்லை. பல்கலைக்கழகத்தில் ஒரு பட்டம் வாங்கிய பிறகாவது இம்மாதிரிக் காரியங்களில் ஈடுபடலாம் என்று மகனுக்கு அறிவுரை வழங்கினார். பெர்காகிலியோ தன்னுடைய இருபத்தியோராவது வயதில் சமய குருமார்களுக்கான பயிற்சிக் கல்லூரியில் சேர்ந்தபோது முதலில் அந்தச் செய்தியை தன் தந்தையிடம் கூறி அவரைத் தாயிடம் கூறச் சொன்னாராம். தந்தை பெர்காகி

லியோவின் முடிவை ஏற்றுக்கொண்டாலும், தாயால் நான்கு வருடங்களுக்கு அதை ஏற்றுக்கொள்ள முடியவில்லை. முதலில் பயிற்சிப் பள்ளியில் மகன் சேர்ந்தபோது அவருடன் தாய் செல்ல வில்லை. பதினொரு ஆண்டுகளுக்குப் பின்னால் அவர் பாதிரியாராக நியமிக்கப்பட்டபோதுதான் மத குருவாக ஆகவேண்டும் என்ற பெர்காகிலியோவின் முடிவை அவர் தாய் முழு மனதாக ஆதரித்தார்; மகன் முன் மண்டியிட்டுத் தன்னை ஆசீர்வதிக்கும்படி கேட்டுக் கொண்டார்.

சேன் மிகோயல் என்னும் பயிற்சிப் பள்ளியில் சேர்ந்த பிறகு இயேசு சங்கத்தில் சேர்ந்து தத்துவம், இறையியல் ஆகிய பாடங்களைக் கற்றார். பயிற்சிப் பள்ளியில் சேர்ந்து சில நாட்களிலேயே மருத்துவர் களால் புரிந்துகொள்ள முடியாத ஒரு காய்ச்சலால் பாதிக்கப்பட்டார். மூன்று நாட்கள் சாவின் பிடியில் சிக்கித் தத்தளித்தார். கடைசியாக அவருடைய வலது நுரையீரலில் மூன்று நீர்க்கோர்த்த பைகள் இருப்பதாகவும் அவை நிமோனியாவை உண்டாக்கி இருப்பதாகவும் மருத்துவர்கள் கண்டுபிடித்தனர். வலது நுரையீரலின் மேல் பகுதியை நீக்கிய பிறகுதான் அவருக்குக் குணம் கிடைத்தது. அங்கு இருந்த நீர்க்கோத்த பைகளிலிருந்து நீரை வடிப்பதற்குப் பொருத்தப் பட்ட குழாய்கள் அவருக்கு மிகுந்த வேதனையைக் கொடுத்தன. அவரைப் பார்க்க வந்தவர்கள் கொடுத்த எந்த ஆறுதலும் அவருக்கு உதவவில்லை.

ஆனால் ஒரு நாள் அவரை முதல்முதலாக திருவிருந்துக்குத் தயார்செய்த கன்னியாஸ்திரி கூறிய வார்த்தைகள் அவருக்கு ஆறுதல் அளித்தன. 'இயேசு அனுபவித்த வேதனையை நீ அனுபவித்து அவர் மாதிரியே கஷ்டப்பட்டிருக்கிறாய்' என்று சொன்னது அவருடைய மனதில் ஆழப் பதிந்தது. மிகுந்த வேதனையை அனுபவித்து இறப்பின் விளிம்பிற்குப் போன போதுதான் வாழ்க்கையில் எது முக்கியம், எது முக்கியமற்றது போன்ற விஷயங்கள் அவருக்குப் புரிந்தது. 'வேதனையை எப்படித் தாங்கிக் கொள்கிறோம் என்பதுதான் ஒருவரின் நல்லொழுக்கத்தைக் காட்டுகிறது' என்று அவர் கூறியிருக்கிறார்.

இந்த நோய்க்குப் பிறகு அவருடைய மூச்சுவிடும் திறன் கொஞ்சம் குறைந்தது. முதுகின் கீழ்ப் பகுதியில் கொஞ்சம் வேதனை ஏற்பட்டதால் அவருக்கு விசேஷ காலணிகள் தேவைப்படுகின்றன. சில சமயங்களில் கைத்தடியும் தேவைப்படுகிறது.

சமயத் தொண்டு செய்யப் பயிற்சிப் பள்ளியில் சேர்ந்த பிறகும் ஒருமுறை அவருக்கு மனதில் ஒரு சபலம் ஏற்பட்டது. குடும்பத் திருமண விழா ஒன்றில் கலந்துகொண்டபோது சந்தித்த அழகிய, அறிவுசெறிந்த ஒரு பெண் இவரை மிகவும் கவர்ந்தாள். பயிற்சிப் பள்ளிக்குத் திரும்பிய பிறகும் அந்தப் பெண்ணின் ஞாபகம் அவருக்கு வந்துகொண்டே இருந்தது. ஜெபம் செய்தபோதுகூட அந்தப் பெண்ணின் நினைவால் அவருக்கு ஜெபத்தில் முழுக் கவனம் செலுத்த முடியவில்லை. சமயத் தொண்டைத் தேர்ந்தெடுத்திருக்கக் கூடாதோ என்ற எண்ணம்கூட வந்தது. கடைசியாக, சமயத் தொண்டு செய்வ தென்ற முடிவில் உறுதியானார். 'இம்மாதிரி எண்ணங்கள் ஏற்படாமல் இருப்பதுதான் இயற்கைக்குப் புறம்பானது' என்று பின்னால் கூறியிருக்கிறார்.

இம்மாதிரியான கட்டங்களில் எல்லாம் இவருடைய பாட்டி ரோஸா – அவர் உயிரோடு இருக்கும்போதும் ஆயிரத்துத் தொளாயிரத்து எழுபதுகளில் இறந்த பிறகும் – இவருக்குப் பக்கபலமாக இருந்திருக் கிறார். தினமும் காலையில் எழுந்ததும் துதிப்பாடல்கள், ஜெபங்கள் அடங்கிய புத்தகத்தைத்தான் முதலில் பிரிப்பார். இரவில் தூங்கப் போவதற்கு முன் கடைசியாக இந்த புத்தகத்தைத்தான் படிப்பார். இந்தப் புத்தகத்திற்குள் இரண்டு தாள்கள் இருந்தன. அதில் ஒன்று பெர்காகிலியோ பாதிரியாராக நியமிக்கப்படுவதற்கு இரண்டு ஆண்டுகளுக்கு முன்பாக அவருடைய பாட்டி பாதி இத்தாலி மொழியிலும் பாதி ஸ்பானிஷ் மொழியிலும் எழுதிய கடிதம். ஒரு வேளை தன்னுடைய பேரன் பாதிரியார் ஆவதற்கு முன்பே தான் இறந்துவிட்டால் அவரிடம் சேர்ப்பதற்காக எழுதப்பட்டது அது. நல்ல வேளை அவர் பாதிரியாக நியமிக்கப்படும்போது அவர் உயிருடன் இருந்து தானே நேரில் கொடுத்தார். இன்னொன்று மத நம்பிக்கையில் அவர் கொண்டிருந்த பற்றைக் காட்டுகிறது. அதில் ஒரு பாராவில் 'என்னுடைய பேரக் குழந்தைகளுக்கு நான் என்னுடைய மனம் நிறைந்த ஆசிகளைக் கூறுகிறேன். இருப்பினும் அவர்களுக்குத் துன்பம் நேர்ந்தால் சிறந்த தியாகியான இயேசுவைப் பார்ப்பதிலும் சிலுவையின் கீழே இருக்கும் மேரியை நோக்குவதிலும் அவர் களுடைய வேதனைகளுக்கு ஆறுதல் தேடுவார்களாக' என்று எழுதியிருந்தது. இந்த இறைநம்பிக்கையையும் ஆன்மீகத்தையும் பெர்காகிலியோ தன்னுடைய பாட்டியிடமிருந்து கற்றுக்கொண்டு வாழ்க்கை முழுவதும் கடைப்பிடித்து வந்தார்; இப்போதும் கடைப்பிடித்து வருகிறார்.

கத்தோலிக்க மதப் பிரிவில் இயேசு சங்க மதபோதகராக ஆவதற்குப் பதினைந்து வருடங்கள் படித்தும் கற்றுக்கொடுத்தும் தயாராக வேண்டும். இதில் ஹோர்கே பெர்காகிலியோ மிக வேகமாக முன்னேறினார். 1936இல் பிறந்த இவர் 1958இல் அதாவது இவருடைய இருபத்தி இரண்டாவது வயதில் இயேசு சங்கத்தில் புதியவராகச் (novice) சேர்ந்து சிலி நாட்டில் ஒரு வருடம் மனிதவாழ்வியல் (humanities) படித்தார். பின் சொந்த நாட்டிற்குத் திரும்பிவந்து பேனஸ் ஐரஸின் சேன் மிகோயல் பகுதியில் உள்ள கல்லூரியில் இரண்டு ஆண்டுகள் தத்துவம் படித்தார். பிறகு இயேசு சங்கத்தைச் சேர்ந்த கல்லூரியில் மூன்று வருடங்கள் உளவியலும் இலக்கியமும் கற்றுக் கொடுத்தார். இந்தக் கல்லூரிக்குப் பணக்காரர்கள் பலரும் தங்கள் பையன்களை அனுப்பப் பிரியப்படுவார்கள். அதன்பிறகு புகழ்பெற்ற இன்னொரு பேனஸ் ஐரஸ் கல்லூரியில் ஆசிரியராகப் பணியைத் தொடர்ந்தார். ஆசிரியராக இருந்தபோது அவருடைய மாணவர்களின் பெயர்கள், அவர்களுடைய சொந்த ஊர், விருப்பு வெறுப்புகள் ஆகியவற்றை நன்றாக நினைவில் வைத்திருப்பார். அடிக்கடி வெளியி லிருந்து பலரைக் கூட்டிவந்து மாணவர்களோடு உரையாடச் செய்வார். மாணவர்கள் எழுதிய கதைகளின் தொகுப்பிற்கு அர்ஜென்டைனாவில் பெயர்பெற்ற ஒரு நாவலாசிரியரை முன்னுரை எழுதச் சொன்னார்.

அதன் பிறகு மூன்று ஆண்டுகள்(1967–1970) இறையியல் படித்தார். அந்தக் காலக்கட்டத்தில் 1969 டிசம்பர் 13ஆம் தேதி, அதாவது அவருடைய 33ஆவது பிறந்த நாளுக்குச் சில தினங்கள் முன்பு, பாதிரியாக நியமிக்கப்பட்டார். அப்போதே மூன்று பேர் இவருடைய ஆடம்பரமற்ற வாழ்க்கைமுறை பற்றிப் பேச ஆரம்பித்தனர். இவருக்கு ஓராண்டு பின்னால் படித்த சிலர் இவரை எளிதில் புரிந்துகொள்ள முடியாதவர் என்று கேலிசெய்வார்களாம். இயேசு சங்கத்தில் உறுப்பின ராக ஆவதற்கு இயேசு சங்கக் கொள்கைகளான எளிமையான வாழ்க்கை, பிரம்மச்சரிய ஒழுக்கம், போப்புக்குக் கீழ்ப்படிதல் ஆகியவற்றில் பயிற்சிபெற வேண்டும். அந்தப் பயிற்சியை ‘உருவாக்கம்’ (formation) என்று அழைக்கிறார்கள். அதாவது இயேசு சங்கக் கொள்கைகளில் தேர்ந்தவர்களாக உருவாவது. ஸ்பெயினில் 1971-1972 இல் உருவாக்கத்தில் மூன்றாவது கட்டத்தில் இருக்கும்போது அங்கு அவரை எல்லோருக்கும் மிகவும் பிடித்தது. அர்ஜென்டைனா திரும்பிய வுடன் புதியவர்களுக்குத் தலைவராக (Master of Novices) நியமிக்கப் பட்டார். கொஞ்ச காலம் கொலிஜியோ மேக்ஸிமோ கல்லூரி உதவி ரெக்டராகவும் (கல்லூரித் தலைவராகவும்) இருந்தார். இந்த

நியமனங்கள் எல்லாம் அவர் இயேசு சங்க உறுப்பினராக ஆவதற்கு எடுக்க வேண்டிய கடைசி உறுதிமொழிகளை எடுப்பதற்கு முன்பு. உறுதிமொழிகளை எடுத்து மூன்று மாதங்களுக்குள்ளேயே 1973 ஏப்ரல் மாதம் – அதாவது அவருடைய 36ஆவது வயதில் அர்ஜென்டைனா விலுள்ள எல்லா இயேசு சங்கப் போதகர்களுக்கும் தலைவரானார், அதாவது பிரவின்ஷியலாக ஆனார்.

இவ்வளவு இளவயதிலேயே பெர்காகிலியோ பிரவின்ஷியல் ஆனதற்கு இன்னொரு முக்கிய காரணமும் இருந்தது. அர்ஜென்டைனா வில் பெர்காகிலியோவிற்கு முன்னால் இயேசு சங்க பிரவின்ஷியலாக (Provincial) இருந்த டிக்கோ ஃபாரெல் மீது அவருக்குக் கீழே இருந்த பழமைவாதிகள் ரோமில் இருக்கும் இயேசு சங்கத் தலைமை யகத்துக்கு அவர் விடுதலை இறையியல் கோட்பாட்டு முறைகளை வேகமாகக் கையாளுவதால் அவரைப் பதவியிலிருந்து நீக்கும்படி கோரி ஒரு கடிதம் அனுப்பினர். அர்ஜென்டைனாவின் இயேசு சங்கத்தாரிடையே ஏற்பட்டுக் கொண்டிருந்த பிளவைத் தடுத்து நிறுத்த விரும்பிய ரோமிலுள்ள தலைமையகம், ஃபாரெலுக்குக் கீழ்ப் பதவியில் இருந்த பெர்காகிலியோவை ஃபாரெல் இடத்திற்கு மாற்றி, பதவி உயர்வு கொடுத்தது. டிக்கோ ஃபாரல் பெர்காகிலியோவின் இடத்திற்கு மாற்றப்பட்டு, பதவி இறக்கம் செய்யப்பட்டார்.

5
புதிய இறையியல்

ஆதரவும் எதிர்ப்பும்

இப்போது விடுதலை இறையியல் கோட்பாடு (Liberation Theology) பற்றிக் கொஞ்சம் பார்ப்போம். கத்தோலிக்க மதத்தில் இறைக் கோட்பாடுகள் எளிமைப்படுத்தப்பட வேண்டும் என்ற இயக்கம் தென் அமெரிக்காவில் ஆயிரத்துத் தொளாயிரத்து ஐம்பது, அறுபதுகளில் தோன்றியது. அப்போது தென் அமெரிக்க நாடுகளில் சமத்துவமின்மை அதிகமாக இருந்தது. பணக்காரர்களும் அதிகாரம் படைத்தவர்களும் எளியவர்களையும் வறியவர்களையும் தங்கள் நலன்களுக்குப் பயன்படுத்திக்கொண்டு அவர்களை வறுமையில் வாடவிட்டனர். கத்தோலிக்க மதக் கோட்பாடுகளை எளிமைப்படுத்த வேண்டும் என்று விரும்பியவர்கள் வேதப் புத்தகமான பைபிளை ஏழைகளின், சமூகத்தில் ஓரங்கட்டப் பட்டவர்களின் நிலையிலிருந்து, நோக்கிலிருந்து பார்க்கத் தொடங்கினர். இயேசுவின் போதனைகளை உண்மையாகப் பின்பற்றுபவர்கள் சமூகத்தில் சமூக, அரசியல் மாற்றங்களை ஏற்படுத்தி எல்லோருக்கும் நியாயம் கிடைக்கும் ஒரு சமூகத்தை உருவாக்க வேண்டும் என்றனர்.

இயேசு எளியவர்கள், வறியவர்கள் மீது கவனம் செலுத்தியதால் இதுநாள்வரை ஓரங்கட்டப்பட்ட இவர்களுக்காக கத்தோலிக்க மதம் பாடுபட வேண்டும் என்றும், இவர்களுடைய உரிமைகள் பாதுகாக்கப் படவேண்டும் என்றும் வாதாடினர். இனி கத்தோலிக்க மதத்தின் கோட்பாடு இந்த முன்னோக்குடன் செயல்பட வேண்டும் என்றும், இவர்களின் உரிமைகளைப் பாதுகாப்பதே பைபிளில் கூறப் பட்டுள்ள நற்செய்தியின் சாரமாக இருக்கவேண்டும் என்றும் கூறினர். வேதப் புத்தகத்தில் இயேசு கூறியதாகக் கூறப்பட்டுள்ள வாசகங்களை – 'ஏழைகளைப் பயன்படுத்திக்கொள்ளும் உங்களை விசாரணைக்கு

உட்படுத்த நான் சீக்கிரமே வருவேன்' – மேற்கோள் காட்டிச் சமூகத்தில் நிலவும் அநீதியைக் களைய வேண்டும் என்றனர். இந்தப் புதிய கோட்பாட்டின் பெயர் விடுதலை இறையியல் (Liberation Theology) ஆகும். இதைப் பல குருமார்கள் எதிர்த்தனர். இது தோல்வியடைந்த சோஷலிசக் கொள்கைகளின் சமய உருவம் என்று கூறி மார்க்சியக் கொள்கையோடு இதை ஒப்பிட்டனர். ஒரு சமூகத்தில் நடக்க வேண்டியதை வேதத்தில் கூறப்படுள்ள நற்செய்தியோடு ஒப்பிடுவதை அவர்கள் ஏற்றுக்கொள்ளவில்லை. மேலும் புதிய கோட்பாட்டில் மதகுருமார்களின் முக்கியத்துவம் குறைக்கப் படுவதையும் அவர்கள் ஒப்புக்கொள்ளவில்லை.

1968இல் பிரேஸிலைச் சேர்ந்த போதகர் ஒருவர் 'விடுதலை இறையியல் கோட்பாட்டின் செயல்திட்டம்' (Towards a Theology of Liberation) என்ற நூலை எழுதி வெளியிட்ட பிறகு அதன் செயல் திட்டம் ஒரு புதிய வடிவம் பெற்றது. ஒரு சமூகத்தில் உள்ள மேல்மட்டத்தார் பல ஏழைகளைத் தங்கள் நலன்களுக்காகப் பயன்படுத்திக்கொள்கிறார்கள் என்பதால் ஏழைகள் தங்கள் சமூக, பொருளாதார, அரசியல் உரிமைகளை இழக்கிறார்கள். இந்த அநீதி யிலிருந்து சமூகங்கள் மீட்கப்பட வேண்டும் என்பது முற்போக்கு வாதிகளுடைய நிலைப்பாடாயிற்று. எளியவர்களுக்காகவும் வறியவர்களுக்காகவும் சமூகத்தில் ஓரங்கட்டப்பட்டவர்களுக்காகவும் இறைவன் அவர்கள் பக்கம் இருந்து அவர்களுக்கு முன்னுரிமை கொடுத்ததாகப் பைபிளில் கூறப்பட்டிருப்பதாக இவர்கள் நம்பினர். 1968இல் கொலம்பியா நாட்டின் மெடலின் என்ற ஊரில் நடந்த பிஷப்புகளின் மாநாட்டிலும் அதன்பிறகு 1976இல் மெக்ஸிகோவின் பியூப்லாவில் நடந்த மாநாட்டிலும் இக்கருத்து வலியுறுத்தப்பட்டது. பெர்காகிலியோவின் தலைமையில் இயங்கிய அர்ஜென்டைனாவின் இயேசு சங்கம் புதிய செயல் திட்டத்தில் ஆர்வம் காட்டவில்லை.

ஏழைகளுக்குச் சமூகநீதி கிடைக்கக் கத்தோலிக்க மதம் பாடுபட வேண்டும் என்ற முற்போக்குவாதக் குருமார்களின் வாதத்தைப் பழமைவாதக் குருமார்கள் ஒத்துக்கொள்ளவில்லை. கத்தோலிக்க மதத்தின் போதனைகளும் வழிபாட்டு முறைகளும் உயர் பதவியில் இருக்கும் மத குருமார்களிடமிருந்துதான் வரவேண்டும் என்பது இவர்களுடைய வாதம். அந்தப் போதனைகளும் வழிபாட்டு முறைகளும் எளிமைப்படுத்தப்பட்டுப் பாமர மக்களும் அவற்றைக் கையாளும் வகையில் அமைக்கப்பட வேண்டும் என்பதை இவர்

களால் ஒப்புக்கொள்ளவே முடியவில்லை. விடுதலை இறையியலை மார்க்ஸியமுறையில், ஏழைகளின் கண்ணோட்டத்தில் முற்போக்கு வாதிகள் அணுகுவதை ரோமில் உள்ள மதகுருமார்கள் ஏற்றுக் கொள்ள வில்லை. சில முற்போக்குவாதிகள் இன்னும் தீவிரமாகப் போய் ஏழைகள் தங்கள் உரிமைகளை நிலைநாட்டிக்கொள்ள ஆயுதம் ஏந்திப் போராடலாம் என்று பைபிளில் கூறப்பட்டிருப்பதாகக் கூறியதைப் பழமைவாதிகள் அறவே வெறுத்தனர்.

இந்த முற்போக்குவாதிகளின் கருத்தை ரோமிலிருந்த மத குருமார்கள் வேண்டுமென்றே தவறாகப் புரிந்துகொண்டனர் எனலாம். புரட்சி ஏற்படவேண்டும் என்று கூறும் விடுதலை இறையியல் கோட்பாட்டின் முற்போக்குவாதிகள், பணக்காரர்களுக்கு எதிராக ஏழைகள் துப்பாக்கிகள் ஏந்த வேண்டும் என்று தாங்கள் கூறவில்லை என்றும், இப்போதைய நியாயமில்லாத, ஏழைகளைப் பணக்காரர்கள் சுரண்டிப் பிழைக்கும் சமூக அமைப்பு மாற்றப்பட ஏழைகள் பக்கம் இருந்து கத்தோலிக்க மதம் அவர்களுக்குத் துணை போக வேண்டும் என்பதுதான் தங்கள் கொள்கை என்றும் வாதாடினர்.

அர்ஜென்டைனாவில் டிக்கோ ஃபாரெல் பிரவின்ஷியலாக இருந்தபோது இயேசு சங்கப் போதகர்களாக வர விரும்பியவர்களின் எண்ணிக்கை குறைந்தது. விடுதலை இறையியலின் புதிய கொள்கை களால் இயேசு சங்கத்தாரிடையே ஏற்பட்டுக்கொண்டிருந்த பிளவுகளே இதற்குக் காரணம் என்று கூறப்பட்டது. இயேசு சங்கத்தை நிறுவிய இக்னேஷியஸின் ஆன்மீக முக்கியத்துவத்தைப் புதிய இறையியல் கோட்பாடு குறைத்துவிடும் என்று விடுதலை இறையியலை ஏற்க மறுத்தவர்கள் கூறினர். இவர்களைப் பொறுத்தவரை ஆழ்ந்த சிந்தனையோடு கூடிய ஆன்மீக வாழ்க்கைதான் சிறந்தது. புதிய கோட்பாட்டை ஏற்றுக்கொண்டவர்களோ இந்த சிந்தனையையும் ஆன்மீகத்தையும் அடுத்த தலைமுறைக்குப் போதிப்பதைவிட படிப்பறிவற்ற ஏழைகளின் நலன்களுக்காகத் தொண்டாற்றுவது சிறந்தது என்றனர்.

இயேசு சங்கத்தில் பிளவு

டிக்கோ ஃபாரெல் புதிய இறையியல் கோட்பாட்டை வேகமாகப் பின்பற்றினார். சென்ற இயலில் கூறியிருந்தபடி அவருக்குக் கீழே இருந்த விடுதலை இறையியல் கோட்பாட்டை ஏற்றுக்கொள்ளாத பழமைவாதிகள் ரோமிலிருந்த இயேசு சங்கத் தலைமையகத்திற்கு

அவரைப் பதவியிலிருந்து நீக்கும்படி கோரி ஒரு கடிதம் எழுதினர். விடுதலை இறையியல் கோட்பாட்டை ஏற்றுக்கொள்ளாத ரோமிலிருந்த இயேசு சங்கத் தலைமையகமும் அர்ஜென்டைனாவில் இயேசு சங்கத்தாரிடையே ஏற்பட்டுக் கொண்டிருந்த பிளவைத் தடுத்து நிறுத்த எண்ணி டிக்கோ ஃபாரெலைப் பதவி இறக்கம் செய்தனர். அவருக்குக் கீழே பணிபுரிந்த பெர்காகிலியோவை அவருடைய இடத்திற்கு உயர்த்தினர். இருபது மாணவர்களும் முப்பது கிறிஸ்தவ சகோதரர்களும் (Brothers) 166 பாதிரிகளும் பதினைந்து இயேசு சங்கக் குழுக்களும் அடங்கிய கூட்டத்திற்கு பெர்காகிலியோ தலைவரானார். அவர் பதவியேற்றவுடனேயே டிக்கோ ஃபாரெல் கொண்டுவந்த எல்லா மாற்றங்களையும் முன்னிருந்த நிலைக்கே கொண்டுசென்றார்.

பெர்காகிலியோவின் 'யேசு சங்க உருவாக்கம்' புதிய கோட்பாட்டிற்கு முன்னால் ஏற்பட்டது. அதில்தான் அவருக்குப் பயிற்சி தரப்பட்டது. அதனால் அவர் புதிய கோட்பாட்டை ஏற்றுக்கொள்ளவில்லை. கொலிஜியோ மேக்ஸிமோ கல்லூரியில் இருந்த தேவாலயத்தை – மோசஸின் பாலைவனக் கூடாரம் போல் காட்சியளிக்க வேண்டி – இருட்டுக் கல்லறைபோல் மாற்றியிருந்தார் டிக்கோ ஃபாரெல். பெர்காகிலியோவுக்கு அது கொஞ்சமும் பிடிக்கவில்லை. முழுவதுமாக அதை மாற்றுவதற்குத் தேவையான பணம் பெறமுடியாது என்பதால் மேரியின் உருவச் சிலை ஒன்றை அங்கு நிறுவினார். (மேரியின் மேல் அவருக்கு எப்போதுமே தனி பக்தி உண்டு.) வழிபாட்டில் கொண்டு வரப்பட்டிருந்த புதிய பாடல்களையும் துதிப்பாடல்களையும் மாற்றிப் பல பழைய பாடல்களையே பாடும்படி செய்தார்.

டிக்கோ ஃபாரெல் மத போதகர்களும் மாணவர்களும் சீருடை அணியத் தேவையில்லை என்று அந்தப் பழக்கத்தை மாற்றியிருந்தார். பெர்காகிலியோ அவர்கள் எல்லோரும் தங்களுடைய பதவிக்குத் தகுந்த மாதிரி உடைகளும் காலரும் அணிய வேண்டும் என்றும் ஆணை பிறப்பித்தார். தானும் எப்போதும் பாதிரிகளுக்குரிய நீண்ட அங்கியையே அணிந்தார். தன் மாணவர்களை லத்தீன் மொழியில் எழுதப்பட்ட பழைய புத்தகங்களையே படிக்கச் சொன்னார். அப்போது அந்தப் பழக்கம் குறைந்துகொண்டு வந்தபடியால் மாணவர்கள் லத்தீன் மொழி தெரியாமல் சிரமப்பட்டனர். முற்போக்குவாதிகள் என்று தான் கருதிய ஆசிரியர்களை நீக்கிவிட்டு, பழமைவாதிகளை அவர்கள் இடத்தில் நியமித்தார். அப்படி அவரால் ஆசிரியர் பதவியிலிருந்து

நீக்கப்பட்டவர்களுள் பாதிரி ஆர்லேண்டோ யோரியோவும் ப்ரான்ஸ் ஜலிக்ஸும் அடங்குவர். ஜலிக்ஸ் எழுதிய புத்தகத்தைக் கல்லூரியின் நூலகத்திலிருந்தே அகற்றும்படி கூறினார். யோரியோவும் ஜலிக்ஸும் பெர்காகிலியோவுக்கு ஆசிரியர்களாக இருந்தவர்கள்; அவருக்கு முறையே இறையியலும் தத்துவமும் கற்றுக் கொடுத்தவர்கள். மார்க்ஸ், ஸாத்தர், ஏங்கெல்ஸ் போன்றோர் எழுதிய புத்தகங்கள் எல்லாம் பெர்காகிலியோவினால் மாணவர்கள் படிக்கவேண்டிய புத்தகப் பட்டியலிலிருந்து நீக்கப்பட்டன. அர்ஜென்டைனாவில் விடுதலை இறையியல் கோட்பாட்டிற்கு எதிராகத் தொடங்கப்பட்ட இயக்கத்தைத் தலைமையேற்று நடத்தியவர் பெர்காகிலியோ.

சேரியில் சேவை

விடுதலை இறையியல் கோட்பாட்டிற்குப் பெர்காகிலியோ ஆதரவு தராததோடு எதிர்ப்பும் தெரிவித்தாலும், இயேசு சங்கத்தவர்கள் ஏழைகள் வாழும் சேரிப் பகுதிகளுக்குச் சென்று அங்கு சேவைசெய்ய வேண்டும் என்பதில் கண்டிப்பாக இருந்தார். இவர்கள் திங்கள் முதல் வெள்ளிவரை கல்லூரியில் பாடங்களைப் படித்துவந்தாலும் வாரக் கடைசியில் தேவாலயத்தைச் சேர்ந்த ஏழைகள் வாழும் சேரிகளுக்குச் சென்று அவர்களுக்குத் தொண்டு செய்ய வேண்டும். ஆனால் அந்தத் தொண்டு, மதம் சம்பந்தப்பட்டதாகவும் அவர்களுக்குத் தேவை யானதைச் செய்து கொடுப்பதாகவும் இருக்க வேண்டும் என்று வலியுறுத்தினார். ஒருமுறை பசியால் வாடிய 200 ஏழைக் குழந்தைகளுக்கு உணவளிக்க பெர்காகிலியோ ஏற்பாடு செய்தார். ஆனால் தொண்டர்கள் அங்குள்ள தொழிற் சங்கங்களுடனோ கத்தோலிக்க நற்பணி மன்றங்களுடனோ எந்தவிதத் தொடர்பும் வைத்துக்கொள்ளக் கூடாது என்பது பெர்காகிலியோவின் கட்டளை.

ஏழைகளின் துயர் துடைக்க வேண்டும் என்றாலும் அவர்களுடைய ஏழ்மைக்குக் காரணம் கண்டுபிடித்துப் பரிகாரம் தேடவோ அவர்களுக்கு உரிமைகள் வழங்கவோ தேவையில்லை என்பது அப்போதைய பெர்காகிலியோவின் கொள்கை. பிரவின்ஷியலாகப் பதவியேற்றுக் கலந்துகொண்ட முதல் கூட்டத்தில் இயேசு சங்கத்தவர் களுக்கு அவர் கூறிய அறிவுரையில் நடைமுறைக்குச் சாத்தியமில்லாத கொள்கைகளைப் பின்பற்ற வேண்டாம் என்றார். பெர்காகி லியோவின் மறைமாவட்ட எல்லைக்குள் இருந்த இயேசு சங்கத்தினர் சிலருக்கு இவருடைய இந்தச் செயல்கள் பிடித்தே இருந்தன. இவை

இயேசு சங்கத்தார்களின் உருவாக்கத்திற்குத் துணைபுரியும் என்று அவர்கள் நம்பினர். வகுப்புக்களுக்கு அட்டவணை வைத்துக் கொண்டு அதன்படி நடந்தால் அது ஒழுக்கத்தை வளர்க்கும் என்று பெர்காகிலியோவைப் போல் அவர்களும் நம்பினர். ஏழைகளோடு சேர்ந்து உடல் உழைப்பைப் பகிர்ந்துகொள்வதைப் பாடத் திட்டங்களில் சேர்த்தது இயேசு சங்கப் படிப்பின் உருவாக்கத் திற்கு நன்மை பயக்கும் என்றே அவர்கள் நினைத்தனர். இயேசு சங்க மாணவர்களை அவர் தன் ஆதிக்கத்தில் வைத்திருந்தாலும் அவர்களை அடக்கிவைக்கும் குணம் அவரிடம் இல்லை என்று சொல்லலாம்.

பெர்காகிலியோ எல்லோருக்கும் பிரியமான பாதிரியாக விளங்கினார். சிறந்த தார்மீகவாதி; எளிமையானவர். எல்லோரிடமும் மிகவும் தாழ்மையுடன் நடந்துகொள்பவர். அவருக்கென்று சில கொள்கைகள் வைத்திருந்தார். அதில் தீவிரப் பிடிப்போடு இருந்தார். இயேசு சங்க மாணவர்களின் எண்ணிக்கை இவருக்குமுன் பிரவின்ஷியலாக இருந்த டிக்கோ ஃபாரல் காலத்தில் குறைந்தது. பெர்காகிலியோ அந்தப் பதவியை ஏற்றபோது இயேசு சங்க உறுப்பினர் ஆவதற்கு பயிற்சி பெற வந்தவர்களின் எண்ணிக்கை கூடியது. இருந்தாலும் இவருடைய தலைமைத்துவப் பாணி சில பிரச்சினை களை உண்டுபண்ணியது. ஒருவருக்கு பெர்காகிலியோவைப் பிடித்து பெர்காகிலியோவுக்கும் அவரைப் பிடித்துவிட்டால் பிரச்சினை ஒன்றுமில்லை. ஆனால் அவருக்கு யாரையாவது பிடிக்காவிட்டால் அவரைத் தன்னுடைய அதிகார வட்டத்திற்குள் அனுமதிக்கமாட்டார்.

பின்னால் அவர் ஆர்ச் பிஷப்பாக இருந்தபோதும் போப்பாகத் தேர்தெடுக்கப்பட்ட பிறகும் மிக எளிய வாழ்க்கையையே மேற்கொண்டார். அதைப் போலவே பிரவின்ஷியலாக இருந்தபோதும் அணிந்த உடைகளையே திரும்பத் திரும்ப அணிந்தார். மிக எளிய உணவுகளையே உண்டார். பாதிரிகள் தாங்கள் கூறும் அறிவுரை களுக்குத் தக்கவாறு நடந்துகொள்ள வேண்டும் என்பார். பேனஸ் ஐரஸில் இயேசு சங்கத்தினர் பணக்காரக் குடும்பத்தைச் சேர்ந்த குழந்தைகளுக்காக ஒரு பள்ளியை நடத்தினர். அதே காம்பவுண்டில் பணம் கொடுக்க முடியாதவர்களுக்காக இன்னொரு பள்ளி நடத்தப்பட்டது. பெற்றோர்களுக்குத் தெரியாமல் இரண்டு பள்ளி களையும் பெர்காகிலியோ ஒன்றாக இணைத்தார். பணம் கொடுக்க முடியாதவர்களுக்கும் அந்தச் சிறந்த பள்ளியில் படிக்க வாய்ப்புக் கிடைத்தது.

பிளவுக்கு இடையில் பெர்காகிலியோ

பின்னால் ஆர்ச் பிஷப்பாக (இது வாட்டிகனால் நியமிக்கப்படும் பதவி) இருந்தபோது அவர் பேனஸ் ஐரஸ் நகருக்குள் நிலத்தின் அடியே ஓடும் ரயில்களிலும் பேருந்துகளிலும் பயணம் செய்தாலும், பிரவின்ஷியலாக (ஒரு நாட்டில் இயேசு சபையில் உயர்ந்த பதவி) இருந்தபோது அருகில் இருக்கும் தேவாலயத்திற்குத் திருப்பலிக் காகச் செல்லும்போது தன்னுடைய மாணவர் ஒருவரைக் காரில் அழைத்துச் செல்லும்படி கூறுவார். விடுதலை இறையியல் கோட்பாட்டிற்கு முன்னால் பாதிரிமார்கள் அணிந்த மாதிரி ஆடம்பர உடைகளையே அணிவார். எளிய மக்களுக்கு அவைதான் பிடிக்கும் என்பார். விடுதலை இறையியலால் கத்தோலிக்க மதத்தில் பிளவு ஏற்பட்டுக்கொண்டிருந்த சமயம் அந்தப் பிளவுகளைத் தடுக்க பெர்காகிலியோ எவ்வளவோ முயன்றார். அவரைப் பொறுத்த வரை அவர் அப்போது நடுநிலை வகித்தார் என்று பெர்காகிலியோவோடு பல காலமாகத் தொடர்பில் இருந்த பாதிரி உம்பெர்டோ மிகோயல் யானெஸ் கூறுகிறார்.

ஆனால் வேறு சிலரோ ஒரு தலைப்பட்சமாக நடந்துகொண்டார் என்கிறார்கள். அவரே பின்னால் தன்னுடைய வரலாற்றை எழுதியவர்களுக்குப் பேட்டி அளித்தபோது கூறியது மாதிரி ஆங்கிலத்தில் political animal என்று கூறப்படுவதுபோல் அவர் தன் வாழ்க்கை நிகழ்வுகளைச் சாமர்த்தியமாகத்தான் கையாண்டார். பதின்ம வயதினராக இருந்தபோது இறையுணர்வுக்கும் கம்யூனிசத் திற்கும் இடையே உள்ள உறவைப் புரிந்துகொள்ள முயன்றிருக்கிறார். இருந்தாலும், அர்ஜென்டைனா சமூகம் கத்தோலிக்க மதத்திற்கு எதிரான, மத நம்பிக்கை இல்லாத இடதுசாரிகளாகவும், கத்தோலிக்க மதத்தையும் அதன் குறிக்கோள்களையும் காப்பாற்றுவதாகக் கூறிக்கொண்ட வலதுசாரிகளாகவும் பிளவுபட்டுக்கொண்டிருந்த சமயத்தில் தவிர்க்க முடியாத காரணங்களினால் பெர்காகிலியோ வலதுசாரிகளின் பக்கம்தான் – அவர்களுடைய தந்திரோபாயங்களை ஒப்புக்கொள்ளாவிட்டாலும் – சாய்ந்துகொண்டிருந்தார்.

பெரோனின் அரசியல் கொள்கையில் வலதுசாரிகளாக விளங்கிய இரும்புக் கவசம் (Iron Guard) என்னும் அமைப்புடன் பெர்காகி லியோவுக்குத் தொடர்பு இருந்தது; அவர்களின் ஆன்மீக ஆலோசக ராகச் சில காலம் விளங்கினார். ருமேனியாவில் ஆரம்பிக்கப்பட்ட இந்த அமைப்பின் பெயரை இரும்புக் கவச அமைப்பாளர்கள்

வைத்துக் கொண்டாலும் இவர்கள் இயேசு சங்க நல்லொழுக்கங்களான கீழ்ப்படிதல், அறிவுசார்ந்த கண்டிப்பு, துறவிகளுக்கே உரிய ஒழுக்கம் ஆகியவற்றைத் தாங்கள் கடைப்பிடித்து வருவதாகக் கூறிக்கொண்டனர். வலதுசாரிகளுக்கும் இடதுசாரிகளுக்கும் இடையே ஒரு மூன்றாவது இயக்கமாகத் தாங்கள் இருப்பதாகவும் வன்முறைகளில் ஈடுபடுவதைத் தவிர்ப்பவர்களாகவும் தங்களைக் கூறிக் கொண்டதால் பெர்காகி லியோ இவர்கள்பால் ஈர்க்கப்பட்டார். அவர்களுக்கு ஆன்மீக ஆலோசகராக விளங்கினாலும் அவர்களின் தலைவர்கள் மாதிரி முட்டாள்தனமாக இவர் எதுவும் பேசவில்லை.

பெர்காகிலியோ பிரவின்ஷியலாக அறிவிக்கப்படுவதற்கு இருபது நாட்களுக்கு முன்பு ரோமில் இருந்த இயேசு சங்கத் தலைவரிடமிருந்து ஒரு அறிக்கை வந்தது. அதில் இயேசு சங்கத்திற்கும் பாமர மக்களுக்கும் உள்ள உறவைப் பற்றி ஆராய வேண்டும் என்று கூறப்பட்டிருந்தது. இதன் விளைவாக இயேசு சங்கத்தின் கீழ் இயங்கிவந்த இரண்டு பல்கலைக்கழகங்களில் ஒன்றை சாதாரண (குருமார்கள் அல்லாத) மக்களிடம் கொடுத்து நடத்தச் சொல்வது என்று முடிவாகியது. பெர்காகிலியோ அந்தப் பொறுப்பை அதிகாரத்தில் நம்பிக்கை கொண்ட இரும்புக் கவசத்திடம் ஒப்படைத்தார். இது இயேசு சங்கத்தில் சிலருக்குப் பிடிக்கவில்லை. மேலும் பின்னால் முற்போக்குக் கத்தோலிக்க மத குருமார்களைக் கடத்திக்கொண்டுபோய் சித்திரவதை செய்தவர்களுக்கு அந்தப் பல்கலைக்கழகம் கௌரவப் பட்டம் கொடுத்தபோது அவர்களுக்கு பெர்காகிலியோ மீது மிகுந்த கோபம் ஏற்பட்டது. அதனால் பட்டமளிப்பு விழாவில் தான் நேரடியாகக் கலந்துகொள்ளாமல் தனக்குப் பதில் தன்னுடைய உதவியாளரை பெர்காகிலியோ அனுப்பினார். இருந்தாலும் அந்தப் பல்கலைக் கழகத்தோடு அவருக்கிருந்த தொடர்புக்காக அவர்கள் கடைசிவரை அவரை மன்னிக்கவில்லை.

இதைவிட முக்கியமான ஒரு சம்பவம் இயேசு சங்கத்தாரிடையே நிகழ்ந்தது. பெர்காகிலியோ பிரவின்ஷியலாகப் பதவியேற்ற மறு வருடம் ரோமிலுள்ள இயேசு சங்கத் தலைவர் அரப்பி விடுதலை இறையியல் கோட்பாட்டின் வழிமுறைகளை இயேசு சங்கத்தினர் எப்படி நடைமுறை சாத்தியமாக்கப் போகிறார்கள் என்று ஆராயும்படி இயேசு சங்க உயர்மட்டக் குருமார்களைக் கேட்டுக்கொண்டார். இயேசு சங்கம் கடவுள் பக்தியைப் பரப்புவதற்காக ஏற்படுத்தப்பட்ட போதிலும் பிறரிடம் அன்பு செலுத்தாமல் இறைவன் மீது அன்பு

செலுத்த முடியாது, அப்படிப் பிறர்மீது அன்பு செலுத்துவதன் மூலம் எல்லோருக்கும் நீதி கிடைக்க வழி ஏற்படும் என்ற புதிய தத்துவத்தை எல்லோரும் பின்பற்ற வேண்டும் என்று குருமார்கள் முடிவு செய்தனர். இயேசு சங்க உறுப்பினர்கள் புத்திகூர்மையோடு முடிவுகளை எடுத்தாலும் கடைசி முடிவு தலைவரிடம்தான் இருக்கும் என்றும் அந்தக் குழுவில் முடிவெடுக்கப்பட்டது.

ரோமிலுள்ள இயேசு சங்கத் தலைவர் அரப்பி, சமூக நீதி கிடைப்ப தற்குப் பாடுபட வேண்டும் என்ற அர்ப்பணிப்பு பாதிரிகளிடமும் சகோதரர்களிடமும் இல்லை என்றால், அது குறிப்பாகத் தென் அமெரிக்காவில் பிளவை ஏற்படுத்தும் என்பதை நன்றாக அறிந்தே இருந்தார். ஏனெனில் அந்த நாடுகளில் வலதுசாரி சர்வாதிகார அரசுகள் சமூக நீதி என்ற போர்வையில் கம்யூனிசம் அந்த நாடுகளுக்குள் நுழைந்துவிடும் அபாயம் இருப்பதாக நினைத்தன. இந்த எண்ணம் ஏற்பட அமெரிக்காவும் ஒத்துழைத்தது. அர்ஜென்டைனாவில் ஒரு மறைமாவட்டத்தைச் சேர்ந்த போதகர் ஒருவர் தொழிற்சங்கம் நிறுவ உதவியதால் அவருக்கும் வியாபாரிகள், நிலக்கிழார்கள் ஆகியோருக்கும் இடையே ஏற்பட்ட பூசலைத் தீர்த்துவைக்க அரப்பி அர்ஜென்டைனாவுக்கு வந்தார். அவர் அந்த போதகரை ஆதரித்தார். ஆனால் அவரோடு உடன் சென்ற பெர்காகிலியோவுக்கு அந்த போதகர் செய்தது பிடிக்கவில்லை. அந்த மறைமாவட்டத்தில் பணிபுரிந்த இயேசு சங்கத்தைச் சேர்ந்த பலருக்கு அந்த போதகர் செய்தது உடன் பாடில்லை என்றார்.

1974 டிசம்பர் முதல் 1975 மார்ச் வரை அரப்பி இயேசு சங்கத்தின் 32ஆவது பொதுக்குழுவைக் கூட்டினார். அதில் அரப்பி கொண்டுவரப் போகும் மாற்றங்கள் இயேசு சங்கத்தரிடையே பிளவை ஏற்படுத்தும் என்று பெர்காகிலியோ உட்பட பல இயேசு சங்கத்தவர்கள் எண்ணினர். ஸ்பெயின் நாட்டைச் சேர்ந்த இயேசு சங்கத்தினருக்கு அரப்பி கொண்டுவர விரும்பிய சில மாற்றங்கள் பிடிக்கவில்லை. தங்கள் கட்சியை எடுத்துச்சொல்ல ரோமிற்கு வந்த அவர்களை – அவர்கள் அப்படிச் செய்தால் இயேசு சங்கத்தில் பெரிய பிளவுகள் ஏற்படும் என்பதற்காக – ரயில் நிலையத்திலிருந்தே திருப்பி அனுப்பிவிடும்படி அரப்பி தனக்கு இட்ட கட்டளையை பெர்காகிலியோ நிறைவேற்றினார், அவருக்கு அது பிடிக்கவில்லை என்றாலும். தலைமைக்கு அடிபணிய வேண்டும் என்பது இயேசு சங்கத்தினருடைய நல்லொழுக்கங்களில் முக்கியமானது. அதை நன்றாகவே பின்பற்றினார் பெர்காகிலியோ.

32ஆவது இயேசு சங்கப் பொதுக் குழுவில் முக்கியமான மாற்றங்கள் கொண்டுவரப்பட்டன. அந்த மாற்றங்கள் எதுவும் பெர்காகி லியோவுக்குப் பிடிக்கவில்லை. அந்தத் திருத்தங்களில் ஒன்றான நான்காவது ஆணை (Decree Four) – இதில்தான் இயேசு சங்க குருமார்கள் மதத்தைப் பரப்புவதோடு ஏழைகளுக்குத் தொண்டு செய்ய வேண்டும் என்று கூறப்பட்டிருந்தது – விவாதத்திற்கு எடுத்துக் கொள்ளப்பட்ட போது உறுப்பினர் களிடையே ஒரு மனதான முடிவு ஏற்படாததால் கடைசி நாளன்றுதான் அது நிறைவேற்றப்பட்டது. அதை பெர்காகிலியோ வெகுவாக எதிர்த்தார். பெர்காகிலியோவுக்கும் அரப்பிற்கும் ஏழைகளுக்கு உதவவேண்டும் என்பதிலும் மத குருமார்கள் ஏழைகள் வசிக்கும் இடங்களுக்குச் சென்று அவர் களுக்குச் சேவை செய்யவேண்டும் என்பதிலும் ஒரு மனதான அபிப்பிராயம் இருந்தது.

ஆனால் ஏழைகள் தங்கள் சமூக, பொருளாதார உரிமைகளைப் பெறக் கத்தோலிக்க மதம் அவர்களுக்கு எப்படி உதவ வேண்டும் என்பதில்தான் இருவருக்கும் வேறுபாடு இருந்தது. சமூக நீதியை நிலைநாட்ட நான்காவது ஆணையைப் பின்பற்றினால் அது மார்க்ஸிய கொள்கையைப் பின்பற்றுவதாகும் என்று பெர்காகிலியோ எண்ணினார். ஏழைகளின் வறுமையைப் போக்க வேண்டும் என்றும் அதற்கு இயேசு சங்கத்தவர்கள் ஏழைகளுக்கு உதவவேண்டும் என்றும் கூறினார் பெர்காகிலியோ. அரப்பி ஏழைகளின் வறுமைக்குரிய அடிப்படைக் காரணங்களையே அகற்றவேண்டும் என்றார். அர்ஜென்டைனாவுக்குத் திரும்பிய பெர்காகிலியோ இயேசு சங்கப் பாடங்களில் ஒன்றாக நான்காவது ஆணையைச் சேர்க்கவில்லை. ஏழைகளுக்கு நீதி கிடைக்கப் பாடுபடும்படி பாதிரிமார்களை ஊக்குவிக்க வேண்டும் என்ற தலைமையிடமிருந்து பிறந்த கட்டளையை அவர் ஏற்றுக் கொண்டாலும் அதனால் ஏற்படும் விளைவுகள் ஏழைகளையே பாதிக்கும் என்று எச்சரித்தார்.

பெர்காகிலியோ கூறியது சரியென்று நிரூபிப்பதுபோல் 1976இல் அர்ஜென்டைனாவில் பதவிக்கு வந்த ராணுவம் ஏழைகளின் மத்தியில் சேவை செய்த குருமார்கள், கன்னியாஸ்திரிகள், மதப் பிரச்சாரம் செய்த சாதாரண மக்கள் ஆகியோரைக் கடத்திக்கொண்டுபோய் சித்திரவதை செய்தது. பலரைக் கொன்றது. புதிய கோட்பாட்டை ஏற்றுக்கொள்ளாத பழமைவாத பாதிரிகள், அரசுக்கு எதிராகச் செயல்படுவது ஆபத்தை விளைவிக்கும் என்பதோடு தவறும்கூட

என்றனர். புதிய கோட்பாட்டை ஏற்றுக்கொண்ட முற்போக்கு வாதிகளோ அர்ஜென்டைனாவில் திடீரென்று ஏற்பட்டிருக்கும், அரசு கையாண்டுவரும் வன்முறையைக் கண்டிப்பது மதகுருமார்களின் கடமை என்றனர். சிலி, பிரேஸில், எல் சால்வடார் போன்ற நாடுகளில் ராணுவ அரசுக்கு எதிராக இயேசு சங்க மதகுருமார்கள் செயல் பட்டனர். ஆனால் அர்ஜென்டைனாவில் இயேசு சங்க குருமார்கள் ஒருமுகமாகச் செயல்படவில்லை. அவர்களுக்குள் ஏற்கனவே இருந்த பிளவு இன்னும் அதிகமாகியது. இந்த இயேசு சங்கக் குருமார்கள் மற்ற தென் அமெரிக்க நாடுகளின் இயேசு சங்கக் குருமார்கள் போல் ராணுவ அரசை எதிர்க்கவில்லை.

அர்ஜென்டைனாவிற்கும் மற்ற தென் அமெரிக்க நாடுகளுக்கும் உள்ள இந்த வேறுபாட்டை ரோமிலிருந்த இயேசு சங்கத் தலைமையகம் உணர்ந்தது. தலைமையகப் பாதிரி அரப்பி இது பற்றிப் பெர்காகிலியோவோடு பேசுவதற்காகத் தன் உதவியாளர் கேம்பெல் ஜான்ஸ்டனை அர்ஜென்டைனாவுக்கு அனுப்பிவைத்தார். ஜான்ஸ்டன் உலகம் முழுவதிலுமுள்ள இயேசு சங்கத்தைச் சேர்ந்த சமூக நிறுவனங்களுக்குச் சென்று அவர்கள் ஆற்றும் பணிகளை மேற்பார்வை செய்பவர். சிலி, பிரேஸில், அர்ஜென்டைனா ஆகிய நாடுகளில் ஆட்சி நடத்தும் ராணுவ சர்வாதிகார அரசுகள் உலகெங்கிலும் பரவும் கம்யூனிசத்தைத் தடுப்பதாக கூறிக்கொண்டு கல்வி, ஊடகங்கள், தொழிற் சங்கங்கள், நீதித்துறை ஆகிய சமூகத்தின் எல்லாத் துறைகளிலும் கட்டுப்பாடுகளைக் கொண்டுவந்தது. தங்களைத் தட்டிக் கேட்பவர்களை ஆட்சியைக் குலைப்பவர்கள் என்று குற்றம் சாட்டி, கடத்திக்கொண்டுபோய் சித்திரவதை செய்தது.

இயேசு சங்க சமூக நிறுவனங்களில் (social institutions) பொருளாதாரம், சமூகவியல், அரசியல், விஞ்ஞானம் ஆகிய துறைகளில் தேர்ச்சி பெற்றவர்கள் பணிபுரிந்தனர். ஒரு இயேசு சங்க சமூக நிறுவனத்தில் சாதாரணமாக மூன்று முதல் ஐந்து இயேசு சங்கத்தவர் களும் சில கல்வியாளர்களும் இருந்தனர். இவர்கள் சமூகத்தின் தாழ்த்தப்பட்ட, ஏழை மக்கள் வாழும் பகுதிகளில் நிலச்சீர்திருத்தம் போன்ற பிரச்சினைகளில் அவர்களுக்கு உதவி வந்தனர். அரசை எதிர்த்ததால் சில சமயங்களில் தலைமறைவாக இருந்து கொண்டு தங்கள் சேவைகளைச் செய்துவந்தனர். அர்ஜென்டைனா விலிருந்த இயேசு சங்கத்தவர் அரசை எதிர்க்க விரும்பாததால் சமூக நீதி போன்ற பிரச்சினைகளை எடுத்துக் கொள்ளவில்லை.

1976இல் பதவிக்கு வந்த ராணுவ ஆட்சியின்போது 6000 அரசியல் கைதிகள் இருந்தனர். இவர்களோடு 20,000 பேர் காணாமல் போயிருந்தனர். இவர்கள் அரசால் துன்புறுத்தப்பட்டதற்கும் கொலைசெய்யப்பட்டதற்கும் நிறைய ஆதாரங்கள் இருந்தன. இருப்பினும் அர்ஜென்டைனாவின் இயேசு சங்கத்தினர் இது குறித்து எதுவும் பேசவில்லை. ஜான்ஸ்டன் இதைப் பற்றி பெர்காகிலியோவிடம் பேசியபோது அவர் கத்தோலிக்க மதத்தைக் காப்பாற்றுவதாகக் கூறும் ராணுவ அரசுக்கும் மதச்சார்பற்ற அல்லது மதத்தை எதிர்க்கும் இடதுசாரிகளுக்கும் இடையில் தாம் சிக்கித் தவிப்பதாகக் கூறினார். பெர்காகிலியோவோடு எவ்வளவோ வாதாடியும் ஜான்ஸ்டனால் அவரை மாற்ற முடியவில்லை.

அதுமட்டுமல்ல. பெர்காகிலியோ இயேசு சங்க சமூக நிறுவனங்களுக்கு அளித்துவந்த பண உதவியையும் குறைத்தார். அவருக்குப் பின் பிரவின்ஷியலாகப் பதவியேற்றவரையும் அவ்வாறு செய்யுமாறு வற்புறுத்த முயன்றார். ஒருமுறை ஒரு நிறுவனத்தை மூட முயன்ற போது ரோமிலிருந்த இயேசு சங்கத்தவர் தலையிட்டு அவருக்கு அனுமதி வழங்க மறுத்துவிட்டனர். பெர்காகிலியோ இயேசு சங்க சமூக நிறுவனத்தில் வேலைபார்த்த சிலரை வேலையிலிருந்து நீக்கினார். பல இயேசு சங்கத்தினர் இவர் மீது நிறையக் குற்றங்களைச் சுமத்தினர். அவர் மீது தங்களுக்கிருந்த புகார்களை ரோமிலுள்ள தலைமையகத்திற்கும் அனுப்பினர். இரண்டாவது ஜான் பால் 1978இல் போப்பாகப் பதவியேற்றதும் பெர்காகிலியோ தன்னுடைய கொள்கையில் இன்னும் கொஞ்சம் கடுமையாக இருந்தார். அர்ஜென்டைனாவின் இயேசு சங்கத்திலும் அவருக்கு எதிர்ப்பு அதிகரித்தது.

1983இல் அர்ஜென்டைனாவில் ஜனநாயக ஆட்சி ஏற்பட்டது. 1976-1983 வரை நடந்த கொடுமைப் போரில் (Dirty war) நடந்த அராஜகங்களை அரசு விசாரிக்க ஆரம்பித்தது. 1986இல் பெர்காகிலியோவின் ரெக்டர் பதவி முடிந்தபோது இயேசு சங்கத்தில் பெர்காகிலியோவை எதிர்ப்பவர்கள், ஆதரிப்பவர்கள் என்ற இரண்டு கோஷ்டிகள் ஏற்பட்டன. அவரை எதிர்த்தவர்கள் அதிக எண்ணிக்கையில் இருந்தனர். கொஞ்ச காலம் பெர்காகிலியோவை அங்கிருந்து வேறு எங்காவது அனுப்பலாம் என்று ரோமிலிருந்த இயேசு சங்க தலைமையகம் முடிவு செய்தது. முனைவர் பட்டத்திற்கு ஆராய்ச்சி செய்வதற்காக பெர்காகிலியோ ஜெர்மனிக்கு அனுப்பப்பட்டார். இது பெர்காகிலியோவின் வாழ்க்கையில் ஒரு முக்கியமான திருப்பம்.

6

குற்றச்சாட்டுகள்

முந்தைய அத்தியாயத்தில் விடுதலை இறையியல் கோட்பாட்டை முன்னிட்டு எப்படி அர்ஜென்டைனாவின் இயேசு சங்க உறுப்பினர்களிடையே பிளவுகள் தோன்றின என்றும் அப்போது பழமை வாதிகளில் ஒருவராக இருந்த பெர்காகிலியோ அதற்கு எப்படிக் காரணமானார் என்றும் பார்த்தோம். இந்த அத்தியாயத்தில் அர்ஜென்டைனாவில் 1976இல் ராணுவ ஆட்சி ஏற்பட்டபோது ராணுவ அரசு செய்த அராஜகச் செயல்களையும் கத்தோலிக்க மதத்தைச் சேர்ந்த சில குருமார்கள் அரசுக்குத் துணைபோனதையும் பெர்காகிலியோ வலதுசாரி ராணுவ அரசை எதிர்க்கவும் முடியாமல் அதற்குத் துணைபோகவும் முடியாமல் தவித்ததையும் பார்ப்போம்.

கொடுமை ஆட்சி

1820இல் ஸ்பெயினிடமிருந்து அர்ஜென்டைனா சுதந்திரம் பெற்றது. அதன் பிறகு பல ராணுவ அரசுகளும் இடையிடையே குடியரசு ஆட்சிகளும் தோன்றின. இரண்டாவது உலக யுத்தத்திற்குப் பிறகு பாசிசம் மதிப்பை இழந்தாலும் முஸோலினியிடம் பயிற்சி பெற்ற பெரோன் என்பவர் 1945இல் ராணுவப் புரட்சி மூலம் அர்ஜென்டைனாவின் தலைவரானார். இவரிடம் பாசிசத்தின் தாக்கம் இருந்தது. நாட்டில் தொழில்கள் பெருகவேண்டும், அதன் பலன் எல்லோரையும் அடைய வேண்டும் என்றும், ராணுவத்தின் பலமும் கத்தோலிக்க மதத்தின் தார்மீக அதிகாரமும் இந்தத் திட்டம் சீராக நடக்க உதவும் என்றும் அவர் நம்பினார். ஆனால் இந்தக் கொள்கை நடைமுறையில் அரசுக்கு எதிரானவர்களை ஒடுக்குவதிலும் மக்களின் பேச்சுரிமையை அழிப்பதிலும் கொண்டுபோய்விட்டது. மேலும் நாட்டில் வேலையில்லாத் திண்டாட்டம் பெருகி மக்களின் வாழ்க்கைத்தரம் மிகவும் தேங்கியது. இதனால் பெரோன் 1955இல்

ராணுவத்தால் தூக்கி எறியப்பட்டு நாட்டைவிட்டு வெளியேறி ஸ்பெயினில் அடைக்கலம் புகுந்தார். பள்ளியில் படித்து வரும்போது பெர்காகிலியோவுக்கு பெரோனின் கொள்கைகளில் பிடிப்பு இருந்தது என்றும் பெரோன் பேட்ஜை பள்ளிச் சீருடையில் அணிந்துகொண்டு போனதற்காக தண்டிக்கப்பட்டார் என்றும் முன்பே பார்த்தோம்.

1956இல் பெரோன் பதவி இழந்த பிறகு அர்ஜென்டைனாவில் பல நிலையற்ற ஆட்சிகள் நடந்தன. 1973இல் ஜனாதிபதியாக மீண்டும் பெரோன் பதவியேற்றபோது அவருடைய அரசியல் கொள்கையில் இருந்த இடதுசாரி, வலதுசாரி வேறுபாடு தீவிர மடைந்தது. 1974இல் அவர் இறந்த பிறகு ஆட்சியில் இது இன்னும் அதிகரித்தது. தீவிர இடதுசாரிகள் என்று தங்களைக் கூறிக் கொண்டவர்கள் மாசேதுங், சே குவேரா, காஸ்ட்ரோ ஆகியவர்களின் கருத்தாக்கத்திற்கு உள்ளாயினர். இவர்கள் கத்தோலிக்க மதத்தின் சில கொள்கைகளுக்கு எதிராகவும் அவற்றைப் பின்பற்றிய மதபோதகர்களுக்கு எதிராகவும் திரும்பினர். தீவிர வலதுசாரிகளோ நாட்டையும் கத்தோலிக்க மதத்தையும் தனி மனிதச் சொத்துரிமைகளையும் தாங்கள் காப்பதாகக் கூறினர். இவர்களில் அதி தீவிரமானவர்கள் ஆச்சாரமான கிறிஸ்தவ மதப் பாதுகாவலர்கள் என்று தங்களைக் கூறிக்கொண்டனர். 1973–1976 ஆண்டுகளில் அர்ஜென்டைனாவில் உள்நாட்டுப் போர் நடந்தது. இதில் பலர் இறந்தனர். இதன் விளைவாக 1976இல் மறுபடி ராணுவ ஆட்சி ஏற்பட்டது. அதில் வலதுசாரிகளில் ஒரு பிரிவினர் தங்களுடைய அமைப்பிற்கு இரும்புக் கவசம் என்று பெயர் வைத்துக் கொண்டனர். இவர்களுக்கு பெர்காகிலியோ ஆன்மீக ஆலோசகராக இருந்தார் என்பதை முன்பே பார்த்தோம். இடதுசாரிகள் ராணுவ அரசாங்கத்தை எதிர்த்துப் போரிட்டனர்; அரசாங்கத்தை நடத்திவந்த வலதுசாரிகள் தங்களுக்கு எதிரானவர்கள் என்று கருதியவர்களை எந்தத் தயக்கமும் இல்லாமல் கொன்றனர்.

மதத்தில் பிரிவு

விடுதலை இறையியலை முன்னிட்டுக் கத்தோலிக்க மதத்தில் இரண்டு பிரிவுகள் தோன்றிக்கொண்டிருந்த சமயத்தில் அர்ஜென்டைனாவின் அரசியல் கொள்கைகளிலும் பிளவுகள் தோன்றிக்கொண்டிருந்தன. பெரோனைப் பின்பற்றியவர்களில் ஒரு சிலர் தீவிர இடதுசாரிகளாகவும் ஒரு சிலர் தீவிர வலதுசாரிகளாகவும் இருந்தநிலை வலுவடைந்தது. வலதுசாரிகள் கத்தோலிக்க மதத்தின் ஆச்சாரங்களை அப்படியே

பாதுகாக்க வேண்டும் என்று சூளுரைத்தனர். பெர்காகிலியோ கத்தோலிக்க மதத்தின் மீதும் இயேசுவின் மீதும் இயேசுவைப் பெற்றெடுத்த கன்னிமேரியின் மீதும் மிகுந்த பற்றுதல் உள்ளவர். அதனால் அரசியலில் கத்தோலிக்க மதத்தைக் காப்பாற்றுவதாகக் கூறியவர்கள் மீது இவருக்குப் பற்றுதல் ஏற்பட்டது.

சமூகத்தில் ஓரங்கட்டப்பட்டவர்கள், வறியவர்கள், எளியவர்கள் ஆகியோருக்குத் தன் முழு ஆதரவையும் கொடுக்கத் தயாராக இருந்த பெர்காகிலியோ, தேவைப்பட்டால் அவர்கள் வன்முறையிலும் ஈடுபடலாம் என்று இடதுசாரிகள் சொன்னதை முழுவதுமாக வெறுத்தார். அரசியலில் இவர் இடதுசாரிகளை ஒருபோதும் ஆதரிக்கவில்லை. கத்தோலிக்க மதத்திலும் விடுதலை இறையியல் கோட்பாட்டை ஆதரிக்கும் முற்போக்குவாதிகளுக்கும் ஆதரவு அளிக்கவில்லை. இந்தத் தருணத்தில் இரண்டு முற்போக்குவாத இயேசு சங்கத்தவர்கள் ஏழைகளின் சேரிகளில் சேவை செய்து கொண்டிருந்த போது, வலதுசாரி ராணுவ அதிகாரிகளால் கடத்தப்பட்டு, துன்புறுத்தப் பட்டுப் பின்னால் விடுவிக்கப்பட்டனர். இந்தக் கொடிய நிகழ்வுக்குக் காரணம் அப்போது பிரவின்ஷியலாக இருந்த பெர்காகிலியோ என்றும், அவர் தலையிட்டிருந்தால் அவர்களுக்கு இந்தக் கொடுமை நேரிட்டிருக்காது என்றும் கூறப்பட்டது. அர்ஜென்டைனாவும் கத்தோலிக்க மதமும் மாற்றங்களை எதிர்கொண்ட சூழ்நிலையில் பிரவின்ஷியலாக இருந்த பெர்காகிலியோ அவர் நடந்துகொண்டதற்கு மாறாக என்ன செய்திருக்க முடியும் என்று சிலர் அவருக்கு எதிரான விவாதங்களை நிராகரித்துவிடுகிறார்கள்.

செய்ததும் செய்யாததும்

பெர்காகிலியோ என்ன செய்தார், என்ன செய்யவில்லை என்று சுருக்கமாகப் பார்ப்போம். விடுதலை இறையியல் கோட்பாடு தென் அமெரிக்காவில் மார்க்சியத்தைப் பரப்ப எடுத்து வைக்கும் முதல் அடி என்று சில அரசியல்வாதிகள் நினைத்தனர். ஏழைகளுக்கு அதிகாரமளிக்கும் இந்த இறையியல் கோட்பாட்டை அழிப்பதற்கு அமெரிக்க மத்திய புலனாய்வுத்துறையும் (சிஐஏ) வாடிகனும் முழுவீச்சில் களம் இறங்கின. சிஐஏ கத்தோலிக்க மதத்தோடு சேர்ந்து ஒத்துழைக்க வாடிகனில் ஒரு குழுவையே நியமித்தது. 1973இல் ஆரம்பித்த இந்தத் தாக்குதல் 1979 வரை தொடர்ந்தது. 1976இல் அர்ஜென்டைனாவில் ஆட்சிமாற்றம் நடந்த அன்றே ராணுவ

அதிகாரிகளும் அர்ஜென்டைனாவின் பரானா பகுதியின் ஆர்ச் பிஷப்பாக இருந்த டொர்டோலாவும் – இவர் அர்ஜென்டைனாவில் நடந்த பிஷப்புகளின் மாநாட்டிற்குத் தலைமை தாங்கியவர்; ராணுவத்திற்கு பிஷப்பாக இருந்தவர் – வெகுநேரம் நாட்டின் நிலைமை பற்றி விவாதித்தனர். அந்தப் பேச்சு முடிந்து வெளிவந்த டொர்டோலா அரசோடு ஒத்துழைக்கும்படி நாட்டு மக்களுக்கு அறிவுரை வழங்கினார்.

பிறகு 2010இல் இரண்டு பத்திரிகையாளர்களுக்கு அளித்த பேட்டியில் பெர்காகிலியோ 'ராணுவ அரசு பதவிக்கு வந்த புதிதில் மற்றவர்களைப் போலவே கத்தோலிக்க மதகுருமார்களுக்கும் ராணுவ அரசு என்ன செய்யப் போகிறது என்று சரியாகத் தெரியவில்லை. பின்னால் போகப் போகத்தான் படிப்படியாக ராணுவ அரசின் கொடிய செயல்களை உணர்ந்தனர்' என்று கூறியிருக்கிறார். ஆனால் அது உண்மையில்லை என்றும் கூறப்படுகிறது. ஏனெனில் பின்னால் பகிரங்கப்படுத்தப்பட்ட (declassified) ஆவணங்களின் மூலம் ராணுவ ஆட்சி ஏற்பட்டு இரண்டு மாதங்களுக்குப் பிறகு நாட்டின் பிஷப்புகள் அனைவரும் கூடி நாட்டின் நடப்பு பற்றி விவாதித்தது தெரிய வந்ததுள்ளது. அந்த விவாதத்தில் பத்து மறைமாவட்டங்களைச் சேர்ந்த பிஷப்புகள் தங்கள் மறைமாவட்டங்களில் நடக்கும் பாதிரிகளைக் கடத்துதல், அவர்களைத் துன்புறுத்துதல், அவர்களின் வீடுகளைச் சூறையாடுதல் போன்ற வன்முறைகளைப் பற்றிப் பிறருக்கு எடுத்துரைத்தனர். பிறகு இதுபற்றி என்ன செய்வது என்பதை முடிவுசெய்ய வாக்கெடுப்பு நடத்தப்பட்டது. 19 பிஷப்புகள் அரசைக் கண்டித்துப் பொது அறிக்கை வெளியிடவேண்டும் என்றனர். 38 பிஷப்புகள் அதற்கு எதிர்ப்புத் தெரிவித்தனர்.

அரசை எதிர்க்கக் கூடாது என்று பெரும்பான்மையோர் கருதினர். அதனால் கூட்டத்தின் முடிவில் நாட்டின் நலத்திற்காக அரசோடு ஒத்துழைக்க வேண்டும் என்றும் இந்த மாதிரியான அவசரகால கட்டத்தில் ராணுவ அரசின் பாதுகாப்பு அதிகாரிகள் முழுவதும் நியாயமாக நடந்துகொள்ளுவார்கள் என்று நினைப்பது தவறு என்றும் ஒரு அறிக்கை வெளியிட்டனர். கூட்டத்தின் முடிவில் வெளியிடப் பட்ட அறிக்கையைத் தீவிரமாக எதிர்த்த ஒரு பிஷப் விபத்து ஒன்றில் இறந்ததாகக் கூறப்பட்டது. உண்மையில் அவர் விபத்தில் இறக்க வில்லை, அது போலி விபத்து என்கிறார்கள். மதகுருமார்கள் அதுபற்றி எதுவும் கூறாமல் மௌனம் சாதித்தனர். பலர் அரசுக்குப் பயந்தனர்;

சிலர் அரசு பற்றி எதுவும் விமர்சிக்காமல் மதச் சடங்குகளில் மட்டும் கவனம் செலுத்தினர். சிலரோ கத்தோலிக்க மதத்திற்கு ஏற்பட்டிருக்கும் ஆபத்தை அரசோடு சேர்ந்து ஒழிக்க வேண்டும் என்று நினைத்தனர்.

அதுமட்டுமல்ல, சில பாதிரிமார்கள் ராணுவ அரசோடு ஒத்துழைக்கவும் செய்தனர். 1983இல் மக்களாட்சி ஏற்பட்டதும் ராணுவ ஆட்சியில் நடந்த அராஜகங்களைப் பற்றி நடந்த விசாரணைகளில் சர்வாதிரிகாரியாக இருந்த ஹோர்கே விடேலா, ராணுவ ஆட்சியின் போது என்ன நடந்தது என்று மதத் தலைவர்களுக்குத் தெரியும் என்றும், தானே அவர்களைக் கலந்தாலோசித்திருப்பதாகவும் தன் வாக்குமூலத்தில் கூறினார். ராணுவத்தினரால் தன் மகள் தன் கண் முன்னாலேயே கடத்தப்பட்டதைப் பார்த்த முன்னாள் மந்திரி ஒருவர் எழுதிய புத்தகத்தில் ராணுவ அரசு ஒரு பாதிரியைக் கடத்துவதற்கு முன் அவருடைய தலைமைப் பாதிரியிடம் தெரிவிப்பார்கள் என்றும், அவர்களும் ராணுவ அதிகாரிகளுக்கு ஒரு வகையான சம்மதம் அளிப்பார்கள் என்றும் கூறப்பட்டிருந்தது. பெர்காகிலியோ இந்த மாதிரியான காரியங்களில் ஈடுபட்டாரா என்று ஆராயவேண்டும்.

பெர்காகிலியோவுக்கு முன்னால் பிரவின்ஷியலாக இருந்த டிக்கோ ஃபாரெல் விடுதலை இறையியலின் முற்போக்குவாதிகளின் பிரிவைச் சேர்ந்தவர் என்று முன்னரே பார்த்தோம். இவர் தன்னுடைய பதவிக் காலத்தில் தனக்குக் கீழ் வேலைபார்த்த பாதிரிகளை ஏழைகளுக்காக ஏற்படுத்தப்பட்ட குடியிருப்புகளுக்குச் சென்று அவர்களுக்காகப் பணிபுரியுமாறு கட்டளையிட்டார். அங்கு அவர்கள் மார்க்சிய சிந்தனையோடு தொண்டாற்றிய சில ஆர்வலர்களோடு பணிபுரிந்தனர். 1973இல் டிக்கோ ஃபாரெலுக்குப் பிறகு பிரவின்ஷியலாகப் பதவியேற்ற பெர்காகிலியோவுக்கு இது அறவே பிடிக்கவில்லை. அதற்கு இரண்டு காரணங்கள்: முதலாவது, இவர்கள் மார்க்சிய சிந்தனை உள்ளவர்களோடு சேர்ந்து வேலை செய்வதால் மற்ற இயேசு சங்கத்தவர்களுக்கும் அபாயம் ஏற்பட வழி வகுக்கலாம். இரண்டாவது, ஏழைகளுக்கு அதிகாரம் அளிக்க பைபிளில் நற்செய்திகள் இருப்பதாக இவர்கள் கூறுவதைப் பழமைவாதக் கத்தோலிக்கர்கள் ஒப்புக் கொள்ளாததோடு இயேசு சங்கத்தை நிறுவிய இக்னேஷியஸின் தார்மீக படிப்பினைக்கு பங்கம் விளைவிக்கும். இவர்களைப் போன்றுதான் பெர்காகிலியோவும் நினைத்தார். பெர்காகிலியோ ஏழைகளின் குடியிருப்புகளில் வேலை செய்துவந்த நான்கு பாதிரிகளிடமும் (அவர்களில் இருவர் மட்டும் ராணுவ

அரசால் கடத்தப்பட்டு, துன்புறுத்தப் பட்டுப் பின்னால் விடுவிக்கப் பட்டார்கள்) ஏழைகளின் குடியிருப்பில் வேலை செய்வதை விட்டுவிடுமாறு கூறினார்.

இந்த நால்வரில் யோரியோவும் ஜலிக்ஸும் பெர்காகிலியோவுக்கு ஆசிரியர்களாக இருந்தவர்கள்; இவரைவிட வயதில் மூத்தவர்கள். ஒரு வருடம் பெர்காகிலியோவுக்கும் இவர்களுக்கும் இடையே இதுபற்றி – அவர்கள் ஏழைகளின் குடியிருப்புகளில் தீவிரமாக வேலை செய்வதைப் பற்றி – விவாதங்கள் நடந்தன. இருப்பினும் அவர்கள் ஏழைகளுக்குத் தொண்டுபுரியும் தங்களுடைய சேவையை விடுவதாக இல்லை. பெர்காகிலியோ ஏழைகளின் குடியிருப்பைக் கலைத்து விடுமாறு கூறினார். அதற்கு அவர்கள் ஒப்புக்கொள்ளவில்லை. பெர்காகிலியோ அவர்களைச் சந்தித்து தனக்கு ரோமிலுள்ள மதகுருமார்களிடமிருந்தும் அர்ஜென்டைனாவிலுள்ள குருமார்களிடமிருந்தும் அந்தக் குடியிருப்புகளைக் கலைத்துவிடுமாறு நிறைய வற்புறுத்தல்கள் வருவதாகக் கூறி அவர்களை அதிலிருந்து விடுபடுமாறு வற்புறுத்தினார். அப்போது வாடிகனில் விடுதலை இறையியல் கோட்பாட்டிற்கு மிகுந்த எதிர்ப்பு இருந்தது. ரோமிலுள்ள குருமார்களும் அங்குள்ள இயேசு சங்கத் தலைமையகமும் இந்த இரண்டு பாதிரிமார்களும் ஏழைகளின் குடியிருப்பு, இயேசு சங்கம் ஆகிய இரண்டில் ஒன்றைத் தேர்ந்தெடுக்குமாறு அவர்களிடம் கூறுமாறு தன்னை வற்புறுத்துவதாக பெர்காகிலியோ கூறினார். ஆனால் அந்த இரண்டு பாதிரிமார்களும் ஏழைகளின் குடியிருப்பில் தொண்டு செய்வதை விட்டுவிடுமாறு ரோமிலிருந்து ஆணை வந்தது என்பதை நம்பவில்லை. ரோமிலிருந்து ஆணை வந்ததா அல்லது இவராகக் கூறுகிறாரா என்று அவர்களுக்குச் சந்தேகமாக இருந்தது.

ஒரு மாதத்திற்குப் பிறகு மீண்டும் இரண்டு பாதிரிமார்களும் பெர்காகிலியோவும் சந்தித்தனர். அப்போது என்ன நடந்தது என்று தெரியவில்லை. தங்கள் இருவரையும் சங்கத்திலிருந்து பெர்காகிலியோ விலக்கிவிட்டதாக அவர்கள் கூறினர்; பெர்காகிலியோ அவர்கள் இருவரும் ராஜினாமா செய்துவிட்டதாகக் கூறினார். யோரியோவின் ராஜினாமாவும் நால்வரில் ஒருவரான இன்னொரு பாதிரியின் ராஜினாமாவும் ஏற்றுக்கொள்ளப்பட்டதாகவும் ஜலிக்ஸின் ராஜினாமாவை – அவர் ஏற்கனவே உருவாக்கத்தில் கடைசிக்கட்ட உறுதிமொழியை ஏற்றுக்கொண்டுவிட்டதால் – போப்தான் ஏற்றுக் கொள்ள வேண்டும் என்றும் கூறினார். என்ன நடந்திருக்கலாம்

என்றால் அவர்கள் ஏழைகளின் குடியிருப்பில் தொண்டுசெய்வதை நிறுத்தாவிட்டால் அவர்கள் இயேசு சங்கத்திலிருந்து ராஜினாமா செய்துவிட்டதாக அர்த்தம் என்று கூறியிருக்கலாம். இன்னொரு வகையாகவும் இருக்கலாம் என்று கூறப்படுகிறது. அவர்கள் இருவரும் தாங்கள் இயேசு சங்கத்தைவிட்டு வெளியேறி இன்னொரு மதப் பிரிவை ஆரம்பிக்கப் போவதாகக் கூறி பெர்காகிலியோவிடம் அதன் ஒரு பிரதியைக் கொடுத்ததாக பெர்காகிலியோ கூறினார். ஆனால் அவர்கள் இருவருமோ இயேசு சங்கத்தைவிட்டு வெளியேற நேர்ந்தால் தங்களுடைய மதம் பற்றிய கொள்கை என்னவாக இருக்கும் என்று மட்டும் கூறியதாகக் கூறினர். பெர்காகிலியோவைப் பொறுத்தவரை இரண்டிற்கும் அதிக வித்தியாசமில்லை. சீக்கிரமே ராணுவப் புரட்சி வரப் போகிறது என்றும் அவர்களைக் கவனமாக இருக்கும்படி தான் வற்புறுத்தியதாகவும் கூறினார்.

அதற்குப் பிறகு சில நாட்களிலேயே யோரியோவும் ஜலிக்ஸும் ராணுவ அரசால் கடத்தப்பட்டனர். அவர்கள் இருவரையும் விடுவிப்பதற்கு பெர்காகிலியோ நிறைய முயற்சிகள் எடுத்தார். ராணுவ அரசின் பல பிரிவுகளின் தலைவர்களைச் சந்தித்தார். சர்வாதிகாரி விடேலாவின் வீட்டில் திருப்பலி நடத்தப் போகும் மத குரு யாரென்று தெரிந்துகொண்டு அவரிடம் சென்று தனக்கு உடல்நலம் சரியில்லாததால் தன்னால் வரமுடியாது என்று சர்வாதிகாரியிடம் கூறிவிட்டு அவருடைய இடத்தில் தன்னை அனுப்புமாறு கேட்டுக் கொண்டதாகவும், அவர் சம்மதித்ததால் தான் சர்வாதிகாரி வீட்டிற்குச் சென்று அங்கு முழுக் குடும்பத்திற்கும் திருப்பலி நடத்தியதாகவும் அப்போது அவரிடம் இரண்டு பாதிரிகளை விடுவிப்பது குறித்துப் பேசியதாகவும் கூறியிருக்கிறார். ஆவன செய்வதாக சர்வாதிகாரி கூறியிருக்கிறார்.

கப்பற்படைத் தலைவரைப் பார்த்து அந்த இரு பாதிரிகளின் விடுதலை பற்றிப் பேசியதாகவும் பெர்காகிலியோ கூறியிருக்கிறார். ராணுவ அதிகாரி தன்னை மதிக்காமல் பேசினாலும் அவர் அதைப் பொருட்படுத்தாமல் அவரோடு வாதிட்டதையும் கூறியிருக்கிறார். அவர் அப்படி வாதிட்டிருந்தால் பெர்காகிலியோவையும் ராணுவத்தினர் கடத்திக்கொண்டு போயிருப்பார்கள் என்று பின்னால் ஒரு பத்திரிகையாளர் கூறியிருக்கிறார். பெர்காகிலியோவின் முயற்சிகளால் இரு பாதிரிகளும் விடுவிக்கப்பட்டதாக அவருக்கு வேண்டியவர்கள் கூறினாலும் வாடிகன் தலையிட்டு அவர்களை

விடுவித்ததாகவும் கூறப்படுகிறது. அவர்களுடைய விடுதலைக்குப் பிறகு ஜலிக்ஸ் அமெரிக்காவில் இருந்த தன் தாயுடன் வசிப்பதற்கு அங்கு அனுப்பப்பட்டார். யோரியோ ரோமிற்கு அனுப்பப்பட்டார்.

சிறையிலிருந்து விடுவிக்கப்பட்டாலும் சிறை அனுபவத்தால் யோரியோவின் உடல்நலம் வெகுவாகப் பாதிக்கப்பட்டது. இறக்கும்வரை தான் சிறைப்பட்டதற்கு பெர்காகிலியோதான் காரணம் என்றார். ஆனால் ஜலிக்ஸ் முதலில் யோரியோவைப் போல் நினைத்தாலும் பின்னால் தன் கருத்தை மாற்றிக்கொண்டார். பல ஆண்டுகளுக்குப் பிறகு அவரும் பெர்காகிலியோவும் ஜெர்மனியில் சந்தித்துக் கொண்டபோது இருவரும் சேர்ந்து திருப்பலி நடத்தினார்கள். முதலில் இருவரும் மனப்பூர்வமாக ஒருவரையொருவர் தழுவிக் கொண்டதோடு கண்ணீரும் சொரிந்தனர். அதன் பிறகு ஜலிக்ஸ் வெளியிட்ட ஒரு அறிக்கையில் 'நாங்கள் சிறை பிடிக்கப்பட்டதற்கு பெர்காகில்யோதான் காரணம் என்று முதலில் நினைத்தாலும் பலரிடம் பேசிய பிறகு அதற்குக் காரணம் அவர் இல்லை என்று தெரிந்து கொண்டேன்' என்று கூறியிருக்கிறார்.

இக்கட்டு

1976இல் பதவிக்கு வந்த ராணுவ ஆட்சியில் நடந்த அராஜகச் செயல்களைக் கொடுமைப் போர் என்று அழைக்கிறார்கள். 1983இல் ராணுவ ஆட்சி முடிந்து ஜனநாயக ஆட்சி ஏற்பட்ட பிறகு நடந்த விசாரணைகளில் பல குருமார்கள் ராணுவத்திற்கு உடந்தையாக இருந்தது கண்டுபிடிக்கப்பட்டு அவர்களுக்குத் தண்டனை வழங்கப் பட்டது. ராணுவ அரசு அரசுக்கு எதிராகச் செயல்படுபவர்களை அல்லது செயல் படுவதாக அரசு நினைத்தவர்களைச் சித்திரவதை செய்வதற்குத் தனி இடத்தை ஏற்பாடு செய்திருந்தது. அந்தச் சிறைக்குக் கைகளில் விலங்கிடப்பட்டு அவர்கள் சித்திரவதை அறைகளுக்கு அழைத்துச் செல்லப்பட்டார்கள். சித்திரவதை முடிந்த பிறகு இன்னொரு அறையில் இருந்த உளவியல் படித்த ஒரு பாதிரியிடம் அனுப்பப்பட்டார்கள். அப்படி சித்திரவதைக்கு ஆளாக்கப்பட்டு அனுப்பப்பட்ட ஒருவர் அந்தப் பாதிரியிடம் 'நான் இறக்க விரும்ப வில்லை, என்னைக் காப்பாற்றுங்கள்' என்று கதறி அழுதாராம். ஆனால் சிறை அதிகாரியாகவும் இருந்த அந்தப் பாதிரியார் 'நீ உயிர்வாழ வேண்டுமானால் அவர்களுக்கு ஒத்துழைப்புக் கொடுக்க வேண்டும். அதற்கு என்ன செய்ய வேண்டுமென்று உனக்கே தெரியும்'

என்றாராம். செய்யாத தவறுகளையும் ஒப்புக் கொள்ளும்படி சித்திரவதைக்கு ஆளானவர்களிடம் இந்தப் பாதிரியார் கூறி யிருக்கிறார். பின்னால் நடந்த விசாரணையில், இப்படி உளவியலாள ராகப் பணிபுரிந்த பாதிரியார் வான் வெர்னி மீது ஏழு கொலைகள், 42 கடத்தல்கள், 32 சித்திரவதைகள் என்ற குற்றம் சுமத்தப்பட்டு அவருக்கு ஆயுள் தண்டனை வழங்கப்பட்டது. ராணுவ அரசின் சித்திரவதைக்கு உள்ளான பலரைப் பிறகு போதைமருந்து கொடுத்து விமானத்திலிருந்து அட்லான்டிக் கடலுக்குள் தள்ளிவிடுவார்களாம். இந்தச் செயலை அரசுக்காகச் செய்த ஒரு கொலைபாதகன் பின்னால் விசாரணையின்போது மதகுருமார்கள் இம்மாதிரிச் செயல்களை ஆதரித்ததாகத் தன்னிடம் கூறப்பட்டதாகக் கூறினான். பைபிளின் நீதிக்கதைகளில் கூறப்பட்டிருக்கும் கோதுமையிலிருந்து பதரைப் பிரிப்பது போல்தான் இதுவும் என்று இப்படிக் கொலைபாதகச் செயல்களைச் செய்தவர்களிடம் அரசு தரப்பில் கூறப்பட்டதாம். இடதுசாரிகள் என்று ராணுவம் நினைத்த, கருவுற்றிருந்த பெண்களை அரசு அதிகாரிகள் கடத்திக்கொண்டுபோய், குறிப்பிட்ட இடத்தில் வைத்துச் சித்திரவதை செய்து, பிறகு ரகசியமான ஒரு மகப்பேறு மருத்துவமனையில் வைத்திருந்து, குழந்தை பிறந்ததும் குழந்தைகளை அவர்களிடமிருந்து பிரித்து ராணுவ அரசை ஆதரித்த ஆச்சாரமான கத்தோலிக்கக் கிறிஸ்தவர்களிடம் கொடுத்து, வளர்க்கச் சொன்னார்கள். அந்தக் குடும்பங்களில் அந்தக் குழந்தைகள் ஆச்சார அனுஷ்டானத் தோடு வளரும் என்று ராணுவ அதிகாரிகள் நினைத்தனர். மற்றவர் களைப்போல் அந்தத் தாய்மார்களையும் பின்னால் கொன்று விட்டார்கள்.

ஆனால் பெர்காகிலியோ இம்மாதிரி கொலைபாதகச் செயல்களில் உடந்தையாக இல்லாததோடு பலரைக் காப்பாற்றவும் உதவி செய்திருக்கிறார். பிரவின்ஷியலின் தலைமையகத்தில் பலரைத் தங்கவைத்துக் காப்பாற்றியிருக்கிறார். அதை ராணுவம் குறிவைத் திருப்பதாகத் தெரிந்ததும் அதை மூடிவிட்டார். அங்கிருந்தவர்களை எல்லாம் அங்கிருந்து பத்து மைல் தொலைவிலுள்ள இயேசு சங்கத்தார் நடத்திவந்த கல்லூரிக்கு மாற்றினார். அங்கு யாரவது வந்து கேட்டால் அவர்கள் முப்பது நாட்களுக்கு ஆன்மீக மௌனவிரதம் இருக்கிறார்கள் என்று சொல்லும்படி கூறினார். அப்படிச் செய்தால் ராணுவம் அவர்கள் செய்யும் காரியங்களில் தலையிடாது என்று எண்ணினார். போலியான கார் விபத்தில் கொல்லப்பட்ட பிஷப்பின் மாணவர்கள் மூவரை மறைத்துவைத்துக் காப்பாற்றினார். அதில்

ஒருவர் பெர்காகிலியோ தங்களை எப்படி காப்பாற்றினார் என்று புகழ்ந்து கூறியிருக்கிறார். 'அவர் ராணுவ அரசோடு ஒத்துழைத்தார் என்று கூறுபவர்கள் நெறிமுறைகள் இல்லாத காட்டுமிராண்டிகள் என்றுதான் சொல்ல வேண்டும்' என்றும் அந்த மாணவர் கோபமாகக் கூறியிருக்கிறார்.

மனித உரிமைகளைக் காக்கும் வழக்கறிஞர் ஒருவரும் பெர்காகிலியோ பலரைக் காப்பாற்றியிருக்கிறார் என்று கூறியிருக்கிறார். பாதிரிகளுக்கான சனி, ஞாயிறுகளைக் கழிக்கும் விடுதிக்கு பெர்காகிலியோ அடிக்கடி இவரை அழைத்திருக்கிறாராம். அப்போது அங்கு பெர்காகிலியோ சில பாதிரிமார்களைக் காப்பாற்ற உதவிய விதத்தைக் கண்டிருக்கிறார். அவர்களை வெளிநாட்டிற்கு அரசுக்குத் தெரியாமல் கடத்துவதற்கு முன் அவர்களுக்கு ஒரு சிறிய விருந்து அளித்துச் திருப்பலியும் நடத்துவாராம். ஒருமுறை ஒருவருக்குப் பாதிரி உடை வாங்கி, அணியச் செய்து அவர் பிரேஸிலுக்குத் தப்பிக்க உதவினார்.

ஒருமுறை இவருக்குப் பழைய மேற்பார்வையாளராக இருந்த எஸ்தர் என்னும் பெண் தன் தாய்க்கு இறுதிச் சடங்கு செய்வதற்கு பெர்காகிலியோவை அழைத்தபோது அவர்கள் கத்தோலிக்கர்கள் அல்ல என்று தெரிந்தும் அங்கு போனார். போன இடத்தில் எஸ்தர் தன் மகளை ராணுவ அதிகாரிகள் கைதுசெய்துகொண்டு போயிருப்ப தாகவும், மகளின் வீட்டை அவர்கள் கண்டிப்பாகச் சோதனை போடுவார்கள் என்றும், அங்கு நிறைய மார்க்சியம் பற்றிய புத்தகங்கள் இருக்குமென்றும் பயந்தார். பெர்காகிலியோ அந்தப் புத்தகங்களை எல்லாம் தன்னுடைய கல்லூரி நூலகத்தில் ஒளித்துவைத்துக் கொண்டார். மார்க்ஸ் எழுதிய *மூலதனம்* (Das Kapital) என்னும் புத்தகம் அவற்றுள் ஒன்று. அதே எஸ்தர் இன்னொருமுறை ஒரு பெண்ணை பெர்காகிலியோவிடம் அழைத்து வந்து அவருக்கும் உதவுமாறு கூறினாராம். அந்தப் பெண்ணின் இரண்டு மகன்களையும் ராணுவம் பிடித்துக்கொண்டு போயிருந்தது. அந்தப் பெண்ணுக்கு உதவ தான் எவ்வளவோ முயன்றதாகவும், தன்னால் முடியவில்லை என்றும், பின்னால் தான் இன்னும் ஏதாவது செய்திருக்கலாமோ என்று தன்னையே நிந்தித்துக்கொள்வதாகவும் கூறியிருக்கிறார். ராணுவத்தின் கண்ணில் படாமல் இருக்க, பல மாணவர்களைக் கல்லூரியின் முன்னால் உள்ள வழியில் செல்லாமல் பின்னால் இருக்கும் இருளடைந்த படிக்கட்டுகள் வழியாகச் செல்லுமாறு கூறுவாராம்.

பெர்காகிலியோவின் கல்லூரியில் இறையியல் ஆசிரியராக இருந்த இன்னொரு பாதிரியார் மார்க்சியம் தவிர்த்த விடுதலை இறையியல் கோட்பாட்டைப் பின்பற்றுபவர். அவர் புதிய இறைக் கோட்பாடு பற்றித் தான் எழுதிய கட்டுரைகளை பெர்காகிலியோவுக்கு அனுப்பிவைப்பாராம். அப்படி அனுப்பும்போது அனுப்புநர் முகவரியில் வேறு ஒரு முகவரியை எழுதுமாறு பெர்காகிலியோ அவரிடம் கூறுவாராம். ஏனெனில் ராணுவ அரசு இயேசு சங்கத்தார் அனுப்பும் கடிதங்களைச் சோதனையிடுவதாகக் கூறுவாராம். ஏழைகள் மத்தியில் தொண்டு செய்துவிட்டு வருபவர்களைக் கடத்திக்கொண்டு போய்விடலாம் என்பதற்காக இருட்டிய பிறகு தனியாக வர வேண்டாம் என்று ஆலோசனை கூறுவாராம். அவர் ராணுவம் செய்த அராஜகங்களைப் பற்றி அதிகம் கலங்கிப் போயிருந்தாலும் அப்போதைய நிலைமையில் அவரால் அதிகம் செய்திருக்க முடியாது. இயேசு சங்கத்தின் தலைவர் என்ற முறையில் தன்னால் முடிந்ததைச் செய்தார். இயேசு சங்கத்தைச் சேர்ந்த எல்லோரும் உயிர்தப்பினர் என்பதே அவர் தன்னால் முடிந்ததைச் செய்தார் என்பதற்கு ஆதாரம் என்று சிலர் சொல்கிறார்கள்.

இவையெல்லாவற்றையும் பார்க்கும்போது பெர்காகிலியோ மிகவும் இக்கட்டான நிலையில் பணியாற்றியிருக்கிறார் என்று புரிகிறது. விடுதலை இறையியல் கோட்பாட்டின் வழியே சேரிகளில் பணியாற்றிய பாதிரிகளை வேண்டுமென்றே காப்பாற்றாமல் விட்டார் என்று சொல்ல முடியாது. இக்கட்டான நிலையில் தான் செய்ய வேண்டியிருந்த, செய்யாமல் விட்ட செயல்களுக்கு வருத்தப்படுவதைக் காட்டும் வகையில் எல்லோரிடமும் எப்போதும் 'எனக்காக இறைவனை வேண்டுங்கள்' என்று இன்னும் சொல்லிவருகிறார்.

வெளிப்படை இல்லாமை

கர்ப்பிணிப் பெண்கள் கடத்தப்பட்டதும் அவர்களுக்குக் குழந்தைகள் பிறந்தவுடனேயே அந்தக் குழந்தைகள் தாயிடமிருந்து பிரிக்கப் பட்டு வேறு குடும்பங்களிடம் ஒப்படைக்கப்பட்டதும் பத்திரிகையில் செய்திகளாக வந்ததால் எல்லோருக்கும் தெரிந்த விஷயம். 1983இல் மக்களாட்சி வந்த பிறகு ராணுவ ஆட்சியில் நடந்த மனித உரிமை மீறல் பற்றி நடந்த வழக்கில் 2010இல் பெர்காகிலியோ சாட்சியம் சொன்னபோது தனக்கு இது தெரியாது என்று பொய் சொன்னார் என்ற ஒரு அவதூறு அவர் மேல் இருந்தது. அவர் பொய் சொன்னார்

என்பதற்குச் சரியான ஆதாரங்கள் இல்லை. இருந்தாலும் அர்ஜென்டைனாவிலுள்ள ஒரு லூதரன் மதகுரு சொல்வதுபோல், தாயிடமிருந்து பிறந்தவுடனேயே குழந்தைகள் பிரிக்கப்பட்டு கடத்தப் பட்டது பெர்காகிலியோவுக்குத் தெரியாது என்று சொல்வது அவ்வளவு நம்பத் தகுந்ததாக இல்லை என்கிறார்கள் சிலர்.

மேலும் பெர்காகிலியோ அர்ஜென்டைனாவில் பிஷப்பாகவும் ஆர்ச் பிஷப்பாகவும் கார்டினலாகவும் இருந்த காலங்களில் தங்கள் உறவினர்களையும் பெண்மக்களையும் பறிகொடுத்த தாய்மார்கள் தங்கள் பேரக்குழந்தைகள் எங்கே இருக்கிறார்கள் என்று தெரிந்துகொள்ள தேவாலயத்தின் ஆவணக் காப்பகங்களைத் திறந்துவிடுமாறு பெர்காகிலியோவைச் சந்தித்துக் கேட்க முயன்ற போது அவர் அந்த வேண்டுகோளை மறுத்துவிட்டார். ராணுவ ஆட்சி இருந்தபோது இதைச் செய்திருந்தால் அது பெரிய ஆபத்தாக முடிந்திருக்கும். ஆனால் அந்த ஆட்சி முடிந்த பிறகும் ராணுவ அரசோடு இம்மாதிரி காரியங்களில் ஒத்துழைத்த மதகுருமார் களைக் கண்டிப்பதில் என்ன தவறு இருக்க முடியும் என்றும் சிலர் கேட்கிறார்கள். அர்ஜென்டைனாவில் பெரிய மத குருமார்கள் நீதி மன்றத்தில் ஆஜராகத் தேவையில்லை என்ற சட்டத்தைப் பயன் படுத்திக்கொண்டு பெர்காகிலியோ நீதிமன்றத்திற்குச் செல்லவில்லை. அரசு வழக்கறிஞர்கள் அவருடைய இடத்திற்கே சென்று விசாரித்த போது அவர் எந்தக் கேள்விக்கும் நேரடியாகப் பதில் அளிக்காதது அவர்களுக்கு எரிச்சலை மூட்டியது. பிற மதத் தலைவர்களைப் போல பெர்காகிலியோவும் மௌனம் சாதித்ததோடு எந்த ஆவணத்தையும் காட்ட விரும்பவில்லை.

சிலர் அவரை இப்படி விமர்சித்தாலும் பலர் அவர் செய்தது – அல்லது செய்யாமல் விட்டது – சரியென்றே கூறுகிறார்கள். பெர்காகி லியோவின் தங்கை எலினா தங்களுடைய தந்தை இத்தாலியில் இருந்து பாசிசத்திற்குப் பயந்துதான் அர்ஜென்டைனாவுக்கு வந்ததாகவும் அதை எதிர்க்க வேண்டும் என்று அவர்களுடைய தந்தை கூறியதைத் தன் தமையனார் எப்படி மறந்திருப்பார் என்று தன்னால் நம்பமுடிய வில்லை என்றும் கூறியிருக்கிறார். அவருடைய மாணவர் ஒருவரும் ஆயிரத்துத் தொளாயிரத்து எழுபதுகளில் தானும் அவரைப் பற்றி அடக்குமுறையைக் கையாளுபவர் என்று நினைத்தாலும், இப்போது தங்களைக் காப்பாற்றத்தான் அவர் அப்படி நடந்துகொண்டதாக நினைப்பதாகக் கூறியிருக்கிறார். மற்ற மதகுருமார்கள் ராணுவ

அரசோடு ஒத்துழைத்ததோடு ஒப்பிட்டால் இவருடைய பங்கு கொஞ்சம்தான் என்று கூறும் மனித உரிமை வழக்கறிஞர் ஒருவர் நீதிமன்றத்தில் பொய் சொன்னார் என்பதும், சில ஏமாற்று வழிவகைகளைக் கையாண்டார் என்பதும் உண்மை என்கிறார். ஆனால் இவை எல்லாம் கத்தோலிக்க மதத்தையும் அதைச் சார்ந்த மதகுருமார்களையும் காப்பாற்றத்தான் என்பதையும் நாம் புரிந்துகொள்ள வேண்டும்.

மதகுருமார்களிடையேயும் பல விதக் கருத்துகள் நிலவுகின்றன. ஒரு மதகுரு, 'பெர்காகிலியோ மிகுந்த அதிகாரம் படைத்தவராக இருந்ததால் அதிகாரம் படைத்தவர்களிடையே எப்படி நடந்துகொள்ள வேண்டும் என்று அவருக்குத் தெரிந்திருந்தது; அவர் பிரவின்ஷியலாக இருந்தபோது பல இயேசு சங்கத்தவர் காணாமல் போனதில் அவருடைய பங்கு எவ்வளவு என்பதில் நிறைய சந்தேகங்கள் இருக்கின்றன' என்று கூறியிருக்கிறார். இன்னொருவர், 'அப்போது மிகவும் கஷ்டமான சமயம். பெர்காகிலியோ இல்லாமல் இருந்திருந்தால் நிலைமை இன்னும் மோசமாக இருந்திருக்கும்' என்றார். 'பல பிஷப்புகள் அரசோடு ஒத்துழைத்தார்கள். பெர்காகிலியோ அவர்களில் ஒருவர் அல்ல. இருப்பினும் அரசை எதிர்த்துச் செயல்படும் துணிவு அவருக்கு இல்லை' என்பது இன்னொரு மதகுருவின் அபிப்பிராயம். அவருக்குப் பிறகு பிரவின்ஷியலாகப் பதவி ஏற்றவர், 'யாருக்கும் என்ன நடக்கப் போகிறது என்று தெரியவில்லை. நாங்கள் எல்லோருமே இன்னும் கொஞ்சம் செய்திருக்கலாம்' என்று கூறியிருக்கிறார்.

பின்னால் அவருடைய வாழ்க்கை வரலாற்றை எழுதிய ஆசிரியர்களுக்குப் பேட்டி கொடுக்கும்போது பெர்காகிலியோ மிகுந்த எச்சரிக்கையுடன் வார்த்தைகளை உபயோகித்திருக்கிறார். 'சில பாதிரிமார்கள் துணிந்து செயல்பட்டார்கள். சிலர் மனித உரிமைகளைக் காப்பதில் தீவிரமாக இருந்தார்கள். சிலர் நிறையக் காரியங்கள் செய்தாலும் வெளியில் அதைப் பற்றிப் பேசவில்லை. சிலர் செயலற்றவர்களாகவோ விபரம் தெரியாதவர்களாகவோ இருந்தார்கள். எந்த அமைப்பிலும் ஞானிகளும் இருப்பார்கள்; பாவிகளும் இருப்பார்கள்; இந்த இரண்டு குணங்களையும் உடையவர்களும் இருப்பார்கள். சில கத்தோலிக்கர்கள் தாங்கள் கம்யூனிசத்திற்கு எதிராகப் பாடுபடுவதாக நினைத்தார்கள்; சிலர் தாய் நாட்டைக் காப்பதாக நினைத்தார்கள்; சிலர் மற்றவர்களை அரசின் பிடியிலிருந்து

காப்பாற்றினார்கள். எல்லோரும் அரசுக்கு உடந்தையாக இருந்தார்கள் என்ற ஒரே வரிசையில் வைக்க முடியாது' என்று கூறியிருக்கிறார்.

ராணுவ ஆட்சியின்போது அர்ஜென்டைனா பிளவுபட்டிருந்தது. இடதுசாரிகள் மதச்சார்பற்றவர்களாக இருந்ததோடு கத்தோலிக்க மதத்திற்கு எதிராகவும் மதத் தலைவர்களுக்கு எதிராகவும் இருந்தனர். வலதுசாரிகளோ கத்தோலிக்க மதத்தை முழுமையாகத் தழுவினர். பாரம்பரிய ஆன்மீகவாதத்தில் ஊறிப்போயிருந்த பெர்காகிலியோ அவர்களைக் கொள்கையளவில் பின்பற்றினாலும் அவர்களுடைய தந்திரோபாயங்களைப் பின்பற்ற விரும்பவில்லை.

இருப்பினும் விடுதலை இறையியலைப் பொறுத்தவரை பிற்போக்குவாதியாக இருந்த பெர்காகிலியோ கம்யூனிசத்தை எதிர்த்த அரசோடு நட்பு பாராட்டுவதில் உள்ள ஆபத்தை உணர்ந்திருக்க வேண்டும் என்கிறார்கள் சிலர். அரசின் அடக்குமுறை வழிமுறைகளைப் பற்றி நன்றாகத் தெரிந்து வைத்திருந்த பெர்காகிலியோ அவருக்குக் கீழே வேலைபார்த்த யோரியோவும் ஜலிக்ஸும் எப்படிப்பட்ட ஆபத்தில் இருந்தார்கள் என்பதை எப்படி உணராமல் இருந்திருக்க முடியும் என்பது சிலரது வாதம். கீழ்ப்படிதல், நல்லொழுக்கம். எளிமை, போப்பிற்கு விசுவாசமாக இருத்தல் ஆகியவை இயேசு சங்கத்தாரின் பல உயரிய குணநலன்கள். ஏழைகளோடு சேரிகளில் வேலை பார்க்க வேண்டாம் என்று அவர் கூறியதை இடதுசாரிகள் ஏற்றுக் கொள்ளாததோடு அந்தக் கட்டளை போப்பிடமிருந்து வந்ததாகக் கூறிய பிறகும் அவர்கள் அதை நிறுத்தாததை அவரால் அங்கீகரிக்க முடியவில்லை. இயேசு சங்கத்தவர்களுக்குக் கீழ்ப்படிய வேண்டியது முக்கியமான குணம். அதை அவர்கள் பின்பற்றவில்லை என்பது பெர்காகிலியோவை மிகவும் பாதித்திருக்க வேண்டும். மேலும் தான் சொல்வது சரி, அதன்படி தனக்குக் கீழ் உள்ளவர்கள் நடக்க வேண்டும் என்று நினைப்பவர் பெர்காகிலியோ. இது அவரைப் பாதித்த இன்னொன்று. இடதுசாரிகள் இன்னொரு மதப் பிரிவை ஆரம்பிக்கப் போகிறார்கள் என்று அவர் நினைத்ததும் ஒரு காரணம்.

இப்படிப் பல காரணங்கள் சேர்ந்து அவர்கள் இருவருக்கும் ஏற்படப் போகும் ஆபத்தை பெர்காகிலியோ முழுவதுமாக உணரவில்லை. மேலும் அரசை எதிர்த்த பாதிரிகளும் அவர்களுக்குக் கீழ் வேலை பார்த்த பாதிரிமார்களும் அரசால் கொல்லப்பட்டதை அறிந்திருந்தும் அவர் அரசை வெளிப் படையாக எதிர்க்கவில்லை.

சுய விளக்கம்

மற்றவர்கள் அவரைப் பற்றிச் சொல்வது ஒரு புறம் இருக்க அவர் தன்னைப் பற்றிச் சொன்னது என்னவென்று பார்ப்போம். பின்னால் அவருடைய சரிதையை எழுதிய ஆசிரியர்கள் அவரைப் பேட்டி கண்டபோது இப்படிக் கூறியிருக்கிறார்: நான் பாவம் செய்தவன். இறைவன் என்னிடம் கருணை காட்டி என்னை ஏற்றுக்கொண்டார். நான் 'புதியவனாக' (Novice), பின் புதியவர்களுக்குத் தலைவராக (Novice Master), பின் பிரவின்ஷியலாக இருந்தபோது செய்த தவறு களிலிருந்து பின்னால் கற்றுக்கொண்டிருக்க வேண்டும். நிறையத் தவறுகளும் பாவங்களும் நான் செய்திருக்கிறேன். அந்தப் பாவங்களையும் தவறுகளையும் நான் செய்திருக்கலாமோ என்று நினைத்து இறைவனிடம் மன்னிப்புக் கேட்பதற்குப் பதில் அவற்றைச் செய்தேன் என்று சொல்லி மன்னிப்புக் கேட்கிறேன்.

விடுதலை இறையியலின் தாக்கத்தால் அர்ஜென்டைனாவின் இயேசு சங்கத்தாரிடையே இரண்டு பிளவுகள் தோன்றின என்று முன்பே பார்த்தோம். சமூகத்தில் நடக்கும் சமூக, பொருளாதார மாற்றங்களில் கத்தோலிக்க மதம் தலையிடத் தேவையில்லை என்றும் பழைய பாணியிலேயே தொடர்ந்து இறையியலை மக்களுக்குக் கற்பிக்க வேண்டும் என்றும் பழமைவாதிகள் கூறினர். ஆனால் முற்போக்கு வாதிகளோ விடுதலை இறையியல் கோட்பாடுகளின்படி சமூகத்தில் ஏழைகளுக்கு நீதி கிடைக்கவும் சமூகத்தில் உள்ள ஏற்றத் தாழ்வு களைக் களைந்தெறியவும் கத்தோலிக்க மதம் ஏழைகளோடு சேர்ந்து பாடுபட வேண்டும் என்றும் கூறினர். 1974-75இல் ரோமில் நடந்த 32ஆவது இயேசு சங்கப் பொதுக் குழுவில் அப்போது இயேசு சங்கத் தலைமையகப் பாதிரியாக இருந்த அரப்பி முற்போக்குவாதிகளின் கருத்தைத்தான் வலியுறுத்தினார். ஆனால் பெர்காகிலியோவோ பழமைவாதியாகவே தொடர்ந்து இருந்தார்.

இயேசு சங்கத்தின் 32ஆவது பொதுக்குழு முடிந்து ரோமிலிருந்து திரும்பிய பெர்காகிலியோவுக்கு இயேசு சங்கத் தலைமையகம் ஏழைகளுக்குச் சமூகத்தில் நியாயம் தேடவும் அவர்களுக்குரிய நலன்களைப் பாதுகாக்கவும் அவரின் கீழ் இருந்த பாதிரிகளுக்குக் கற்றுக் கொடுக்கும்படி ஆணையிட்டது. ஆனால் அப்போதைய பெர்காகிலியோவைப் பொறுத்தவரை ஏழைகளுக்கு நியாயம் தேடும் முயற்சி மார்க்சியத்தைப் பின்பற்றுவதாகும். அதனால் அவருடைய மாணவர்களுக்கு ஒருபோதும் பொதுக்குழுவில் நிறைவேற்றப்பட்ட

நான்காவது ஆணையைக் கற்பிக்கவில்லை. இதற்குப் பிறகு மூன்று ஆண்டுகள் கழித்து பிரவின்ஷியலாக ஆற்றிய உரையில் பல தடவை ரோமில் 1975இல் நடந்த மாநாடு பற்றிக் கூறினாலும் நான்காவது ஆணை பற்றி ஒருபோதும் குறிப்பிடவில்லை.

விடுதலை இறையியல் கோட்பாட்டிற்குப் பிறகு அப்போதைய போப் நான்காவது பால் வெளியிட்ட ஆவணத்தில் பெர்காகிலியோவுக்கு மிகவும் பிடித்தது மதத்தின் முக்கிய நோக்கம் கத்தோலிக்க மதத்தைப் பற்றி மக்களுக்கு எடுத்துக் கூறுவது மற்றும் அவர்களை இறையியலில் திருப்புவது. ஒரு சமூகத்தில் இருப்பவர்களுக்கு விமோசனம் வேண்டுமானால் அதில் வசிக்கும் எல்லோருக்கும் மனமாற்றம் ஏற்பட வேண்டும், மதப் பிரச்சாரத்தின் மூலம் பணம், அதிகாரம் உள்ளவர்கள் தங்கள் அதிகாரத்தைத் தாங்களாக விட்டுக்கொடுக்கச் செய்யவேண்டும். இந்தக் கொள்கைதான் அப்போது பெர்காகிலியாவின் முக்கிய நிலைப்பாடு. அவருக்குக் கீழ் இருந்த மாணவர்கள் வாரத்தின் முடிவில் மறை மாவட்டங்களுக்குச் சென்று மக்களுக்குத் தொண்டாற்ற வேண்டும், ஆனால் அதே சமயம் ஆங்காங்கே இருந்த சிறிய சமூகங்களில் (base communities) சேவைசெய்யக் கூடாது என்பது அவரது கட்டளை. சிறு சமூகங்களில் அவர்கள் தொண்டாற்றினால் அது தேவாலயங்களில் உள்ள பாதிரிகளின் அதிகாரத்தைக் குறைத்துவிடும் என்று நினைத்தார். ஏழைகளுக்கு அவர்களின் சமூக, பொருளாதார உரிமைகளைப் பெற்றுத் தரவேண்டும் என்னும் விடுதலை இறையியலைப் பெர்காகிலியோ ஒப்புக்கொள்ளவில்லையாதலால் ரோமிலிருந்த தலைமைச் செயலகம் பெர்காகிலியோவின் மனதை மாற்ற ஒருவரை அனுப்பியது. அவர் எவ்வளவோ முயன்றும் பெர்காகிலியோ அவருடைய நிலைப்பாட்டிலிருந்து மாறவில்லை. நாட்கள் செல்லச் செல்ல பெர்காகிலியோவின் கொள்கையை எதிர்த்தவர்களின் எண்ணிக்கை கூடிக்கொண்டே போனது.

தண்டனை

பெர்காகிலியோ அர்ஜென்டைனாவில் பிரவின்ஷியல் பதவியிலிருந்து பதவி நீக்கம் செய்யப்பட்டபோது அவருடைய ஆதரவாளர்கள் (இவர்களும் அவரைப்போல் புதிய இறையியல் கோட்பாட்டை எதிர்த்தவர்கள்), அவருக்கு எதிராக இருந்தவர்கள் (இவர்கள் புதிய இறையியல் கோட்பாட்டை ஏற்றுக் கொண்டவர்கள்) என்ற இரண்டு

பிரிவுகள் அர்ஜென்டைனாவின் இயேசு சங்கத்தாரிடையே தோன்றி யிருந்தன. புதிய இறையியல் கோட்பாட்டில் பெர்காகிலியோவின் நிலைப்பாட்டை எதிர்த்தவர்கள் நூறு பேர் இயேசு சங்கத்தை விட்டு வெளியேறினர். இதற்குக் காரணம் பெர்காகிலியோ என்று நம்பப் பட்டது. மேலும் ரோமில் இருந்த இயேசு சங்கத் தலைமைப் பதவிக்கு அரப்பிக்குப் பிறகு 1983இல் கொல்வென்பாக் என்பவர் நியமிக்கப்பட்டிருந்தார். பெர்காகிலியோ அங்கேயே தொடர்ந்து பணிபுரிந்தால் இயேசு சங்கத்திற்கு நல்லதல்ல என்று நினைத்த கொல்வென்பாக் அவருக்குப் பதில் வெளியிலிருந்து புதியவர் ஒருவரை நியமிக்க முடிவு செய்தார். 1986இல் பெர்காகிலியோவின் ரெக்டர் பதவி முடிந்ததும் பெர்காகிலியோவை அர்ஜென்டைனா விலிருந்து வேறு எங்காவது அனுப்புவது என்று முடிவுசெய்து இரண்டு ஆண்டுகள் முனைவர் பட்டத்திற்கு ஆராய்ச்சி செய்வதற்காக அவரை ஜெர்மனிக்கு அனுப்புவதென்று இயேசு சங்கத் தலைமையகம் முடிவுசெய்தது.

ஜெர்மனியில் இருந்தபோது பெர்காகிலியோ ஆக்ஸ்பர்க்கில் உள்ள ஒரு தேவாலயத்திற்குச் சென்றார். அங்கிருந்த முடிச்சுகளை அவிழ்க்கும் மேரியின் உருவப்படம் அவர் மனதில் மிகுந்த தாக்கத்தை ஏற்படுத்தியது. அவருடைய வாழ்வில் ஏற்பட்ட, அவருடைய மனப் போராட்டத்திற்குக் காரணமாக விளங்கிய இரண்டு முடிச்சுகள் – அவர் பிரவின்ஷியலாக இருந்தபோது இயேசு சங்கத்தாரிடையே பிளவை ஏற்படுத்தியது, 'கொடுமைப் போரில்' ராணுவ அரசோடு ஒத்துழைக்க வில்லை என்றாலும் அதை எதிர்க்காதது – அவர் மனத்தில் தோன்றின. பின்னால் அவர் போப்பாகப் பதவியேற்ற புதிதில் மற்றவர்களுக்குக் கூறிய நற்செய்திகளில் கருணையும் மன்னிப்பும்தான் முதன்மையாயிருந்தன. இறைவன் தன்னை மன்னித்துத் தன்மீது கருணை செலுத்தினார் என்பதால் ஏற்பட்ட உணர்வால்தான் அப்படி நடந்துகொண்டார். மேரியின் உருவப் படத்தின் பிரதிகளைத் தன்னோடு அர்ஜென்டைனாவுக்குக் கொண்டுவந்தார். அதை இப்போது அர்ஜென்டைனாவின் பல தேவாலயங்களில் காணலாம்.

7

சிந்தனை மாற்றம்

நாட்டு நினைவு

ஜெர்மனியில் பெர்காகிலியோ பல இயேசு சங்கங்களுக்கு வருகை புரிந்தார். ஃபிராங்க்பர்ட்டிலுள்ள ஒரு பல்கலைக்கழகத்தில் தன்னுடைய ஆராய்ச்சி பற்றி அங்குள்ள கல்வியாளர்களிடம் ஆலோசனை நடத்தினார். ஜெர்மனியைச் சேர்ந்த கத்தோலிக்க தத்துவஞானி ரொமனோ கார்டினி பற்றி நிறையப் படித்தார். கார்டினியின் கருத்துகள் இவரிடம் நிறையத் தாக்கத்தை ஏற்படுத்தின. கார்டினி இறை வழிபாட்டில் பல புதிய வழிமுறைகளைப் புகுத்தி விடுதலை இறையியலுக்கு வித்திட்டவர் எனலாம். இயேசு யூத இனத்தைச் சேர்ந்தவர் அல்ல என்று நாஜிகள் கூறியிருந்ததை இவர் வெகுவாகக் கண்டித்தார். மதத்திற்கும் வன்முறைக்கும் உள்ள தொடர்பைக் கார்டினி வெகுவாகத் தாக்கியிருந்தார். இந்தக் கருத்துகள் அர்ஜென்டைனாவில் ராணுவ அரசு நடத்திய வன்முறைச் செயல்களைப் பற்றிப் பெர்காகிலியோவைச் சிந்திக்க வைத்திருக்க வேண்டும்.

எதைப் பற்றி முனைவர் பட்டத்திற்கு ஆராய்ச்சி செய்வது என்று முடிவுசெய்ய முடியாமல், இரண்டு வருஷங்கள் அங்கு இருப்பதற்காகச் சென்றவர் சில மாதங்களிலேயே ஜெர்மனியிலிருந்து திரும்பி விட்டார். ஜெர்மனியில் இருந்த நாட்களில் தன் சொந்த நாடான அர்ஜென்டைனாவின் நினைவு அடிக்கடி அவருக்கு வந்துகொண்டே இருந்தது. ஒருமுறை விமான நிலையத்திற்கு அருகில் இருந்த ஒரு கல்லறைத் தோட்டத்தில் அவர் மாலை நேர 'வாக்' போய்க் கொண்டிருந்தபோது அவரைச் சந்தித்த ஒருவர் 'இங்கே என்ன செய்து கொண்டிருக்கிறீர்கள்?' என்று கேட்டபோது, 'அர்ஜென்டைனாவுக்குச் செல்லும் விமானங்களுக்கு 'டாடா' சொல்லிக்கொண்டிருக்கிறேன்' என்றார். இந்தப் பிரிவு உணர்வும் அவர் தன் நாட்டிற்கு விரைவிலேயே திரும்பியதற்கு ஒரு காரணம் எனலாம்.

இன்னொரு காரணமும் இருக்கலாம் என்று கூறப்படுகிறது. ஆண்டுக்கு ஒருமுறை ஒரு குறிப்பிட்ட பகுதியில் உள்ள எல்லா இயேசு சங்கத்தவர்களும் சேர்ந்து ஒரு குழுவைத் தேர்ந்தெடுப்பார்கள். அந்தக் குழு இயேசு சங்க நடவடிக்கைகளை ரோமிலுள்ள தலைமையகத்திற்கு எடுத்துச் சொல்ல ஒருவரை நியமிக்கும். இயேசு சங்கப் பிரவின்ஷியல்கள் தங்கள் பகுதியில் நடக்கும் செயல்களைக் கூறுவதற்குமேல் இவர்களும் இயேசு சங்க நடவடிக்கைகள் பற்றிய தங்கள் அறிக்கைகளைத் தலைமையகத்திற்குச் சமர்ப்பிப்பார்கள். இதனால் தலைமையகத்திற்கு உலகின் பல பகுதிகளிலும் உள்ள இயேசு சங்க நடவடிக்கைகள் பற்றி பிரவின்ஷியல்களிடமிருந்து கிடைக்கும் தகவல்களோடு தனிப்பட்ட முறையிலும் தகவல்கள் கிடைக்கும். 1987இல் பெர்காகிலியோ தனிப்பட்ட முறையில் தலைமையகத்திற்கு தகவல்கள் சொல்லும் பதவிக்கு அர்ஜென்டினா குழுவால் நியமிக்கப்பட்டார். அந்த ஆண்டில் கூடுவதாக இருந்த இந்தக் கூட்டத்தில் தானும் பங்குபெற வேண்டும் என்று நினைத்த பெர்காகிலியோ சொந்த நாடு திரும்பினார். கடந்த பதினைந்து வருடங்களாகப் 'புதியவர்'களுக்குத் தலைவராக, பிரவின்ஷியலாக, ரெக்டராகத் தான் செய்த காரியங்களை மாற்றிய புதிய பிரவின்ஷியல் பற்றி ரோமில் தலைமையகத்திற்கு எடுத்துக்கூறவும் பெர்காகிலியோ தாய் நாடு திரும்பினார்.

அதிகாரமற்ற வேலை

1987இல் பெர்காகிலியோ மேற்கூறிய தகவல் அறிவிப்பாளர் பதவிக்கு நியமிக்கப்பட்டது அவருக்கு இயேசு சங்கத்தில் ஆதரவாளர்கள் அப்போதும் இருந்தார்கள் என்பதைக் காட்டுகிறது. ஆனால் அடுத்து வந்த மூன்று ஆண்டுகளில் பெர்காகிலியோ நடந்துகொண்ட விதம் அவருடைய ஆதரவாளர்களின் எண்ணிக்கை குறைந்துகொண்டே போகக் காரணமாக அமைந்தது. அவர் ஜெர்மனியிலிருந்து திரும்பி வந்ததும் அப்போது பிரவின்ஷியலாக இருந்த விக்டர் ஸோர்ஸின், சால்வடார் பகுதியிலிருந்த கல்லூரியில் தங்கிக்கொண்டு அங்கு கற்பிக்கும் வேலையைத் தொடருமாறும் வாரம் ஒருமுறை அவருடைய பழைய கல்லூரியான கொலிஜியோ மேக்ஸிமோவில் மக்கள்சார்ந்த இறையியலைக் கற்பிக்குமாறும் பெர்காகிலியோவுக்கு ஒரு ஏற்பாட்டைச் செய்துகொடுத்தார். இந்த ஏற்பாட்டிற்கு ஒப்புக்கொண்ட பெர்காகிலியோ கொலிஜியோ மேக்ஸிமோவிற்கு வருவதற்கு முந்தைய தினம் கல்லூரிக்கு வந்து மாணவர்களோடு இரவு உணவு

சாப்பிட்டுவிட்டு இறையியல் பயிற்சிக் கல்லூரியில் தங்குவார். உரையாற்றவும் போதனைகள் கூறவும் அவருக்கு அடிக்கடி நாடு முழுவதிலுமிருந்து அழைப்புக்கள் வந்தன. படிப்பதிலும் எழுதுவதிலும் இம்மாதிரியான அழைப்புக்களில் உரையாற்றுவதற்குத் தேவையான விஷயங்களைத் தயாரிப்பதிலும் நேரத்தைச் செல விட்டார். இவற்றோடு தன்னுடைய முனைவர் பட்டத்திற்கான ஆராய்ச்சியையும் தொடரவேண்டும் என்பது அவருடைய அப்போதைய திட்டம். ஆனாலும் ஒரு பல்கலைக்கழகத்தில் தன்னுடைய முனைவர்பட்ட ஆராய்ச்சியின் சுருக்கத்தை ஒரு உரையின் முன்னுரையாகக் கூறியதைத் தவிர்த்து வேறு எதுவும் செய்யவில்லை; ஆராய்ச்சியையும் முடிக்கவில்லை.

1987 ஏப்ரல் மாதம் இரண்டாவது போப் ஜான் பால் அர்ஜென்டைனாவிற்கு பயணம் செய்தார். பெர்காகிலியோ அப்போது தான் அவரை முதல் முதலாகச் சந்தித்தார். அதே ஆண்டு செப்டம்பர் மாதம் ரோமிற்குச் சென்ற பெர்காகிலியோ கொல்வென்பாகை (இவர் ரோமின் இயேசு சங்கத் தலைமை அதிகாரியாக அரப்பிற்குப் பிறகு நியமிக்கப்பட்டவர்) சந்தித்து நீண்ட நேரம் உரையாடினார். ஆயினும் அவருக்கும் பெர்காகிலியோவிற்கும் புதிய இறையியலைப் பொறுத்தவரை நிறையக் கருத்து வேற்றுமைகள் இருந்தன. அடுத்த வருடம், அதாவது 1988 செப்டம்பரில், எல்லாத் தென் அமெரிக்க நாடுகளிலுமுள்ள இயேசு சங்கங்களின் கூட்டம் அர்ஜென்டைனாவில் உள்ள கொலிஜியோ மேக்ஸிமோவிலேயே நடந்தது. அதில் கலந்துகொள்ள வந்திருந்த கொல்வென்பாக் அங்கு ஏழைகளுக்குச் சமூக நீதி கிடைக்க வேண்டும் என்று வாதிட்ட இயேசு சங்க உறுப்பினர்களோடு உரையாடினார். ஆனால் பெர்காகிலியோவைச் சந்திக்கவேயில்லை.

மிகவும் தொலைவிலுள்ள ஊருக்கு மாற்றம்

ஸோர்ஸினும் அவருடைய உதவியாளர்களும் இயேசு சங்கத்தை நடத்திய விதத்திலும் அங்கு மாணவர்களுக்கு கற்றுக் கொடுக்கப்பட்ட பாடங்கள் பற்றியும் பெர்காகிலியோ குற்றம் காண ஆரம்பித்தார். அப்போது தான் பிரவின்ஷியல் இல்லை என்பதை மறந்து அவர்கள் செய்யும் காரியங்களில் தலையிட ஆரம்பித்தார். புதிய தலைமுறை இயேசு சங்க மாணவர்களைத் தன்னுடைய கருத்தாக்கத்திற்குள் கொண்டுவர முயற்சி செய்தார். இதை ஸோர்ஸினும் அவருடைய

உதவியாளர்களும் அறவே வெறுத்தனர். மேலும் நாட்கள் செல்லச் செல்ல பெர்காகிலியோவை எதிர்த்தவர்களின் எண்ணிக்கை அதிகரித்துக் கொண்டே போனது. இதற்கு மேல் பொறுத்துக்கொள்ள முடியாது என்று எண்ணிய ஸோர்ஸின் ரோமிலிருந்த இயேசு சங்கத் தலைமையகத்தோடு தொடர்பு கொண்டார். அவர்களின் சம்மதத்தோடு கொலிஜியோ மேக்ஸிமோவில் பெர்காகிலியோவின் கற்றுக் கொடுக்கும் வேலையை ரத்துசெய்தார். அதுமட்டுமல்ல, சேன் மிகேயல் பயிற்சிப் பள்ளியில் முப்பது வருடங்களாகப் பெர்காகி லியோ உபயோகித்துவந்த அறையின் சாவியையும் திருப்பிக் கொடுக்குமாறு கட்டளையிட்டார். அதோடு பெர்காகிலியோ பேனஸ் ஐரஸிலிருந்து நானூறு மைல் தொலைவிலுள்ள கார்டபா என்னும் ஊருக்கு அனுப்பப்பட்டார். அவருடைய ஆதரவாளர்கள் யாரும் அவரோடு தொடர்புகொள்ளக் கூடாது என்றும் ஆணை பிறப்பிக்கப் பட்டது.

கார்டபாவிலும் இயேசு சங்கம் இருந்தாலும் பேனஸ் ஐரஸைப் போல் அங்கு இயேசு சங்கச் செயல்பாடுகள் அதிகம் இல்லை. அங்கு பெர்காகிலியோவுக்கு முக்கியமான பொறுப்புகளும் வழங்கப் படவில்லை. திருப்பலி செய்வது, பாவமன்னிப்புக் கோருபவர் களோடு உரையாடுவது, ஆன்மீக அறிவுரைகள் வேண்டுபவர்களுக்கு அவற்றை வழங்குவது போன்ற வேலைகள் மட்டுமே அவருக்குக் கொடுக்கப்பட்டன. அவருடைய முனைவர் பட்டத்திற்கான ஆராய்ச்சியைத் தொடரும்படியும் அவருக்கு அறிவுறுத்தப்பட்டது. அங்கு மற்ற இயேசு சங்கத்தவர்கள் யாரையும் இவர் பார்க்கக்கூடாது என்றும் உத்தரவு பிறப்பிக்கப்பட்டது. அவருக்கு வரும் கடிதங்கள் பிரித்துப் பார்க்கப்பட்டன; அனுமதி இல்லாமல் தானாக யாரோடும் தொலைபேசியில் பேசக்கூடாது என்றும் கட்டளை பிறப்பிக்கப்பட்டது. இவையெல்லாம் அவருக்கு மிகுந்த மனவேதனையைக் கொடுத்தன. பதினைந்து வருடங்கள் பேனஸ் ஐரஸின் பிரவின்ஷியலாக இருந்து அங்கு கோலோச்சிய பெர்காகிலியோவுக்குச் செயல்பாடுகள் அதிகம் இல்லாத கார்டபாவிற்குத் தன்னைத் தள்ளிவிட்டார்களே என்ற வருத்தம் அதிகமாக இருந்தது. தனக்குள் மனம் புழுங்கினார்.

கார்டபாவில் இருந்த இயேசு சங்கத்தவர்களுக்கும் இவரோடு அடிக்கடி தொடர்பு வைத்துக்கொள்ளக் கூடாது என்று உத்தரவு பிறப்பிக்கப்பட்டிருந்தது. இவரும் தன்னுடன் தங்கியிருந்தவர்களோடு சரியாகப் பேசுவதில்லை. எப்போதுமே தியானத்தில் அதிக நேரம்

செலவிடும் பழக்கமுடைய பெர்காகிலியோ கார்டபாவில் இன்னும் அதிக நேரம் அதில் செலவழித்தார். தான் தங்கியிருந்த இடத்திலிருந்து தினமும் தேவாலயத்திற்கு நடந்தே போவார். வழியில் தேவாலயத் திற்கு வரும் பலதரப்பட்ட மக்களையும் பார்த்து அவர்களோடு உரையாடுவார். தன்னுடைய அறையில் பல மணி நேரங்களைச் செலவழிப்பார். அடிக்கடி சுயபரிசோதனையில் இறங்கிவிடுவார். முனைவர் பட்டத்திற்காகத் தான் தேர்ந்தெடுத்த ரொமானோ கார்டினியின் எழுத்துகளைத் திரும்பத் திரும்பப் படிப்பார். பின்னால் போப்பாகத் தேர்ந்தெடுக்கப்படுவதற்கு முன் இவர் ஆற்றிய, எல்லோரையும் கவர்ந்த உரையில் கார்டினியின் தாக்கம் அதிகம் இருந்தது. பெர்காகிலியோ கடைசிவரை தன்னுடைய கார்டினியைப் பற்றிய முனைவர்பட்ட ஆராய்ச்சியை முடிக்கவில்லை என்றாலும் கார்டினியின் எழுத்துகள் இவருக்கு எப்போதுமே உறுதுணையாக இருந்தன.

மன உளைச்சல்

கார்டபாவிலும் ஏழைகளுக்கு உதவுவதை பெர்காகிலியோ தொடர்ந்தார். அடிக்கடி இயேசு சங்க வாசலில் காத்து நிற்கும் ஏழைகளுக்கு உணவுப் பொட்டலங்கள் கொண்டுவருவார். அங்கு வேலைபார்த்த பெண்ணிற்கு ஒரு வீடு வாங்கிக்கொள்ளப் பண உதவி அளித்தார். அதே மாதிரி அங்கு துப்புரவு வேலை செய்துவந்தவருக்கு வீடு வாங்கப் பணம் கொடுத்தார். ஆனால் அவர் தன்னுடைய வீட்டின் அருகில் ஒரு நீச்சல் குளத்தைக் கட்டிக்கொண்டபோது பெர்காகி லியோவுக்கு அவர் மீது மிகவும் கோபம் ஏற்பட்டது. எளிமையையே விரும்பிய பெர்காகிலியோவுக்கு ஆடம்பரத்தைக் குறிக்கும் நீச்சல் குளம் எரிச்சலைக் கொடுத்தது. கார்டபாவில் இருக்கும்போது மதத்திற்கு வெளியேயுள்ள உலக நடவடிக்கைகளிலும் அரசியலிலும் ஆர்வம் காட்டத் தொடங்கினார். அர்ஜென்டைனாவின் தேசியப் பத்திரிகை ஒன்றையும் படிக்க ஆரம்பித்தார். அந்தப் பத்திரிகையில், ஒரு பெண்ணைப் பணக்காரக் குடும்பத்தைச் சேர்ந்த இளைஞர்கள் பாலியல் பலாத்காரம் செய்து கொன்றதாக வந்த செய்தி இவரை வெகுவாகப் பாதித்தது. யாரும் அதைக் கண்டுகொள்ளாமல் இருந்தபோது ஒரு கன்னியாஸ்திரி அதை வெளியே கொண்டுவரும் பொருட்டு தெருவில் கண்டித்துப் பிரச்சாரம் செய்தார். இந்தச் சம்பவம் தந்த உந்துதலால், *ஊழலும் பாவமும் (Corruption and Sin)* என்ற ஒரு சிறிய புத்தகத்தை பெர்காகிலியோ எழுதினார். 'பாவம் புரிவது ஒரு

பலவீனம். அதைப் புரிபவர் தன் தவறை உணர்ந்து இறைவனிடம் மன்னிப்புக் கோரலாம்தான். இருந்தாலும், ஊழல் அதன் குற்றத் தன்மையை ஊழல்புரிபவர்களின் கண்களிலிருந்து மறைத்து விடுகிறது. அதோடு, ஒரு நோய் போல் சமூகத்தில் மற்றவர்களுக்கும் பரவி, ஊழல்புரிவது தவிர்க்க முடியாதது, எல்லோரும் ஒப்புக் கொள்ளக் கூடியதே என்ற ஒரு சிந்தனையையும் உண்டாக்கிவிடுகிறது' என்பதுதான் இந்தப் புத்தகத்தின் சாரம். (இதைப் படிக்கும்போது இந்தியாவில் இருக்கும் ஊழல் பற்றிய இயல்புநிலை ஞாபகத்திற்கு வருகிறது அல்லவா?) கார்டபாவில் பெர்காகிலியோ நிறையக் கட்டுரைகள், அறிவுரைகள் எழுதினார். அவை எல்லாம் ஒன்றாகத் தொகுக்கப்பட்டு 1992இல் நூலாக வெளிவந்தன.

மனமாற்றம்

கார்டபாவில் பிறரிடமிருந்து பிரிக்கப்பட்டு வாழ்ந்த வாழ்க்கையில் தன்னைப் பற்றிச் சிந்திக்க நிறையச் சந்தர்ப்பங்கள் அவருக்குக் கிடைத்தன. ராணுவத்தால் சிறைப்பிடிக்கப்பட்டு, துன்புறுத்தப்பட்டுப் பின்னால் விடுவிக்கப்பட்ட இரண்டு பாதிரிகளையும் காப்பாற்று வதற்குத் தாம் இன்னமும் கொஞ்சம் செய்திருக்கலாமோ என்று யோசித்தார். அதே மாதிரி கொடுமைப் போரின்போதும் தான் செய்திருக்க வேண்டியது, செய்யாமல் விட்டது பற்றி நிறைய சிந்தித்தார். இந்தச் சிந்தனைகள் எல்லாம் அவருடைய உள்மனதில் ஒரு போராட்டத்தை உருவாக்கிக்கொண்டிருந்தன. இந்த மனப் போராட்டத்தின் காரணமாக அவர் மனதில் பெரிய மாற்றங்கள் உருவாகிக்கொண்டிருந்தன. இந்த மனமாற்றம் ஒரே நாளில் உருவானதல்ல; தொடர்ந்து உருவானது. புதிய விடுதலை இறையியல் கோட்பாட்டை அவர் இப்போது புதிய கண்ணோட்டத்துடன் நோக்கத் துவங்கினார். சோவியத் யூனியன் விழுந்த பிறகு, புதிய இறையியல் கோட்பாடு உலகில் கம்யூனிஸத்தைப் பரப்பிவிடும் என்று முன் நினைத்ததற்கு மாறாக ஏழைகளுக்குச் சமூக நீதி கிடைக்க வேண்டும் என்று புதிய இறையியல் கோட்பாட்டை ஆதரித்தவர்கள் கூறியதில் இருக்கும் நியாயத்தை உணர்ந்தார். ஏழைகளோடு நெருங்கி உறவாடியதால், அவர்கள் படும் துன்பங்களுக்குச் சமூக அமைப்பு களும் காரணம் என்பதையும், அவர்களுக்குச் சமூக நீதி கிடைக்கக் கத்தோலிக்க மதமும் அவர்களோடு சேர்ந்து போராட வேண்டும் என்பதையும் உணர்ந்தார். எப்போதுமே அவர் ஏழைகள்பால் மிகுந்த அனுதாபம் கொண்டு அவர்களுக்கு உதவவேண்டும் என்றும்

நினைப்பவர். ஆனால் இப்போது ஏழைகளிடம் இரக்கம் காட்ட வேண்டும், அவர்களுக்குத் தானதர்மம் செய்ய வேண்டும் என்பதோடு அவர்களுக்குச் சமூக நீதி கிடைக்கச் சமூக அமைப்புகளும் மாற்றி அமைக்கப்பட வேண்டும் என்றும் நினைத்தார்.

உலகில் ஏற்பட்டுக்கொண்டிருந்த அரசியல், பொருளாதார மாற்றங்களோடு, அவர் மனதில் ஏற்பட்டுக்கொண்டிருந்த சிந்தனை மாற்றங்களும் பெர்காகிலியோ புதிய மனிதராக உருவெடுப்பதற்கு உதவின. அவர் புதிய மனிதராக மாறிவிட்டார் என்று சொல்வதைவிட மாறிக்கொண்டிருக்கிறார் என்று சொல்வதே பொருந்தும். பெர்காகிலியோ என்னும் மதகுரு, போப் பிரான்சிஸ் ஆன பிறகும் புதிய சிந்தனைகளை நோக்கிய அவருடைய வாழ்க்கைப் பயணம் இன்னும் முற்றுப்பெற வில்லை என்றே சொல்ல வேண்டும்.

8

மாற்றத்தின் தொடர்ச்சி

தனிமை நீக்கம்

கார்டபாவில் பெர்காகிலியோ இருந்தபோது மற்ற இயேசு சங்கத்தவர்கள் யாரும் இவரோடு தொடர்பு வைத்துக்கொள்ளக்கூடாது என்று ரோமிலிருந்து ஆணை பிறப்பிக்கட்டதால் இவரும் அங்கு யாரோடும் பேசாமல் தனி வாழ்க்கை நடத்தினார். அங்கு இருந்த மைக்கேல் பெட்டி என்பவரைப் பெர்காகிலியோவுக்கு பேனஸ் ஐரஸ் நாட்களிலிருந்தே தெரியும். ஆனாலும் அவரிடம்கூட பேசுவதைத் தவிர்த்தார். உணவருந்தும் அறைக்கு பெட்டி ஒரு வாசல் வழியாக வந்தால் பெர்காகிலியோ இன்னொரு வாசல் வழியாகச் சென்று விடுவார். தனக்குத் தானே தனிமையை ஏற்படுத்திக்கொண்டு பெர்காகிலியோ வாழ்ந்துவந்தார்.

அவர் கார்டபாவில் கழித்த நாட்களைப் பற்றி *அந்த பிரான்சிஸ்* என்று ஒரு புத்தகம் எழுதி வெளியிட்ட இரு ஆசிரியர்கள் தங்கள் புத்தகத்தில், அர்ஜென்டைனாவில் பிரவின்ஷியல் பதவியிலிருந்து பெர்காகிலியோ பதவி இறக்கம் செய்யப்பட்டதற்கு அங்கிருந்த இயேசு சங்கத்தினர் ரோமிலுள்ள இயேசு சங்க அதிகாரிகளிடம் அவரைப் பற்றித் தவறான செய்திகளைக் கொடுத்து வந்ததாகவும், இயேசு சங்க உயர் அதிகாரிகளும் இவர்மேல் வன்மம் பாராட்டியதாகவும், தாங்கள் அங்கு பலரோடு உரையாடியதில் இந்த விபரங்களைக் கண்டறிந்த தாகவும் கூறியிருக்கிறார்கள். அந்தப் புத்தகத்தை அவர்கள் எழுதிய போது பெர்காகிலியோ ஏற்கனவே போப் ஆகியிருந்தாலும் அவர்களோடு மின்னஞ்சல் மூலமும் தொலைபேசி மூலமும் தொடர்பில் இருந்தார். அப்போது அவர்களோடு உரையாடிய பிரான்சிஸ் மற்றவர்கள் தனக்குத் தீங்கிழைத்ததாகக் கூறப்பட்டாலும் தாம் அப்படி நினைக்கவில்லை என்றும், தான் செய்த பாவங்களுக் காகத்தான் கார்டபாவில் தான் பிராயச்சித்தம் செய்துவந்ததாகவும்

அடிக்கடி அந்த ஆசிரியர்களிடம் கூறியிருக்கிறார். தான் செய்த தவறுகளை ஒப்புக்கொண்டு அவற்றிற்காகப் பிராயச்சித்தம் தேடுவது இந்த உலகில் பிரான்சிஸ் ஒருவராகத்தான் இருக்க முடியும்.

தனிமையில் உழன்றுகொண்டு இனி தன் வாழ்க்கை இப்படித் தான் செல்லும் என்று நினைத்துக்கொண்டிருந்த பெர்காகிலியோவை 1992இல் பேனஸ் ஐரஸின் ஆர்ச் பிஷப்பாக இருந்த கார்டினல் அன்டோனியோ கொராஸினோ பேனஸ் ஐரஸின் ஒரு கோடியே இருபது லட்சம் மக்களைக் கவனித்துக்கொள்ளும் பொறுப்பில் அவருக்குத் துணைபுரிய ஐந்து துணை ஆர்ச் பிஷப்புகளை நியமித்தார். பெர்காகிலியோ அந்த ஐந்து துணை ஆர்ச் பிஷப்புகளில் ஒருவர். பெர்காகிலியோ தன்னுடைய பிறந்த ஊரான ஃப்ளோரஸில் பணியாற்ற ஆரம்பித்தார். கொராஸினோவுக்கு பெர்காகிலியோ பற்றி இதற்கு முன்பே நன்றாகத் தெரியும். அவருடைய நிர்வாகத்திறன், எளிமையான வாழ்வு, ஆன்மீக ஈடுபாடு ஆகியவை பற்றி நன்கு தெரிந்திருந்ததால் அவரை கார்டபாவிலிருந்து விடுவிக்க எண்ணித் தன்னுடைய ஐந்து துணை பிஷப்புகளில் ஒருவராக நியமித்துக் கொண்டார்.

ஆர்ச் பிஷப்பாக உயர்வு

கார்டபாவில் பணியாற்றிய சில வருடங்களில் பெர்காகிலியோ மிகவும் மாறிவிட்டிருந்தார். ஃப்ளோரஸில் ஒரு நண்பர் பாதிரியாக இருக்கும் திருச்சபைக்கு அடிக்கடி சென்று தன்னுடைய நண்பருக்கு உதவியாளராக இருந்தவரைத் தான் தங்கியிருந்த இடம்வரை உடன் வருமாறு அழைத்துச் செல்வாராம். அப்படிச் செல்லும்போது நடந்தே செல்வாராம். அப்போதுதான் அந்த மறைமாவட்டத்தில் இருக்கும் மக்களைப் பற்றித் தெரிந்துகொள்ள வசதியாக இருக்கும் என்பாராம். ஆர்ச் பிஷப் தனக்குக் கொடுத்த வேலைகளோடு அங்குள்ள மக்களையும் அங்கு பணியாற்றும் பாதிரிகளையும் தெரிந்து கொள்ள முயன்றார். எல்லோரோடும் கலந்து பேசி அவர்களுடைய கருத்துகளைத் தெரிந்துகொள்ள விரும்பினார். பாமரமக்களும் சாதாரண பாதிரிகளும் என்ன நினைக்கிறார்கள் என்று அறிந்துகொள்ள முயன்றார். அவர்கள் அவருக்கு முக்கியமானவர்கள். அவருடைய பகுதியில் இருந்த சேரிகளில் அதிக கவனம் செலுத்தினார். கொஞ்சம் வசதிபடைத்த திருச்சபைகளுக்குச் செல்லும்போது அவர்கள் மற்ற திருச்சபையைச் சேர்ந்தவர்களுக்கு எப்படி உதவினார்கள் என்று

கேட்பார். எங்கு சென்றாலும் முடிவில் தனக்காக ஜெபிக்கும்படி கேட்டுக்கொள்வார்.

ஆர்ச் பிஷப்பாக இருந்த கொராஸினோ பெர்காகிலியோவைப் போல் பணிவுடனோ எளிமையாகவோ நடந்துகொள்ள மாட்டார். அவர் ரோமிற்குச் செல்லும்போது ஆடம்பரமான ஓட்டலில்தான் தங்குவார். இருப்பினும் பெர்காகிலியோவை அவருக்கு மிகவும் பிடித்தது. பெர்காகிலியோவும் ஆர்ச் பிஷப்பிற்கு விசுவாசமாக நடந்துகொண்டார். பெர்காகிலியோவைத் தன்னுடைய விக்கார் ஜெனரலாக நியமித்தார். இதனால் மறைமாவட்டத்தின் தினசரி நடவடிக்கைகளில் பங்கேற்கும் பொறுப்பு பெர்காகிலியோவிற்குக் கிடைத்தது. அதன் பிறகு நான்கு ஆண்டுகளில் கொராஸினோவின் உடல்நலம் பாதிக்கப்பட்டதால் தனக்குப் பிறகு யார் ஆர்ச் பிஷப்பாக வர வேண்டும் என்பதை அவர் தானே முடிவுசெய்ய விரும்பினார். பெர்காகிலியோ எல்லா நிர்வாகப் பிரிவுகளிலும் சிறந்து விளங்கியதால் அவரை அவருக்கு மிகவும் பிடித்திருந்தது. அவரையே தன் வாரிசாக நியமிக்க விரும்பினார். சாதாரணமாக ஆர்ச் பிஷப் பதவியைவிட்டு விலகுபவர்கள் தங்களுக்குப் பின்னால் யார் அந்தப் பதவிக்கு வர வேண்டும் என்று முடிவு செய்வதில்லை. வாடிகனில் இருந்த பிஷப்புகளை நியமிக்கும் குழுவிடம் அந்தப் பொறுப்பு ஒப்படைக்கப்படும். கொராஸினோ ரோமிற்குச் சென்று அந்தக் குழுவினரிடம் பெர்காகிலியோவைத் தன்னுடைய உதவி மதத் தலைவராக (coadjutor) நியமிக்கும்படி கேட்டுக்கொண்டார். அப்படி நியமிக்கும் பட்சத்தில் கொராஸினோ இறந்துவிட்டாலோ தானாகப் பதவி இறங்கினாலோ பெர்காகிலியோவுக்கு ஆர்ச் பிஷப் பதவி கிடைத்துவிடும்.

ஆனால் ரோமிலுள்ள அதிகாரிகள் அதற்கு மறுப்புத் தெரிவித்து விட்டனர். ஆனாலும் கொராஸினோ விடவில்லை. வாடிகனுக்கான அர்ஜென்டைனா தூதரைச் சந்தித்து அடுத்தமுறை போப்பைச் சந்திக்கும்போது பெர்காகிலியோவைத் தனக்கு உதவியாளராக நியமிக்கும் கடிதத்தில் போப்பின் கையெழுத்தைப் பெற்றுவிடுமாறு கூறினார். அர்ஜென்டைனாத் தூதரும் சீக்கிரமே போப்பைச் சந்தித்தபோது போப்பிடம் பெர்காகிலியோவை கொராஸினோவின் உதவியாளராக நியமிக்கும் கடிதத்தில் கையெழுத்தை வாங்கி விட்டார். இதனால் வாடிகனின் மற்ற அதிகாரிகளுக்கு மிகவும் கோபம். ஆனாலும் நியமனக் கடிதத்தில் போப் கையெழுத்திட்ட

சுரங்கப் பாதை ரயில் பயணத்தில் பெர்காகிலியோ

பிறகு அவர்களால் ஒன்றும் செய்ய முடியவில்லை. அதன் பிறகு எட்டு மாதங்களில் *1998* பிப்ரவரி மாதம் கொராஸினோ இறந்து விட்டார். பெர்காகிலியோவும் பேனஸ் ஐரஸின் ஆர்ச் பிஷப் ஆனார்.

புகழைப் பெருக்கிய செயல்கள்

பெர்காகிலியோவின் வாழ்க்கையில் இந்தக் கட்டத்திற்குப் பிறகு அவருடைய புகழ் மதத்திற்கு வெளியேயும் ஓங்கியது. ஆர்ச் பிஷப்புகளுக்காக ஒதுக்கப்பட்டிருந்த, பேனஸ் ஐரஸின் புறநகர்ப் பகுதி ஒன்றில் அமைந்திருந்த பெரிய மாளிகையில் தங்காமல் ஆர்ச் மறைமாவட்டத்தைச் சேர்ந்த நான்கு அறைகள் கொண்ட எளிமையான ஒரு குடியிருப்பில் தங்கினார். எளிமையை முன்னிட்டு அவர் அங்கு தங்கினாலும் அவருக்கு அது வசதியாகவே இருந்தது. ஆர்ச் பிஷப்பிற்கு ஒதுக்கப்பட்ட மாளிகை பேனஸ் ஐரஸின் முக்கிய பகுதியிலிருந்து பதினான்கு மைல் தள்ளி இருந்தது. அவருக்கு டிரைவரோடு கார் ஒன்று ஒதுக்கப்பட்டிருந்தாலும் பேனஸ் ஐரஸிலுள்ள கதீட்ரலுக்கு வருவதற்கு அவருக்குப் போக்குவரத்து நெரிசலால் தினமும் இரண்டு மணி நேரம் எடுக்கும். அதனால் ஆர்ச் பிஷப்பிற்கு ஒதுக்கப் பட்டிருந்த மாளிகையைப் பாதிரிகளுக்கும் கன்னியாஸ்திரிகளுக்கும் அவர்கள் தங்கும் விடுதியாக மாற்றினார். கார் டிரைவரை பிற வேலைகளுக்கு நியமித்தார்.

பல திருச்சபைகளுக்குச் செல்வதற்கு சுரங்க ரயில்பாதை, பேருந்து போன்ற பொது போக்குவரத்து சாதனங்களையே பயன்படுத்தினார். ஆர்ச் பிஷப்புகள் அணியும் அங்கிக்குப் பதிலாகச் சாதாரண பாதிரிகள் அணியும் அங்கியையே அணிந்தார். தன்னுடைய உணவைத் தானே சமைத்துக் கொண்டார். நண்பர் ஒருவர் இவருக்கு இவர் விரும்பும் இசையைக் கேட்பதற்குக் குறுந்தட்டுகள் (சீடி) வழங்கினார். தன்னிடம் குறுந்தட்டுப் போடும் சாதனம் இல்லாததால் குறுந்தட்டை ஒலி நாடாவாக மாற்றித் தரும்படிக் கூறினாராம். 2001இல் கார்டினலாக நியமிக்கப்பட்டபோது தனக்காக புதிய கார்டினல் அங்கியைத் தைத்துக் கொள்ளாமல் அவருக்கு முன்னால் கார்டினலாக இருந்தவரின் அங்கியைத் தனக்குப் பொருந்துமாறு மாற்றிக்கொண்டார். ஆர்ச் பிஷப்பாக ஆன பிறகு தன்னை யாரும் 'மேன்மை தங்கிய' என்று கூப்பிட வேண்டாம்; 'ஃபாதர் ஹோர்கே' என்றே கூப்பிடலாம் என்றார். தனக்குப் பதவி உயர்வு கிடைத்ததற்குத் தன்னைப் பார்க்க ரோமிற்கு வர விரும்பியவர்களிடம் ரோமிற்கு வருவதற்குப் பதில் அந்தப் பணத்தை ஏழை மக்களுக்காகச் செலவிடும்படி கூறினார்.

கொகெய்னை பதப்படுத்தி போதை மருந்துகள் தயாரிக்கும் போது முதலில் கிடைப்பதை ஐரோப்பிய நாடுகள், அமெரிக்கா போன்ற பணக்கார நாடுகளுக்கு அனுப்பிவிடுவார்கள். இரண்டாவதாகக் கிடைப்பது பேனஸ் ஐரஸின் வசதிபடைத்தவர்களுக்கு விற்கப்படும். அதற்குப் பிறகு மிஞ்சியதை முன்பெல்லாம் எறிந்துவிடுவார்கள். 2001இல் அர்ஜென்டைனாவின் பொருளாதாரம் சிதைந்து போயிருந்த நிலையில் அதில் பல நச்சுப் பொருள்களைக் கலந்து மிகவும் குறைந்த விலைக்கு விற்க ஆரம்பித்தார்கள். இதை ஒரு தடவை சாப்பிட்டாலே போதை வரும். அதன் பிறகு அந்த போதைப் பொருளுக்கு ஏழை மக்கள் அடிமையாகிவிடுவார்கள்.

ஏழைகள் இந்தப் போதை மருந்திற்கு அடிமையாவதைத் தடுக்கச் சேரியின் போதகர் ஒருவர் அங்குள்ள சிறுவர்களுக்கு ஒரு பள்ளியை ஆரம்பித்தார். அங்கு தச்சுவேலை, கட்டடங்கள் கட்டும் வேலை, சமையல் வேலை, கார் ரிப்பேர் வேலை, தையல்கலை ஆகிய தொழில்களைக் கற்றுக் கொடுத்தார். இது போதை மருந்து தயாரித்து விற்றவர்களுக்குப் பிடிக்கவில்லை. ஒரு நாள் சைக்கிளில் சென்றுகொண்டிருந்த அவரை ஒருவன் வழியில் நிறுத்தி, சேரியில் இருந்தவர்களுக்கு போதைப்பொருள் சாப்பிடுவதை நிறுத்தும் வழிகளைக் கற்றுக் கொடுத்தால் அவருடைய உயிருக்கு ஆபத்து

விளையும் என்று எச்சரித்தான். அவர் அவருடைய ஆர்ச் பிஷப்பான பெர்காகிலியோவிடம் இதைப் பற்றி கூறினார். உடனே பெர்காகிலியோ 'அவர்கள் யாரையாவது கொல்ல வேண்டுமென்றால் என்னைக் கொல்லட்டும்' என்று அந்தப் பாதிரியிடம் கூறினார். மேலும் சில நாட்களிலேயே அந்தச் சேரிக்கு முன்னறிவிப்பு எதுவும் இல்லாமல் சென்றார். அப்படி அங்கு சென்றதன் மூலம் 'பாதிரி மேல் கைவைத்தால் அது என்மேல் கைவப்பதற்குச் சமம்' என்று அவர்களுக்கு உணர்த்தினார். அங்கு எல்லாத் தெருக்களிலும் நடந்தார்; அங்குள்ள மக்களோடு உரையாடினார்; அவர்களோடு அர்ஜென்டைனாவுக்கே உரிய மேட் என்னும் தேநீரை அருந்தினார். அந்தச் சேரியின் பாதிரிக்குக் கொலைமிரட்டல் வந்தபோது அவர் இப்படி மிகவும் துணிச்சலோடு நடந்துகொண்டார். அடிக்கடி அந்தச் சேரிக்கு பெர்காகிலியோ சென்றார். அப்படிச் சென்றாலும் அவர்கள் வேலைகளில் தலையிடுவதில்லை. சேரிக்குச் சென்ற மறுநாளே ப்ளாஸா டி மாயோவில் திறந்தவெளி திருப்பலி நடத்தி, அதில் போதைப்பொருள் விற்பனை செய்வோரைக் கண்டித்துப் பேசுவார். அந்தச் சேரியில் இருந்தவர்களில் 44 சதவிகிதம் பேர் பதினாறு வயதுக்குட்பட்டவர்கள். அவர்கள் போதைமருந்துக்கு உள்ளாவதைப் பெர்காகிலியோ தடுத்தார். அடிக்கடி சேரிக்கு வந்து சிறுவர்களின் கால்களைக் கழுவினார்.

தேவாலயத்திற்குள் எல்லாப் பாதிரிகளும் இவரை எளிதில் சந்திக்கும் விதத்தில் நடந்துகொண்டார். காலையில் அலாரம் இல்லாமலேயே நான்கு மணிக்கு எழுந்துவிடுவார். தினமும் அதிக நேரம் தியானத்தில் ஈடுபடுவார். காலை உணவிற்குப் பிறகு ஏழு மணியிலிருந்து எட்டு மணிவரை தொலைபேசி அருகில் உட்கார்ந்துகொண்டு செயலாளர் யாருடைய உதவியும் இன்றித் தானே தொலைபேசியில் நண்பர்களை அழைப்பார். எளிய மதிய உணவிற்குப் பிறகு திருச்சபைகளுக்குக் கிளம்பிவிடுவார். ஒரு ஆப்பிளும் தேநீரும்தான் இவருடைய இரவு உணவு. இரவு உணவிற்கு யாராவது அழைத்தால் செல்லமாட்டார்; அப்படிப் போய்விட்டு வந்து படுக்கப் போவதற்கு அதிக நேரம் ஆகிவிடும், பிறகு காலையில் எழுவதற்கும் நேரமாகிவிடும் என்பதால். இரவு படுக்கப் போகும் முன் இசையைக் கேட்பார். விருந்துகள், நண்பர்கள் என்று வெளியே செல்லாவிட்டாலும் எந்தப் பாதிரிக்காவது உதவி தேவைப்பட்டால் உடனேயே சென்று உதவி செய்வார். ஒருமுறை நோய்வாய்ப்பட்ட ஒரு பாதிரிக்கு அருகில் இருப்பதற்காக 250 மைல் பயணம் செய்து அவருடன் இருந்து அவருடைய தனிமையைப் போக்கினார்.

சாதாரணமாக ஆர்ச் பிஷப்புகள் பாமர மக்களிடம் நெருங்கிப் பழகும் வேலையைச் செய்வதில்லை. அதை அவர்களுடைய துணை ஆர்ச் பிஷப்புகளிடம் விட்டுவிடுவார்கள். ஆனால் பெர்காகிலியோ தானே அந்த வேலைகளையும் செய்வார். யாரையும் நம்பி இந்த மாதிரிக் காரியங்களை அவர் விடமாட்டார். நிர்வாகம், நிதி பற்றிய விஷயங்களில் பலவற்றைத் தன்னுடைய ஆறு துணை ஆர்ச் பிஷப்பு களிடம் விட்டுவிடுவார். பல விஷயங்களில் எல்லோரையும் கலந்து ஆலோசித்தாலும் முடிவைத் தானே எடுப்பார். இவருக்கு முந்தைய ஆர்ச் பிஷப் காலத்தில் நடந்த வங்கி ஊழலை ஒழித்து அதை முழுமை யாகச் சரிசெய்தார்.

பண விஷயத்தில் கறாராக இருப்பது மட்டும் பெர்காகிலியோவின் குறிக்கோள் அல்ல. சமூகம் தள்ளி வைத்திருக்கும் தனித் தாய்மார்கள், ஏழைகள், வயதானவர்கள், வேலையற்றோர் ஆகியோருக்கு மதம் உதவவேண்டும் என்பதுதான் அவருடைய முதன்மைக் குறிக்கோள். பழைய மத சம்பிரதாயங்களையும் சடங்குகளையும் பற்றி மட்டும் பேசிக்கொண்டிருந்தால் அது மதத்திற்கு நல்லதல்ல, மதம் வளர வேண்டுமானால் மக்களின் வாழ்வு செழிக்க வேண்டும் என்பது பெர்காகிலியோவின் கொள்கை.

பிற மத அரவணைப்பு

கிறிஸ்தவ மதத்தின் சாராசரி கத்தோலிக்கர்களை மட்டும் நாம் அரவணைக்க வேண்டுமென்பதில்லை, கிறிஸ்தவ மதத்தின் எல்லாப் பிரிவினரையும் மற்ற மதங்களைப் பின்பற்றுபவர்களையும், ஏன் எந்த மதத்தையும் பின்பற்றாதவர்களையும் சேர்த்துக்கொள்ள வேண்டும் என்பது பெர்காகிலியோவின் கொள்கை ஆயிற்று. அர்ஜென்டைனாவின் ஆங்கிலிகன் பிரிவைச் சேர்ந்தவர்களிடம் இவர் நன்றாக உறவாடியதால் அந்தப் பிரிவின் தலைவர் இவரை ‘பெர்காகிலியோ ஒரு கத்தோலிக்கர் என்பதைவிட ஒரு நல்ல கிறிஸ்தவர்’ என்று வெகுவாகப் புகழ்ந்திருக்கிறார். ஆங்கிலிகன் பிரிவைச் சேர்ந்தவர்களைப் பதினாறாம் பெனெடிக்ட் கத்தோலிக்கப் பிரிவிற்கு இழுப்பதற்குச் செய்த முயற்சிகள் தேவையற்றவை என்பது பெர்காகிலியோவின் கருத்து. பல தீவிர பிரச்சார கிறிஸ்தவர்களையும் (Evangelical) இவர் சேர்த்துக்கொள்ளுவார். பல பிரிவுகள் இருப்பது உலகில் நன்மையைத்தான் விளைவிக்கும் என்பார். ஒருமுறை இவர் தீவிர பிரச்சார கிறிஸ்தவர்களின் கூட்டத்தில்

தனக்காக ஜெபிக்கும்படி அவர்களைக் கேட்டுக்கொண்டது, எல்லோர் முன்னிலையிலும் மண்டியிட்டு அவர்களுடைய நல்லாசிகளைக் கோரியது கத்தோலிக்கர்களை மிகவும் கோபப்படுத்தியது. இது நடந்து இரண்டு நாட்களுக்குப் பிறகு வெளிவந்த ஒரு கத்தோலிக்கப் பத்திரிகை அவரைத் தாறுமாறாகத் தூற்றியது. வருடங்கள் செல்லச் செல்ல ஒருவருடைய மத அடையாளத்தை வைத்து ஒருவரைக் கணிப்பதற்குப் பதில் அவர்களிடமிருந்த மற்ற நல்ல குணங்களையும் கண்டறிந்தார்.

பிற மதத்தவர்களோடு தன்னுடைய கதீட்ரலில் மத நல்லிணக்கக் கூட்டங்களை நடத்தினார். ஒரு மசூதியையும் முஸ்லிம்கள் நடத்தும் ஒரு பள்ளியையும் போய்ப் பார்வையிட்டார். யூதர்களின் வழிபாட்டு இடமான யூதக் கோயில்களில் நடக்கும் நிகழ்ச்சிகளில் கலந்து கொண்டார். யூதர்களின் மதத் தலைவர்களுள் ஒருவரான ஆப்ரஹாம் ஸ்கோர்கா என்பவரோடு சேர்ந்து கருத்துப் பரிமாற்றம் பற்றிய ஒரு நூலை வெளியிட்டார். 'மற்றவர்களோடு உரையாடி, கருத்துப் பரிமாற்றம் செய்துகொள்வது அவர்களிடம் உள்ள நல்ல குணங்களை அறிந்து அவற்றைப் போற்றுவதாகும்' என்பார். பெர்காகிலியோவின் திறந்த உள்ளத்தைப் பற்றிக் கூறும்போது ஒரு யூதத்தலைவர், 'உண்மையாகவும் மரியாதையாகவும் பேசும் யாரோடும் அவரால் உரையாட முடியும். யார் சொல்வதையும் கூர்ந்து கவனிப்பார். எதிராளிகளோடுகூட அவரால் உரையாட முடியும்' என்று சொல்லி யிருக்கிறார். ஸ்கோர்காவோடு பெர்காகிலியோ பல விஷயங்கள் பற்றி – கடவுள், சாத்தான், இறப்பு, மூப்பு, கம்யூனிசம், உலகமயமாக்குதல் போன்றவை பற்றி – உரையாடியிருக்கிறார். ஐரோப்பாவில் யூதப்படுகொலை நடந்தபோது போப்பாக இருந்த பன்னிரண்டாவது பயஸ் பற்றியும் உரையாடியிருக்கிறார்கள். யூதப் படுகொலை சமயத்தில் அவர் நடந்துகொண்டது பற்றி இரண்டு வகையான கருத்துகள் நிலவுகின்றன. சிலர் அவர் நாஜிகளைப் பகைத்துக் கொள்ளாமல் – அப்படிச் செய்திருந்தால் நாஜிக்கள் இன்னும் வேகமாக யூதர்களை கொன்றிருக்கலாம் – அவர்களைக் காப்பாற்ற எவ்வளவு செய்ய முடியுமோ அவ்வளவும் செய்யத்தான் செய்தார் என்கிறார்கள். சிலரோ அவர் 'குற்றம் எதுவும் செய்யாத அப்பாவி யூதர்களைக் கொல்வதை நிறுத்துங்கள்' என்று நாஜிகளைக் கண்டித்திருந்தால் படுகொலை குறைந்திருக்கும் என்கிறார்கள். வாடிகனில் உள்ள அப்போதைய ஆவணங்களை எடுத்துப் பார்த்து உண்மையைக் கண்டறிய வேண்டும் என்று பெர்காகிலியோ ஸ்கோர்காவிடம்

கூறியிருக்கிறார். இப்போது அவர் போப்பாகிவிட்டதால் அப்படிச் செய்வார் என்று நம்பலாம் என்கிறார் ஸ்கோர்கா. இவருக்குமுன் ஆர்ச் பிஷப்பாக இருந்த கொராஸினோவின் கல்லறைக்குப் பக்கத்தில் யூதர்களைச் சிறைப்பிடித்துக் கொடுமைப் படுத்திய இடங்களில் கிடைத்த ஹீப்ரூ வேதப் புத்தகம், யூதப் படுகொலையோடு சம்பந்தப் பட்ட ஆவணங்கள் ஆகியவற்றை பெர்காகிலியோ வைத்திருக்கிறார். இது பல பழமைவாதக் கத்தோலிக்கர்களுக்குப் பிடிக்கவில்லை என்றாலும் பெர்காகிலியோ அதைப் பொருட்படுத்தவில்லை.

கிறிஸ்தவ மதத்தில் ஆழ்ந்த நம்பிக்கை இன்றித் தகாத செயல்களில் ஈடுபட்டவர்களையும் அரவணைக்க வேண்டும் என்பதில் பெர்காகிலியோ மிகவும் ஆர்வம் காட்டினார். சில சமயங்களில் ஃப்ளோரஸ் சதுக்கத்தில் விலைமாதர்களோடு இரவில் பதினொரு மணிக்கு உரையாடிக்கொண்டிருப்பார். சிலருக்கு அங்கேயே பெஞ்சில் அமர்ந்து பாவ மன்னிப்பு அளிப்பார். 2001இல் புனித வியாழனன்று (இயேசு சிலுவையில் அறையப்பட்ட வெள்ளிக்கிழமைக்கு முந்தின வியாழனன்று) இயேசு தன் சீடர்களின் பாதங்களைக் கழுவியதைப் போன்று பேனஸ் ஐரஸில் உள்ள ஒரு மருத்துவ மனையில் எய்ட்ஸ் நோயால் பாதிக்கப்பட்ட பன்னிரெண்டு வியாதியஸ்தர்களின் பாதங்களைக் கழுவினார். 2008இல் புனித வியாழனன்று போதை மருந்திற்கு ஆளாகிச் சிகிச்சை பெற்றுக் கொண்டிருந்தவர்களின் பாதங்களைக் கழுவினார். கத்தோலிக்க மதத்திற்குள்ளேயே ஒதுக்கப் பட்டவர்களை அரவணைக்கும் பணியிலும் ஈடுபட்டார். விவாகரத்து செய்துகொண்டு மறுபடி திருமணம் செய்துகொண்டவர்களையும் திருச்சபைக்குள் சேர்த்துக்கொள்ள வேண்டும் என்பார். கத்தோலிக்க மதக் கோட்பாடுகளுக்கு எதிராகத் தன் செயலரையே மணந்து கொண்ட பாதிரி பொடஸ்டா என்பவரை வாடிகன் ஒதுக்கிவைத்தது. ஆனாலும் அவர் இறக்கும் தருவாயில் பெர்காகிலியோ அவருடன் கூட இருந்து அவருக்குக் கடைசிச் சடங்குகளை நடத்தினார். அவருடைய மனைவிக்கு ஆறுதலாகவும் இருந்தார். அவருக்குப் பல உதவிகள் செய்தார். போப்பான பிறகு வாரம் ஒருமுறை அவரோடு தொலைபேசியில் உரையாடுவார். அந்தப் பெண் போப்பிடம் 'பிரம்மச்சரியத்தைக் கடைப்பிடிக்க வேண்டும் என்ற கத்தோலிக்க மதக்கொள்கையை மாற்றவேண்டும். அந்தச் சட்டம் இயேசு செய்ததல்ல. மனிதர்கள் செய்தது' என்று சொன்னபோது போப் ஒப்புக்கொண்டு 'இது கலாச்சாரம் சம்பந்தப்பட்டது. ஒரு நாள் அதுவும் மாறும்' என்றார்.

ஓரினயீர்ப்பாளர் விஷயத்திலும் அவருடைய கருத்து மாறுபட்டது. அவர்கள் திருமணம் செய்துகொள்வதை மறுத்தாலும் அவர்களுக்குரிய உரிமைகள் வழங்கப்பட வேண்டுமென்பதால் அவர்கள் சிவில் யூனியனில் சேர்ந்து வாழலாம் என்பது இவருடைய கருத்து. யாரையும் சமூகத்திலிருந்து ஒதுக்கிவைப்பது பிரான்சிஸிற்குப் பிடிக்காத ஒன்று. கத்தோலிக்க மதக் கொள்கைகளைத் தீவிரமாகப் பின்பற்றுவதைவிட மனிதநேயம்தான் சிறந்தது என்பது அவர் கொள்கை. தனித் தாய்மார்களின் குழந்தைகளுக்கு ஞானஸ்நானம் கொடுக்க மறுக்கும் பாதிரிகளை இவர் கண்டித்திருக்கிறார். பாவ மன்னிப்புக் கோருபவர்களிடம் மிகவும் கண்டிப்புடன் நடந்துகொள்ள வேண்டாம் என்றும் இரக்கத்துடன் நடந்துகொள்ளுமாறும் அறிவுரை கூறியிருக்கிறார். தன்னிடம் பாவ மன்னிப்பு கோரவரும் தம்பதிகளிடம் 'உங்கள் குழந்தைகளோடு சனி, ஞாயிறுகளில் நேரம் செலவழித்தீர்களா?' என்று கேட்பார். ஒருமுறை ஒரு தாய் தன் மகன் தேவாலயத்திற்குப் போவதை நிறுத்திவிட்டான் என்று வருந்திக் கூறியதும் 'அவன் நல்ல பையன் என்றால் அதுதான் முக்கியம்' என்றார். தேவாலயத்திற்கு பாமர மக்கள் வரவேண்டும் என்று எதிர் பார்ப்பதைவிட தேவாலயத்தைச் சேர்ந்தவர்கள் பாமர மக்களைச் சென்றடைய வேண்டும் என்றார். புனித வாரத்தின்போது தேவாலயத்திலிருந்து செல்லும் ஊர்வலங்கள் பல மைல் தொலைவு செல்வதற்கும் ஆங்காங்கே ஜெபக் கூட்டங்கள் நடத்துவதற்கும் ஏற்பாடு செய்தார். 2004இல் ஒருமுறை ஒரு இரவு விடுதியில் தீ விபத்து ஏற்பட்டபோது 170 பேர் இறந்தனர். அந்த இடத்திற்கு தீயணைக்கும் வாகனங்கள் வருவதற்கு முன்பே பெர்காகிலியோ அங்கு வந்துவிட்டார். விபத்தில் இறந்தவர்களின் உறவினர்களுக்கு ஆறுதல் கூறும் வகையில் மௌனமாக இருந்தார். 'ஒருவர் உடல் வேதனையிலும் மன வேதனையிலும் உழன்றுகொண்டிருக்கும் போது அவர்கள் தனிமையில் இருக்கிறார்கள். அவர்களுடைய அந்தத் தனிமைக்குள் இறைவன் ஒருவரால்தான் நுழையமுடியும். மற்ற மனிதர்கள் உடனிருந்து ஆறுதல் மட்டுமே கொடுக்க முடியும்' என்றார்.

ஓய்வுக்கு முன்னேற்பாடு

'ஏழைகள்தான் தேவாலயத்தின் சொத்து. இந்த உண்மையை நாம் மறந்துவிட்டால் தேவாலயம் தன் சக்தியை இழந்துவிடும். ஏழைகளுக்குச் சேவை செய்வதில்தான் அதன் முழு சக்தியும் அடங்கியிருக்கிறது. உதவி தேவைப்படுபவர்களுக்கு நாம் உதவா

விட்டால் நாம் இறைவனைப் வழிபட முடியாது' என்பதுதான் பெர்காகிலியோவின் வாழ்க்கைக் குறிக்கோளாக இருந்தது. ஏழைகளைச் சமூகத்திலிருந்து ஓரங்கட்டுவது சமூகத்தில் ஏற்பட்டுள்ள ஒரு நோய். அவர்கள் போதைப்பொருள் உபயோகிப்பது, வன்முறையில் ஈடுபடுவது ஆகியவை அந்த நோயின் அறிகுறிகள். பதினெட்டு வருடங்கள் பேனஸ் ஐரஸில் ஆர்ச் பிஷப்பாக இருந்துவிட்டு, பிறகு போப்பாகத் தேர்ந்தெடுக்கப்பட்டு ரோமிற்குச் சென்ற இவரை பேனஸ் ஐரஸ் நகர கத்தோலிக்கர்கள் மிகவும் 'மிஸ்' பண்ணினார்களாம். போப்பாகத் தேர்ந்தெடுக்கப்படாவிட்டாலும் அவர்கள் இவரை 'மிஸ்' பண்ணியிருப்பார்கள். ஏனெனில் 75 வயது முடிந்த பிறகு இவர் இறைப்பணியிலிருந்து ஓய்வு பெற்றிருப்பார்.

ஆனால் இறைவன் இவருடைய வாழ்க்கையை வேறு விதமாகத் தீர்மானித்திருந்தார். 2011 டிசம்பரில் அவருக்கு 75 வயது முடிந்தபோது கத்தோலிக்க மத வழக்கப்படி அப்போது போப்பாக இருந்த பதினாறாம் பெனெடிக்டிற்கு பெர்காலிலியோ தன்னுடைய பதவி விலகல் கடிதத்தை அனுப்பினார். 2013இல் புதிய போப்பைத் தேர்ந்தெடுக்க நடந்த குழுவின் கூட்டம் நடக்கும்வரை அந்தக் கடிதம் அங்கீகரிக்கப்படாமல் வாடிகனில் இருந்தது. இருந்தாலும் பெர்காகிலியோ தாம் பதவியிலிருந்து ஓய்வுபெற்ற பிறகு தங்கு வதற்குத் தாம் பிறந்த இடத்திற்கு அருகில் ஒரு வீட்டைப் பார்த்து வைத்திருந்தார். ஏற்கனவே தங்கியிருந்த எளிமையான வீட்டில் இருந்த தனக்குத் தேவையில்லாத பொருள்கள் என்று அவர் எண்ணியிருந்த வற்றைத் தூக்கி எறிய ஆரம்பித்திருந்தார். 'நான் இந்த உலகை விட்டுச் செல்லும்போது எவ்வளவு குறைவாக விட்டுச் செல்ல முடியுமோ அவ்வளவு குறைவாக விட்டுச்செல்ல விரும்புகிறேன்' என்பார். பெர்காகிலியோ அந்த வீட்டைவிட்டு வெளியேறினார். ஆனால் அவர் விரும்பும் விதத்தில் அல்ல; போப்பாக ரோமில் குடியேறினார். பேனஸ் ஐரஸின் ஒரு சேரியைச் சேர்ந்த ஒரு பெண் சந்தோஷமாக 'ரோமுக்கு அவர் சேரி மண்ணையும் தன் காலணிகளின் மூலம் எடுத்துச் செல்கிறார்' என்றார்.

9

மாற்றத்தின் முதிர்ச்சி

தீவிரச் சிந்தனைகள்

பெர்காகிலியோ பேனஸ் ஐரஸில் உள்ள கொலிஜியோ மேக்ஸிமோ என்னும் கத்தோலிக்கக் கல்லூரியின் (இது இயேசு சங்கத்தவரால் நடத்தப்படுவது) ரெக்டராகவும், பிறகு இயேசு சங்கத்தின் பிரவின்ஷிய லாகவும் இருந்தபோது புதிய எழுச்சி இறைக் கோட்பாடுகளைப் பற்றிய புத்தகங்களை அந்தக் கல்லூரிக்குள் அனுமதித்திருக்க மாட்டார். அந்தக் கல்லூரி இப்போது மிகவும் மாறியிருக்கிறது. இப்போது அந்தக் கல்லூரியில் *Labour and Capital And Democracy, Human Rights and the Political Order, The Theology of Liberation and the Social Doctrine of the Catholic Church* ஆகிய புத்தககங்கள் ஒரு கண்ணாடி பீரோவை அலங்கரிக்கின்றன. சர்வாதிகாரத் தன்மைவாய்ந்த, அதிகாரத் தோரணையுடைய, பழமைவாதப் பிடிப்புள்ள, விடுதலை இறையியல் கோட்பாட்டின் எதிர்ப்பாளராக விளங்கிய பெர்காகிலியோ எப்படி தீவிரச் சிந்தனைகளை (radical ideas) கொண்டிருக்கிற, முதலாளித்துவப் பொருளாதாரத்தைச் சாடுகிற போப் ஆனார் என்று பார்ப்போம்.

குருமார் மீது கோபம்

1976-1983 வரை அர்ஜென்டைனாவில் நடந்த கொடுமைப் போரில் ராணுவ அரசால் கடத்தப்பட்டு, துன்புறுத்தப்பட்டு சிலர் கொலை செய்யப்பட்ட வரலாற்றை முன்னால் பார்த்தோம். இவர்களில் பலர் அப்படியே காணாமல் போயினர். இடதுசாரிக் கொள்கைகளையுடைய கர்ப்பிணிப் பெண்களைக் கடத்திக்கொண்டுபோய் ஒரு ரகசிய இடத்தில் அவர்களை வைத்திருந்து அவர்கள் குழந்தை பெற்றதும் அந்தக் குழந்தைகளை அவர்களிடமிருந்து பிரித்து கிறிஸ்தவ மதத்தை 'முறையாக'ப் பின்பற்றும் ராணுவ அதிகாரிகளிடமும் அரசியல்

அதிகாரிகளிடமும் அவர்களை வளர்க்கும் பொறுப்பை ஒப்படைத்தது ராணுவ அரசு. அர்ஜென்டைனாவில் 1983இல் ஜனநாயக ஆட்சி ஏற்பட்ட பிறகு காணாமல் போனவர்களின் உறவினர்களும் தாயிடமிருந்து பிரிக்கப்பட்ட குழந்தைகளின் பாட்டிமார்களும் தங்கள் உறவுகளைப் பற்றி அறிந்துகொள்ள அவர்களின் பட்டியலைக் கேட்டு பேனஸ் ஐரஸில் அர்ஜென்டைனாவின் ஜனாதிபதியின் அதிகாரபூர்வ இல்லத்திற்கும் பேனஸ் ஐரஸின் கத்தோலிக்கத் தேவாலயத்திற்கும் இடையில் உள்ள ஃப்ளாஸா டெல் மாயோ என்னும் சதுக்கத்தில் ஒவ்வொரு வியாழனன்றும் கூடினர். கத்தோலிக்க மதத் தலைமையகம் இதைப் பற்றி எந்தத் தகவலும் வெளியிடவில்லை. கத்தோலிக்க மதப் பாதிரிமார்களும் கன்னியாஸ்திரிகளும் பலர் தலைமறைவானதற்கு உடந்தையாக இருந்தனர். அப்போது பெர்காகிலியோதான் இவர்களுக்குத் தலைமை தாங்கிய பிரவின்ஷியல். இதனால் கத்தோலிக்க மதத் தலைவர்கள் மேல் கடும்கோபம் கொண்டு இப்படிக் கூடியவர்களில் ஒரு பெண் ஒரு வாளியில் சிறுநீரை நிரப்பித் தேவாலயத்தில் வைத்தாராம்.

போப்பிற்குப் புகழாரம்

அந்தப் பெண்ணே பெர்காகிலியோ போப்பாகத் தேர்ந்தெடுக்கப்பட்ட பிறகு, 'நாங்கள் தேவாலயத்தைக் கடந்து செல்லும்போதெல்லாம் அரசுக்கு உடந்தையாக இருந்ததாக மதத் தலைவர்களை நிந்தித்திருக் கிறோம். ஆனால் நீங்கள் ஏழைகளுக்காகப் பாடுபடும் மதத் தலைவர் என்பதை இப்போது நாங்கள் உணர்கிறோம்' என்று போப்பைப் பாராட்டியிருக்கிறார். பெர்காகிலியோவின் பழைய மாணவர் ஒருவர் 'முன்னால் பெர்காகிலியோ மிகவும் பழமைவாதியாக இருந்தார். இப்போது ஏழைகளின் நலன் பற்றிப் பேசுவதே அவருடைய முதன்மைக் குறிக்கோளாக இருக்கிறது. இது அவர் பிஷப்பாக மாறிய பிறகு ஏற்பட்ட மாற்றம்' என்று கூறியிருக்கிறார். பெர்காகிலியோ வுடன் நெருக்கமாகப் பல ஆண்டுகள் பழகியவர்களும் அவர் பிஷப்பாக மாறிய பிறகும் ஆர்ச் பிஷப்பாக இருந்தபோதும் இந்த மாற்றம் நிகழ்ந்திருக்கிறது என்கிறார்கள். ஆனால் இந்த மாற்றம் திடீரென நிகழ்ந்ததல்ல என்றும், நிதானமாகக் காலப்போக்கில் நடந்த மாற்றம் என்றும் கூறுகிறார்கள். இயேசு சங்கத் தலைவராக – பிரவின்ஷியலாக – இருந்தபோது அவருக்கிருந்த மனஅழுத்தங்கள், சிக்கலான சூழ்நிலைகள் இல்லாமல், சங்கத்திற்கு வெளியே – அதாவது பிஷப்பாக, ஆர்ச் பிஷப்பாக பதவி உயர்வு பெற்று – அவர்

பணியாற்றிய போது பலரோடு திறந்த மனதோடு ஆற்றிய உரையாடல்கள் அவர் மாறுவதற்குக் காரணமாக அமைந்துள்ளன என்கிறார்கள். 'அப்போதுபோல் இப்போதும் அவர் அதிகார இயல்பு படைத்தவர்தான்; ஆனால் ஏழைகளோடு கூடிய அவருடைய உறவு இப்போது ஆழமாகி இருக்கிறது' என்கிறார்கள் அவரோடு நெருக்கமாகப் பழகியவர்கள்.

தீவிர மாற்றத்துக்குக் காரணங்கள்

யூத மதகுருவான ஆப்ரஹாம் ஸ்கோர்கா பெர்காகிலியோவோடு ஒரு புத்தகம் சம்பந்தமாகவும் ஒரு தொலைக்காட்சி நிகழ்ச்சிக்காகவும் பல முறை உரையாடியிருக்கிறார். அவர் பெர்காகிலியோ பற்றிக் கூறும்போது, 'அவர் மிகுந்த ஆற்றல்மிக்கவர். வாழ்க்கை அனுபவங்களிலிருந்து நிறையக் கற்றுக்கொண்டிருக்கிறார். பிறருடைய உணர்ச்சிகளை எளிதில் புரிந்துகொள்பவர்' என்று கூறியிருக்கிறார். ஸ்கோர்காவோடு பேசும்போது தன்னைப் பற்றி பெர்காகிலியோவே இப்படிக் கூறியிருக்கிறார்: 'மதத்தின் அடிப்படை உண்மை எப்போதும் ஒன்றுதான். அது காலப்போக்கில் வளரும். இது எதைப்போல் இருக்கிறதென்றால் குழந்தையாக இருக்கும்போதும் வயதான போதும் நாம் ஒரே வகையான குணம்கொண்ட மனிதர்கள்தான். ஆனால் இரண்டிற்கும் இடையில் ஒரு பெரிய பயணம் இருக்கிறது. ஒரு சமயம் சரியென்று தோன்றியது மற்றொரு சமயம் அப்படித் தோன்றுவதில்லை.' தானே கூறியிருப்பதுபோல் வாழ்க்கைப் பயணத்தில் பெர்காகிலியோ நிறையக் கற்றுக்கொண்டு நிறைய மாறியிருக்கிறார். பேனஸ் ஐரஸின் சேரிகளில் ஏழைகளோடு வேலைசெய்து கிடைத்த அனுபவங்கள், விடுதலை இறையியலைப் பற்றி முன்பைவிட அதிகமாகத் தெரிந்துகொண்டது போன்ற வெளியுலக அனுபவங்கள் அவருடைய மாற்றத்திற்குக் காரணம் என்றாலும், அவருடைய நெஞ்சின் ஆழத்தில் தோன்றிய – பேனஸ் ஐரஸின் இயேசு சங்கத்தினர்களிடையே பிளவை ஏற்படுத்தியது, ராணுவ அரசு பல கொடுமைகள் புரிந்தபோது தாம் இன்னும் ஏதாவது செய்திருக்கலாம் என்று வருந்தியது ஆகிய – உணர்வுகளே அவருடைய மாற்றத்திற்குக் காரணம்.

அவரைச் சுற்றிப் பல மாற்றங்கள் நிகழ்ந்துகொண்டிருந்தன. மதங்களை நிராகரித்த சோவியத் யூனியனின் ஆதரவில் கம்யூனிசம் முதலாளித்துவப் பொருளாதாரத்தையும் கத்தோலிக்க மதத்தையும்

தென் அமெரிக்காவிலிருந்து அகற்றிவிடும் என்று அப்போது பெர்காகிலியோ பயந்ததால் விடுதலை இறையியல் கோட்பாட்டை எதிர்த்தார். ஏற்கனவே கியூபாவில் கம்யூனிசம் பரவியிருந்ததால் தென் அமெரிக்காவிற்கும் அது பரவிவிடும் என்று நினைத்தார். ஆனால் சோவியத் யூனியன் விழுந்தது; அதற்குப்பின் உலகப் பொருளாதாரம் உலகமயமாகியது. இதன் விளைவாக உலகம் முழுவதிலும் சில பெரும் பணக்காரகளும் வறுமையில் வாடும் ஏழைகளும் தோன்றினர். மக்களிடையே பொருளாதாரச் சமத்துவமின்மை தோன்றியது. இருந்தாலும் விடுதலை இறையியல் கோட்பாட்டாளர்கள் மதத்திற்கு எதிரான மார்க்சியத்தைப் பின்பற்றுவார்கள் என்ற பயம் போய் விட்டது.

அர்ஜென்டைனாவில் ராணுவ ஆட்சி முடிந்து ஜனநாயக ஆட்சி ஏற்பட்டு, அரசு நடத்திய விசாரணைகளில் பல கத்தோலிக்க மத குருமார்களும் ராணுவம் நடத்திய கொலைபாதகச் செயல்களில் ராணுவத்திற்கு உடந்தையாக இருந்தது தெரியவந்தது. சில மத குருமார்களே அரசுக்கு முழுக்க முழுக்கத் துணை போனதை அறிந்த பெர்காகிலியோ மிகுந்த மனவேதனைக்கு உள்ளானார். அதில் தன்னுடைய பங்கு என்ன என்பதையும் ஆராயத் தொடங்கினார். காரியங்களைச் செய்து தவறு செய்யாதவர்கள்கூட அந்தக் காரியங்களைச் செய்யாமல் விட்டதால் ஏற்படும் தவறுகளுக்குப் பொறுப்பேற்க வேண்டும் என்று உணர்ந்தார். அர்ஜென்டைனா விலேயே கிட்டத்தட்ட தன் வாழ்நாட்களைக் கழித்த பெர்காகிலியோ பிஷப்பாகவும், குறிப்பாக ஆர்ச் பிஷப்பாகவும், உலகின் பல இடங்களுக்குப் போக நேர்ந்து உலகத் தலைவர்கள் பலரைச் சந்தித்தபோது மற்ற தென் அமெரிக்க நாடுகளில் கத்தோலிக்க மத குருமார்கள் ராணுவ அரசை எதிர்த்து நடந்துகொண்டதுபோல் அர்ஜென்டைனாவின் மத குருமார்கள் நடக்கவில்லை என்பதை உணர்ந்தார்.

ஏழைகளிடம் கற்றது

பிஷப்பாகப் பதவியேற்றதும் பல சேரிகளுக்குச் சென்றார். அங்கு தேவாலயத்திற்கு வருபவர்களில் 90 சதவிகிதம் பேர் திருமணம் செய்துகொண்டாலும் பிரிந்து வாழ்பவர்களாக இருந்தார்கள்; அல்லது விவாகரத்து செய்துகொண்டவர்களாக இருந்தார்கள். அவர்களுக்குத் திருவிருந்து கொடுப்பதா வேண்டாமா என்ற கேள்விக்கே

பெர்காகிலியோ மனதில் இடமில்லை. இவர்களுக்குத் திருவிருந்து கொடுக்கக் கூடாது என்று வேதத்தில் கூறப்பட்டிருந்தாலும், அவர் ஏழைகள் விஷயத்தில் அதைப் பின்பற்றவில்லை. ஏனெனில் இதைவிட ஆழமான ஒன்றில் அவர் ஆர்வம் காட்டினார். பல ஏழை மக்களோடு கலந்து அவர்களுடைய அன்றாட வாழ்க்கையை அறியும் வாய்ப்பு அவருக்கு இப்போது கிடைத்தது. பேனஸ் ஐரஸில் பதினெட்டு ஆண்டுகள் அவர் பிஷப்பாகவும் ஆர்ச் பிஷப்பாகவும் இருந்த சமயத்தில் பல சேரிகளுக்குச் சென்றிருக்கிறார். அங்குள்ளவர்களில் பாதிப் பேரோடு தனிப்பட்ட முறையில் பேசியிருக்கிறார். அவர் களோடு சேர்ந்து தேநீர் அருந்தியிருக்கிறார். அங்குள்ள சந்து பொந்து களில் எல்லாம் நடந்திருக்கிறார். ஏழை மக்களைச் சந்தித்து உரை யாடியதால் தாம் யாரென்று புரிந்துகொண்டதாக பெர்காகிலியோ கூறியிருக்கிறார். 'ஏழைகளுக்கு நாம் உதவியதைவிட அவர்களிட மிருந்து கற்றுக்கொண்டதே அதிகம்' என்று குருமார்களிடம் கூறுவார்.

இந்தச் சமயங்களில் தான் சிறுவயதினனாக இருந்தபோது செயல் பட்டதை எண்ணிப் பார்த்தார். சிறுவயதிலேயே அவருக்கு அதிகாரமும் பொறுப்பும் உள்ள பதவி கிடைத்தது. அதிக அனுபவம் இல்லாததால் ஆயிரத்துத் தொளாயிரத்து எழுபதுகளில் – அதாவது அவர் யோரியோ, ஜலிக்ஸ் ஆகியவர்கள் விஷயத்தைக் கையாண்ட காலத்தில் – வாடிகனிலிருந்தும் ரோமின் இயேசு சங்கத் தலைமை யிடமிருந்தும் ராணுவ ஆட்சியாளர்களிடமிருந்தும் வந்த ஆணை களையும் நிபந்தனைகளையும் அவரால் சமாளிக்க முடியவில்லை. அதற்குக் கொஞ்ச காலம் முன்புதான் அவர் இயேசு சங்கத்தாருக்குரிய உறுதிமொழிகளை எடுத்திருந்தார். பின்னால் தன்னுடைய வரலாற்றை எழுதியவர்களுக்கு அளித்த பேட்டியில், 'நான் நிறையத் தவறுகள் பண்ணியிருக்கிறேன். இளம் வயதாக இருக்கும்போது உலகத்தை மாற்றிவிடலாம் என்று நினைக்கிறோம். ஆனால் மாற்றும் தருணம் வரும்போது காத்திருப்பதன் அருமை தெரிகிறது. நாமும் பிறரும் செய்யும் தவறுகளிலிருந்து நிறையக் கற்றுக்கொள்கிறோம்' என்று சொல்லியிருக்கிறார்.

'ஏழைகளுக்கு வேண்டியது தான தர்மம் அல்ல; சமூக நீதி' என்பதைப் புரிந்துகொண்டதுதான் அவருடைய வளர்ச்சிக்கு முக்கிய காரணம். ஏழைகளுக்கு அவர் ஆற்ற வேண்டிய கடமையை அவர் ஒருபோதும் மறந்ததில்லை. ஆயிரத்துத் தொளாயிரத்து எழுபதுகளில் விடுதலை இறையியல் கோட்பாட்டை அவர் தன்னுடைய மறை

மாநிலத்திலிருந்து (Province) அகற்றியபோதுகூட ஏழைகளுக்கு அன்னதானம் செய்யும் உணவகங்களை நிறுவினார். ஆனால் அப்போது ஏழைகள் மீது அவர் காட்டிய அக்கறை அவர்களுக்குச் செய்ய வேண்டிய தானதருமங்கள் பற்றியே இருந்தது. அதற்கு மேல் அவர்களுக்குச் சமூகத்தில் நீதி, நியாயம் கிடைக்க அரசியல் ரீதியாகப் பாடுபட வேண்டும் என்று அவர் நினைக்கவில்லை. அவர் பிஷப்பாகப் பதவியேற்ற பிறகும் சில காலம் இந்த மனப்பான்மை தான் அவருக்கு இருந்தது. பணம் படைத்தவர்கள் பொறுப்போடு நடந்துகொண்டு ஏழைகளுக்கு உதவினால் ஏழைகளின் நிலையில் முன்னேற்றம் ஏற்படும் என்று முதலில் நினைத்தார். அர்ஜென்டைனா வின் பொருளாதாரம் சீரழிந்தபோது நாட்டின் பாதி மக்கள்தொகை வறுமையில் வாடியது. அப்போது பணக்காரர்களின் பேராசையைக் கண்டித்தார்.

2001இல் அர்ஜென்டைனா அயல்நாட்டு வங்கிகளின் கடனை அடைக்க முடியாமல் திணறியபோது பன்னாட்டு நிதியம் *(ஐஎம்எஃப்)* சிக்கன வழிகளைக் கடைப்பிடிக்கும்படி சில யோசனைகளை வழங்கியது. அந்த யோசனைகளைப் பின்பற்றி அரசு செய்த செயல்கள் ஏழைகளையே அதிகம் பாதித்தன. சமூகத்தின் பொருளாதார அமைப்புகள் நியாயமற்றவையாக இருப்பதையும் அவை ஏழைகளின் துன்பங்களுக்குக் காரணமாக இருப்பதையும் விடுதலை இறையியல் கோட்பாட்டின் மூலம் அறிந்திருந்தார். இப்போது தடைகளற்ற முதலாளித்துவப் பொருளாதாரம் எப்படிச் சமூகத்தில் ஏற்றத் தாழ்வுகளை ஏற்படுத்துகிறது என்பதைக் கண்டறிந்து அதைக் கண்டித்தார். முதலாளித்துவப் பொருளாதாரம் சமூகத்தை ஏழை, பணக்காரன் என்று பிரிப்பதாகவும் அதற்குப் பதிலாகச் சமூக உறுப்பினர்களை ஒன்று சேர்க்கும் ஒரு பொருளாதார அமைப்பு வேண்டும் என்றும் அறைகூவினார். ஏழைகள் தங்களுடைய வாழ்க்கையை நிர்ணயிக்கும் உரிமையைப் பெறவேண்டும் என்றும், அதற்குச் சமூகத்தில் வாய்ப்புகள் இருக்க வேண்டும் என்றும் கூறினார். சமூகத்தில் எல்லோருக்கும் சமமான வாய்ப்புகள், உரிமைகள் வழங்கப்பட வேண்டும் என்றும் அப்போதுதான் பேதமற்ற சமூகம் உருவாகும் என்றும் அறிவுறுத்தினார்.

விமானம் தரையிறங்கியதும் பயணிகள் கொண்டுவந்திருந்த சூட்கேசுகளைப் பணியாளர்கள் விமானத்திலிருந்து இறக்கி அவற்றிற்குரிய இடத்திற்குக் கொண்டுவந்து நகரும் சாதனம் ஒன்றில்

வைத்துவிடுவார்கள். அந்தச் சாதனம் எல்லா சூட்கேசுகளையும் சுமந்துகொண்டு நகர்ந்துகொண்டே இருக்கும். நம் சூட்கேசு வந்ததும் அதை எடுத்துக்கொள்ளலாம். அங்கு எல்லோரும் சமம். யாருக்கும் அங்கு முன்னுரிமை இல்லை. ஒருமுறை ஒரு பெரிய செல்வந்தர் தன் சூட்கேஸ் வரும்வரை காத்திருக்க வேண்டியிருக்கிறதே என்று அலுத்துக்கொண்டாராம். இம்மாதிரி இடங்களில் எல்லோரும் சமம் என்பதை ஏன் அந்த செல்வந்தர் உணரவில்லை என்று கேட்டாராம் பெர்காகிலியோ.

பெர்காகிலியோவும் அவருடைய திருச்சபையைச் சேர்ந்தவர்களும் இவருடைய அறிவுரைகளைச் செயலில் காட்டினார்கள். உதாரணமாக, பேனஸ் ஐரஸில் குப்பைத் தொட்டிகளைத் தோண்டி அதிலிருந்து விலைபோகக் கூடிய பொருட்களைப் பொறுக்கி எடுத்து விற்று ஜீவனம் நடத்திய ஏழைகளுக்கு ஒரு சங்கம் அமைத்துக் கொடுத்தனர். அதன் மூலம் அவர்களுக்கு வாழ்க்கை நடத்தப் போதுமான வருமானம் கிடைக்க வழிசெய்தனர். மத்திய அரசோடும் நகராட்சிகளோடும் சமூக நிறுவனங்களோடும் சேர்ந்து பல ஏழை மக்களுக்கு பல வகைகளில் உதவினர்.

புதிய புரிதல்கள்

விடுதலை இறையியல் கோட்பாட்டைப் பெர்காகிலியோ முன்னால் புரிந்துகொண்ட விதம் கொஞ்சம் வித்தியாசமானது. அதில் கூறப்படும் 'ஏழைகளுக்கு முன்னுரிமை' என்பதை அவரும் ஒப்புக்கொண்டாலும், சில இறையியலாளர்கள் கடைப்பிடிக்கும் மார்க்சியத்தையும் வர்க்க பேதத்தைத் தடுக்க அவர்கள் கூறும் வழிமுறைகளையும் இவர் ஒப்புக்கொள்ளவில்லை. விடுதலை இறையியல் கோட்பாட்டை மார்க்சியமுறையில் அணுகியவர்கள் அந்தந்தப் பிராந்தியங்களில் உள்ள கலாச்சாரம், மதம் ஆகியவை அந்த மக்களின் விடுதலைக்கு முரணாக அமையும் என்று நினைத்தனர். ஆனால் அர்ஜென்டைனாவின் மத குருமார்களைப் பொறுத்தவரை அந்த நாட்டிற்கே உரிய சமய உணர்வும் கலாச்சாரமும் மிக முக்கியமானவை. அர்ஜென்டைனாவில் இளமைக் காலத்தைக் கழித்த பெர்காகிலியோவும் இதே ரீதியில்தான் சிந்தித்தார். அர்ஜென்டைனாவில் வழங்கிய இறையியல் கோட்பாடு சமூக அமைப்புகளை மாற்றியமைக்க வழிமுறைகளைக் கூறியதே யொழிய வர்க்கப் போராட்டத்தை ஒருபோதும் ஆதரிக்கவில்லை. அர்ஜென்டைனாவை ஆண்ட காலனியவாதிகள் தங்களுடைய

ஐரோப்பியக் கலாச்சாரம்தான் சிறந்தது என்றும் அர்ஜென்டைனாவின் கலாச்சாரம் அநாகரிகமானது என்றும் கூறியிருந்தனர். இதைப் பெர்காகிலியோவும் மற்ற மதகுருமார்களும் எதிர்த்தனர். இந்த எதிர்ப்பு வர்க்கப் போராட்டம் அல்ல, கலாச்சாரப் போராட்டம். இயேசு சங்கத்தைச் சேர்ந்த 'புதியவர்களுக்கு' அர்ஜென்டைனா மற்றும் தென் அமெரிக்காவின் கலாச்சாரத்தையும் இலக்கியத்தையும் சரித்திரத்தையும் நன்கு கற்குமாறு பெர்காகிலியோ அறிவுறுத்தினார். 1985இல் இயேசு சங்கத்தவர் அர்ஜென்டைனாவுக்கு வந்து 450 ஆண்டுகள் ஆனதைக் கொண்டாடுவதற்கு ஒரு மாநாட்டை நடத்தினார். அதில் ஏழைகளோடு நெருக்கமாக இருக்க வேண்டிய அவசியத்தையும் நாட்டாரின் வழிபாட்டுமுறைகளை மறுபடி நிலைநாட்ட வேண்டிய அவசியத்தையும் வலியுறுத்தினார்.

ஒருமுறை மேரியின் உருவச் சிலையைச் சேரி வீதிகளின் வழியே ஊர்வலமாக எடுத்துச் செல்லுமாறு கூறினார். அவர்களுக்குத் திருப்பலி நடத்தினார். சேரி மக்களிடையே இது ஒற்றுமையை வளர்த்தது. சேரி மக்களின் வறுமையை ஒழித்து அவர்களின் வாழ்க்கைத் தரத்தை உயர்த்துவதற்குப் பாடுபட அவருக்குக் கீழ் இருந்த பாதிரிமார்களைப் பழக்கினார். அவரால் சேரிகளுக்கு அனுப்பப்பட்ட பாதிரிமார் அங்கு ஏழைகளோடு நெருங்கிப் பழகி அவர்களிடமிருந்து நிறையக் கற்றுக்கொண்டனர். அவர்களுடைய மதநம்பிக்கைகளையும் வழிபாட்டுமுறைகளையும் போற்றக் கற்றுக்கொண்டனர்.

சேரிகளில் பல ஆண்டுகளைக் கழித்த பெர்காகிலியோ விடுதலை இறையியல் கோட்பாட்டாளர்கள் சேரிகளில் ஆற்றியிருந்த தொண்டின் மகிமையை அறிந்தார், ஒரு காலத்தில் இவர்களுக்கு எதிராகத் தாம் இருந்தாலும். உலகில் பனிப்போரும் வலிமை இழந்து வந்தது. அதனால் விடுதலை இறையியல் கோட்பாட்டின் மீது இருந்த அவருடைய பயமும் மறைந்தது. ராணுவத்தால் கொல்லப்பட்ட, சேரிகளில் சேவை செய்த பாதிரிகளைப் பெர்காகிலியோ திருமுறைப் படுத்தினார். ஆன்மீகப் பணிகளுக்கு மேலாகச் சமூக மாற்றத்திற்கான பணிகளில் ஈடுபட்ட காரணத்திற்காகக் கொல்லப்பட்டவர்களை இவர் திருமுறைப் படுத்தியது பல பிஷப்புகளுக்குப் பிடிக்கவில்லை. 2012இல் விடுதலை இறையியல் கோட்பாட்டை நிறுவியவர்களில் ஒருவரான ரஃபெயல் டெலோ என்பவரின் மறைவை நினைவுகூரும் சம்பவத்தில் அவர் கத்தோலிக்க மதத்திற்கு ஆற்றிய தொண்டு

மகத்தானது என்று பாராட்டியிருக்கிறார். டெலோ உயிர்வாழ்ந்தபோது கத்தோலிக்க குருமார்கள் அவருடைய செய்கைகளுக்குத் தடை விதித்திருந்தனர். பெர்காகிலியோ போப்பாகப் பதவியேற்றுச் சில காலத்திலேயே ரோமிலுள்ள கத்தோலிக்க மதகுருமார்களால் மிகவும் வெறுக்கப்பட்ட, மத சம்பந்தப்பட்ட கடமைகளிலிருந்து விலக்கப்பட்ட, ஃபிரான்சிஸ்கன் பிரிவைச் சேர்ந்த விடுதலை இறையியல் கோட்பாட்டாளர் லீனார்டோபா என்பவருக்கு இறையியலில் சுற்றுச்சூழல் பற்றி அவர் எழுதியவற்றைத் தனக்கு அனுப்புமாறு கேட்டுக்கொண்டார். பின்னால் போப்பாகச் சுற்றுச்சூழல் பற்றிய விஷயங்களில் தன் கருத்துகளைத் தெரிவித்து அனுப்பவிருந்த சுற்றறிக்கையில் அவருடைய கருத்துகளையும் சேர்த்துக்கொள்ள விரும்பினார். அந்த அளவுக்கு பெர்காகிலியோ மாறிவிட்டார்.

குருமார்களும் அரசியலும்

மக்களுக்காக உழைப்பதற்கு மத குருமார்களும் அரசியலில் ஈடுபட வேண்டும் என்பது போப் பிரான்சிஸின் கருத்து ஆனது. ‘பாதிரியாகப் பதவி ஏற்பது எளிதான காரியம் அல்ல; அதேபோல்தான் அரசியலில் பங்கேற்பதும். அரசியல் அழுக்கானதுதான்; ஆனாலும் அதில் பங்கேற்க வேண்டும். அரசியல் அழுக்கானதற்குக் கிறிஸ்தவர்கள் அதில் போதுமான அளவிற்குப் பங்கேற்காததும் ஒரு காரணம். ஏழைகளுக் காகப் பாடுபடுவது ஒவ்வொரு கிறிஸ்தவனின் கடமையும்’ என்கிறார் பிரான்சிஸ். ‘கத்தோலிக்க மதத்தில் பெரிய பிளவு ஏற்பட்டிருக்கிறது. ஒருசாரார் மதத்தின் ஆன்மீகத் தேவைகளில் மட்டும் கவனம் செலுத்துகிறார்கள். இன்னொரு சாரார் மக்களின் ஆன்மீகத் தேவைகளுக்கு முக்கியத்துவம் தராமல் சமூகப் பிரச்சினை களில் மட்டும் அக்கறை செலுத்துகிறார்கள். பெர்காகிலியோ இந்தப் பிளவைத் தாண்டி இரண்டையும் இணைக்கும் பாலமாக விளங்கு கிறார்’ என்று அர்ஜென்டைனாவைச் சேர்ந்த, நோபல் பரிசுக்குப் பரிந்துரைக்கப்பட்ட ஒரு சமூக ஆர்வலர் கூறியிருக்கிறார்.

அதிகாரப் பகிர்வு

பெர்காகிலியோவின் மாற்றத்தில் அவர் கொள்கைப் பற்றுடையவர் என்பதைவிட நடைமுறைச் செயற்பாட்டாளர் என்பதைப் புரிந்து கொள்ளலாம். மதகுருவான அவருடைய ஆரம்ப வாழ்க்கையில் விடுதலை இறையியல் கோட்பாட்டிற்கு முன்பிருந்த கத்தோலிக்க

மதத்தின் வழிபாட்டுமுறைகள், ஒழுங்குமுறைகள், இறையியல் ஆகியவற்றைப் பின்பற்றினார். ஏனெனில் அவைதான் மத வாழ்க்கைக்கு முக்கியம் என்று நினைத்தார். பின்னால் பிஷப்பாகவும் ஆர்ச் பிஷப்பாகவும் இருந்தபோது வறுமை, பொருளாதார ஏற்றத் தாழ்வுகள் ஆகியவை தொடர்பான விடுதலை இறையியல் கொள்கைகளைப் பின்பற்றத் தொடங்கினார். அவருடைய மாற்றத்திற்கு அந்தக் கொள்கைகள் ஏற்றவையாக அமைந்தன.

தான் பிரவின்ஷியலாக இருந்தபோது திருச்சபைகளில் மட்டுமே பாதிரிகள் வழிபாடு நடத்த வேண்டும் என்றார். விடுதலை இறையியல் கோட்பாட்டின்படி அந்தந்தப் பிராந்தியங்களில் உள்ள அடிமட்டச் சமூகங்களில் (base communities) உள்ள வழிபாட்டுத் தலங்களில் சாதாரண மக்களும் பாதிரிகளாக வழிபாடு நடத்தினர்; எழுதப் படிக்கத் தெரியாதவர்கள் பைபிளைப் படிக்கக் கற்றுக்கொண்டு வழிபாடு நடத்தினர். பெர்காகிலியோ இதை அப்போது எதிர்த்தார். ஆனால் ஆர்ச் பிஷப்பாக ஆன பிறகு அதற்கு நேர்மாறாக, பெர்காகிலியோ பேனஸ் ஐரஸில் ஒரு தேவாலயத்தின் தாக்கம் 700 மீட்டருக்கு மேல் செல்ல முடியாது என்பதால் (தேவாலயங்கள் 2000 மீட்டர் இடைவெளியில் இருந்தன) அதிகமான வழிபாட்டுத் தலங்களை நிறுவும்படி கூறினார். ‘ஒரு கார் ஷெட்டை வாடகைக்கு எடுத்து ஒரு சாதாரண மனிதனைக் கிறிஸ்தவ மத போதனைகளைக் கற்றுக் கொடுக்கச் சொல்லுங்கள். தேவையென்றால் அவர்கள் திருவிருந்தே கொடுக்கலாம்’ என்றார். அப்போது ஒருவர் ‘இப்படிச் செய்தால் யாரும் தேவாலயத்திற்கு வரமாட்டார்களே’ என்றாராம். அதற்கு பெர்காகிலியோ ‘இப்போது மட்டும் வருகிறார்களா என்ன?’ என்று கேட்டாராம். தேவாலயத்தின் அதிகாரத்தைப் பரவலாக்குவது இப்போது இவருடைய கொள்கையாயிற்று.

மக்களுக்காகத் தேவாலயம்

2010இல் ஆற்றிய ஒரு உரையில், ‘ஒரு மத குருவை மையமாக வைத்துத் தேவாலயங்களில் வழிபாடு நடப்பதால் சாதாரண மக்கள் சிறுபிள்ளைகள்போல் நடத்தப்படுகிறார்கள். அவர்களுக்கு எந்தவித அதிகாரமும் இல்லை. பாதிரிகளும் பிஷப்புகளும் தேவாலயத்தில் தலைமை இடத்தைப் பிடித்துக்கொள்வது மதகுருமார்களுக்கு அதிகாரம் கொடுக்கிறது’ என்றார். ‘கத்தோலிக்கத் தேவாலயம் பாதிரிகள் உட்பட, எல்லா மக்களுக்கும் உரியது. ஒரு மறை

மாவட்டத்திலோ திருச் சபையிலோ ஒரு பாதிரி வழிபாடு நடத்தும் போது அங்கு வந்திருக்கும் எல்லோருடைய கருத்துகளையும் கேட்டு முதிர்ச்சியான முடிவுகளை எடுக்க வேண்டும். இதைச் செய்ய அவர் தவறினால் 'நான் உங்களின் தலைவன், அதிகாரி' என்று கூறுவது போலாகிவிடும்' என்பார். பேனஸ் ஐரஸில் இருந்தபோது அவர் இதை நடைமுறையிலும் கொண்டுவர முயன்றார்.

பல பாதிரிகள் சாதாரண மக்களை நடத்துவதைப்போல் வாடிகன் குருமார்கள் உலகெங்கிலுமிருந்த மற்ற பாதிரிகளைத் தங்களைவிடச் சிறியவர்கள்போல் நடத்துவதைக் கண்டார். இயேசு சங்கத்தவர்கள் போப்பிற்கு விசுவாசமாக நடந்துகொள்வதாகப் பிரமாணம் எடுத்திருந்தாலும், இவருக்கு முந்தைய போப் பதினாறாவது பெனெடிக்ட் ஜெர்மனியில் உள்ள ரீகன்ஸ்பர்க்கில் இஸ்லாம் மதத்தை இழித்துப் பேசியதை மற்ற பிஷப்புகள் கண்டித்துப் பேசியிருக்க வேண்டும் என்று நினைத்தார். அவர்கள் கண்டிக்காதது இவருக்கு மிகவும் ஏமாற்றத்தைத் தந்தது. பேனஸ் ஐரஸில் பெர்காகிலியோ இருந்தபோது அங்கிருந்த சில பழமைவாத பிஷப்புகள் தனக்குத் தெரியாமல் வாடிகனிலுள்ள குருமார்களிடம் தன்னைப் பற்றிக் கோள்சொல்லியதை இவர் வெறுத்தார். இத்தாலியிலுள்ள தேவாலயங் களுக்கு வருபவர்களின் எண்ணிக்கை குறைந்துகொண்டே போன போது, மற்ற நாடுகளில் தேவாலயத்திற்கு வருபவர்களின் எண்ணிக்கை கூடிக்கொண்டே போனாலும், அந்த நாடுகளில் உள்ள பிஷப்புகளுக்கு அவர்கள் என்ன செய்ய வேண்டும், செய்யக் கூடாது என்று வாடிகன் குருமார்கள் ஆணை பிறப்பித்தது இவருக்கு வெறுப்பைத் தந்தது. இப்படி ஏற்பட்ட வெறுப்பால் அர்ஜென்டைனா வின் பிஷப்புகளுக்குத் தலைவராக இருந்த ஆறு ஆண்டுகளில் எல்லோரையும் கலந்தாலோசிக்கும் முறையைக் கையாண்டார். ஓரினயீர்ப்பாளர் இருவர் சேர்ந்து வாழலாம் என்ற சில பாதிரிகளின் வாதத்தை இவர் ஏற்றுக்கொள்ளாத போதும் அவர்களைக் கலந்தாலோசிக்கத் தவறவில்லை.

பணிவின் தேவை

அவருடைய எண்ணத்தில் ஏற்பட்ட இந்த மாற்றங்களைவிட அவருடைய அடிமனதில் ஏற்பட்ட மாற்றம் மிகவும் முக்கியத்துவம் வாய்ந்தது. அர்ஜென்டைனாவின் இயேசு சங்கத்தாரிடையே விடுதலை இறையியல் கோட்பாட்டை ஏற்றுக்கொண்டவர்கள், ஏற்றுக்

கொள்ளாதவர்கள் என்ற பிளவை ஏற்படுத்தியதற்காக பெர்காகி லியோ தன்னுடைய முதுகலைப் படிப்பைத் தொடர ஜெர்மனிக்கு அனுப்பப்பட்டார் என்று பார்த்தோம். படிப்பை முடிக்காமலே அர்ஜென்டைனா திரும்பிய அவர் அர்ஜென்டைனாவின் இரண்டாவது பெரிய நகரமான கார்டபாவுக்கு அனுப்பப்பட்டார் என்பதையும் பார்த்தோம். தான் முன்பிருந்த முறையிலிருந்து மிகவும் மாறுபட்டுப் பணியாற்ற வேண்டும் என்ற ஒரு தீர்க்கமான முடிவோடு அவர் அங்கு போனார். தன்னுடைய குறிக்கோளிலிருந்து இம்மியளவும் பிசகாமல் செயல் பட்டாலும், எல்லோரையும் கலந்தாலோசித்து, எல்லோருக்கும் வாய்ப்புகள் அளித்துச் செயல்பட வேண்டும் என்ற முறையை அங்கு கையாண்டார். ஆரம்பத்திலிருந்தே பணிவு, அடக்கம் ஆகிய இவை தான் இவருடைய தாரகமந்திரம். தான் எளிமையாக இருந்தால்தான் எல்லோரையும் வழிநடத்தும் நல்ல மேய்ப்பராக இருக்கமுடியும் என்று எண்ணினார். பணிவும் எளிமையும் அவருடைய மாறாத நல்ல அடிப்படைக் குணங்கள்.

பெர்காகிலியோவின் எதிர்ப்பாளர்களோ அவர் பணிவோடு நடந்துகொள்வது பலரின் கவனத்தைக் கவர்வதற்காகவும் 2005இல் பதினாறாவது பெனெடிக்ட் போப்பாகத் தேர்ந்தெடுக்கப்பட்டபோது இவருக்கு எதிராக வந்த செய்திகளின் எதிர்மறை விளைவைத் தடுப்பதற்காகவும் அவர் செய்த சித்துவிளையாட்டுக்கள் என்றார்கள். ஆனால் உண்மை அதற்கு நேர்மாறானது. போப்பாகத் தேர்ந்தெடுக்கப் பட்டதும் மற்ற கார்டினல்களோடு அவர் போப்புக்குரிய தனி வாகனத்தில் செல்லாமல் பேருந்தில் பயணம் செய்தது அவர் பேனஸ் ஐரஸில் சுரங்க ரயில் பாதையில் பல வருஷங்கள் பயணம் செய்ததை நினைவுபடுத்திக்கொள்ளத்தான். வாடிகனிலுள்ள சான்ட ஆனா தேவாலயத்தில் போப்பிற்கான வெள்ளை அங்கி அணிந்து கொண்டு பின்னால் உட்கார்ந்திருந்தது அவர் வழக்கமாக எல்லோருக்கும் பின்னால் உட்காரும் பழக்கத்தைப் பின்பற்றித்தான். அர்ஜென்டைனா வில் பல பழமைவாத புராடெஸ்டென்ட்டுகளுக்கு முன்னால் முழங்காலிட்டு அவர்கள் ஆசீர்வாதத்தைக் கோரியது போல்தான் போப்பாகத் தேர்ந் தெடுக்கப்பட்டதும் அவரைப் பார்க்க வந்திருந்த ரோம் நகர மக்களுக்கு முன்னால் சிரம் தாழ்த்தி அவர்களிடம் ஆசீர்வாதம் பெற விழைந்ததும். இவை எல்லாம் போப் ஆன பிறகு பிரான்சிஸ் மக்களைக் கவருவதற்காகச் செய்த நாடகம் இல்லை என்பதைக் காட்டும்.

பெர்காகிலியோ தன்னுடைய வாழ்க்கை முழுவதும் நடந்த நிகழ்ச்சிகளைத் தன் குறிக்கோளை அடைவதற்காக லாவகமாகவும் சாமர்த்தியமாகவும் கையாளத் தெரிந்தவர் என்றாலும், அது தன்னுடைய சொந்த நன்மைக்காக அல்ல. பெர்காகிலியோ எப்போதுமே துணிச்சலாகச் செயல்பட்டிருக்கிறார். கொடுமை யுத்தத்தின்போது உயர் ராணுவ அதிகாரி ஒருவரைப் பார்க்கச் சென்ற பாதிரி ஒருவரை உடல்நலம் சரியில்லை என்று பொய் உரைக்கக் கூறித் தானே அந்த ராணுவ அதிகாரியைப் பார்க்கச் சென்றது அவருடைய துணிச்சலான செயலுக்கு ஒரு உதாரணம். தேவாலயத்திலிருந்து ஒதுக்கிவைக்கப்பட்ட ஒரு பிஷப் இறந்தபோது அவருடைய மனைவிக்கு ஆதரவாக இருந்தது, ராணுவ அரசால் கைதுசெய்யப்பட்டு துன்புறுத்தப்பட்டவர்களைத் தைரியமாக அர்ஜென்டைனாவுக்கு வெளியே கடத்தியது, சேரிகளில் போதைப் பொருள்கள் விற்கும் கும்பலை எதிர்த்து நின்றது, ரோமிலும் அர்ஜென்டைனாவிலும் பழமைவாத மத குருக்களால் கிறிஸ்தவ எதிர்ப்பு என்று நிந்திக்கப்பட்ட மதங்களுக்கு இடையேயான கருத்துப் பரிமாற்றலில் கலந்து கொண்டது ஆகியவை இவர் துணிச்சலாக, தன்னிச்சையாகச் செயல்படுபவர் என்பதைக் காட்டுகின்றன. அவ்வப்போது அதிகாரத் தன்மை வெளிப்படும் இவருடைய ஆளுமைக்கு எதிர்மறையாக இவர் தீவிரமான பணிவையும் மேற்கொண்டார். ஒருமுறை இவர் இயேசு சங்கத்தாரோடு அவர்களுக்குரிய இல்லத்தில் தங்கியிருந்தபோது அன்பர் ஒருவர் இயேசு சங்கத்தாருக்கு வழங்கிய கேக்கை அவர்களின் சம்மதம் இல்லாமலேயே சமையல்காரருக்கும் மற்ற வேலையாட் களுக்கும் கொடுப்பதற்காகச் சமையலறைக்கு எடுத்துச் சென்றது இவருடைய ஆளுமையில் இருந்த சர்வாதிகாரத் தன்மைக்கு ஒரு உதாரணம். கேக்கை வேலையாட்களுக்குக் கொடுத்தது இவருடைய கருணைக்கு ஒரு உதாரணம்.

செய்ய வேண்டியவை

போப்பாகத் தேர்ந்தெடுக்கப்பட்டதும் செயின்ட் பீட்டர் சதுக்கத்தில் கூடியிருந்தவர்களைத் தனது வலது கையைத் தூக்கி ஆசீர்வதித்துவிட்டு தன் தவறுகளுக்காக இறைவனிடம் ஜெபிக்கும்படி வேண்டிக் கொண்டார். இருந்தாலும், ராணுவ அரசு நடத்திய அராஜகச் செயல் களைப் பற்றி, அதன் பிறகு ஏற்பட்ட ஜனநாயக அரசு நடத்திய விசாரணையில் சரியாக ஒத்துழைக்காமல் நீதிமன்றத்தில் கேட்கப்பட்ட கேள்விகளுக்கு மழுப்பலாகப் பதில் சொன்னார். நடந்த உண்மையைக்

கண்டுபிடிக்க நடந்த விசாரணையில் உண்மையை நிலைநாட்டு வதற்கு ஒத்துழைக்காமல் கத்தோலிக்க மத குருமார்களைக் காப்பாற்றுவதிலேயே கவனம் செலுத்தினார். பல பதவிகளில் இருந்த கத்தோலிக்க மதகுருமார்கள் ராணுவ அரசு செய்த அராஜகச் செயல்களுக்குத் துணைபோனது அப்போது வெளிவந்தால் அது அர்ஜென்டைனாவிற்கும் அதன் மக்களுக்கும் நல்லதல்ல என்று பெர்காகிலியோ நினைத்தார். பல குருமார்கள் இந்தக் குற்றத்தில் ஈடுபட்டிருந்ததால் அவற்றைக் கிளறுவதற்குப் பதில் அப்படியே புதைத்து மறந்துவிடலாம் என்று அவர் நினைத்திருக்கலாம். ஆயினும் இனி அவர் அது பற்றிய இந்த மாதிரியான கருத்தை மாற்றிக் கொள்ளலாம் என்றும் சிலர் அனுமானிக்கிறார்கள். ஏனென்றால் போப் ஆன பிறகு காணாமல் போனவர்களுடைய உறவினர்களை பிரான்சிஸ் சந்தித்திருக்கிறார். அவர்கள் பேனர்ஸ் ஐரஸில் உள்ள தேவாலயத்தில் உள்ள ஆவணங்களை வெளிக்கொண்டுவருவார் என்றும் நம்புகிறார்கள். அப்போது தங்கள் உறவினர்களுக்கு என்ன ஆயிற்று என்பது பற்றிய செய்திகள் கிடைக்கலாம் என்று இவர்கள் நம்புகிறார்கள். பெர்காகிலியோவின் வாழ்க்கைப் பயணத்தில் நடந்த மாற்றங்கள் இன்னும் முடிவை அடையவில்லை போலும்.

பெர்காகிலியோவிடம் நடந்த மாற்றங்கள் ஒரே ஒரு சம்பவத்தால் ஏற்பட்டவை அல்ல; அவருடைய செயல்முறைகளால் நிதானமாக ஏற்பட்டவை. அவர் எடுக்கும் எல்லா முடிவுகளும் அவருடைய தியானத்தின்போது எடுக்கப்பட்டவை. அவர் தினமும் காலை நாலரையிலிருந்து ஐந்து மணிக்குள் எழுந்து தியானத்தில் ஈடுபடுவார். தியானத்தின்போது தன்னை முழுவதுமாக இறைவனிடம் ஒப்படைப்பதாகவும் இறைவனின் கரங்களில் தாம் இருப்பதாகவும் அவர் உணர்கிறார். இறைவனின் முன் தியானத்தில் ஈடுபடுவது தான் தன்னுடைய விருப்பமான அனுபவம் என்கிறார்.

இயேசு சங்கத்தை நிறுவிய இக்னேஷியஸ் அறிவுறுத்தியபடி ஒருவன் தன்னுடைய ஆசைகள், விருப்புகள், வெறுப்புகள், தேவைகள் ஆகிய எல்லாவற்றையும் துறந்து இறைவனிடம் தன்னை முழுமையாக ஒப்படைக்கும்போதுதான் இறைவன் தனக்கு விதித்திருக்கும் கட்டளையை உணரமுடியும். செய்த பாவங்களை நினைத்து வருந்தினால் மட்டும் போதாது. அதற்குப் பிராயச்சித்தமும் செய்ய வேண்டும். அப்போதுதான் செய்த தவறுகளுக்கு மன்னிப்பு கிடைக்கும். பெர்காகிலியோவைப் பொறுத்தவரை அவருடைய

மனமாற்றம் செயல்மாற்றத்தைக் கொடுத்தது. பதினாறாவது பெனெடிக்ட் போப் பதவியை ராஜினாமாச் செய்த பிறகு இன்னொரு போப்பைத் தேர்ந்தெடுக்க பெர்காகிலியோ ரோமிற்குச் செல்லும் முன்னால் பேனர்ஸ் ஐரஸ் மக்களுக்கு ஒரு செய்தி விடுத்துச் சென்றார். அதில் 'நன்னெறி என்பது எப்போதுமே கீழே விழாமல் இருப்பதல்ல; மறுபடியும் எழுந்து நிற்பது (தவறு செய்யாமல் இருப்பதல்ல; செய்த தவறை உணர்ந்து திருந்துவது); அதற்கு இறைவனின் கருணை எப்போதும் நமக்கு உண்டு' என்று எழுதியிருந்தார். அதுதான் அவர் பேனர்ஸ் ஐரஸ் மக்களுக்கு விடுத்த கடைசிச் செய்தி.

10

பயணங்கள்

அமெரிக்கா

2015 செப்டம்பர் மாதம் அமெரிக்காவிற்குப் பயணம் செய்த போப் அதற்கு முன் நான்கு நாட்கள் கியூபாவிற்கும் சென்றார். அங்கு கடைசி நாளில் தலைநகர் ஹவானாவிற்கு அருகில் உள்ள சேன் டியாகோவில் உரை நிகழ்த்தினார். ஸியாரா மேஸ்ட்ரா என்னும் மலைத்தொடருக்கு அருகில் உள்ள தேவாலயத்தில் திருப்பலி நடத்தினார். சுமார் நானூறு வருஷங்களுக்கு முன்னால் அங்குள்ள மீனவர்களின் வலையில் கிடைத்த சிறிய, மரத்திலான கன்னிமேரியின் சிலை ஒன்று இந்தக் கோயிலில் இருக்கிறது. அதனால் இந்தக் கோவில் மிகவும் புகழ் வாய்ந்தது. அதன் பிறகு சேன் டியாகோவில் உள்ள மேரிக்கு அர்ப்பணிக்கப்பட்ட இன்னொரு கோயிலில் ஒரு துதிப் பாடலை வழங்கினார்.

கியூபாவில் இருக்கும்போது போப் கம்யூனிஸ்ட் நாடான கியூபாவில் குடிமக்களுக்கு முழு உரிமைகளும் வழங்கப்படாதது பற்றி ஏதாவது கூறுவார் என்று சிலர் எதிர்பார்த்தனர். ஆனால் போப் அரசை எதிர்த்தவர்களைச் சந்திக்காதது மட்டுமல்ல கியூபாவின் ஜனாதிபதி யிடமோ அவருடைய அண்ணன் ஃபிடல் காஸ்ட்ரோவிடமோ, மனித உரிமை மீறல் பற்றி எதுவும் பேசவில்லை. அவர்களோடு உரையாடிய போது மிகவும் ஜாக்கிரதையாகப் பேசினார். ஆனால் சிலர் அவர் கூறிய சில கருத்துகள் கியூபா அரசின் சில கொள்கைகளை போப் ஒத்துக்கொள்ளவில்லை என்பதை மறைமுகமாகக் கூறுவது போல் இருந்ததாகக் கூறினர். இரண்டு காஸ்ட்ரோக்களுக்கும் வேண்டப்பட்ட ஒருவர் போப் அப்படிப் பேசியது கியூபா- அமெரிக்க உறவு தொடர்ந்து வலுவடைவதற்குத் துணைபுரியும் என்றார். (2014இல் கியூபா- அமெரிக்க உறவு போப்பின் தலையீட்டாலும் முயற்சியாலும் மேம்பட்டு, இரு நாடுகளும் தங்கள் தூதரகங்களை அந்த ஆண்டு டிசம்பர் மாதம் திறந்தன என்பதை இங்கு நினைவுகூரலாம்.)

கியூபாவிலிருந்து அமெரிக்காவுக்குப் பறந்துகொண்டிருந்த போது பத்திரிகையாளர் ஒருவர் போப்பிடம் 'நீங்கள் கியூபாவில் மிகுந்த எச்சரிக்கையோடு நடந்துகொண்டீர்களே?' என்று கேட்டார். போப், 'என்னுடைய இந்தக் கியூபா பயணம் கியூபா மக்களைச் சந்தித்து அவர்களோடு உரையாடி அவர்களுக்கு நம்பிக்கையைக் கொடுப்பதற்காக ஏற்பாடு செய்யப்பட்டது. அதனால் அரசை எதிர்ப்பவர்களைச் சந்திப்பதற்கோ அரசின் கொள்கைகளை விமர்சிப்பதற்கோ இந்தப் பயணத்தில் இடம்கொடுக்கவில்லை' என்றார். ஏழை மக்களைப் பற்றியும், அவர்களுக்குச் சமூகத்தில் நியாயம் கிடைப்பது பற்றியும் பேசிவரும் போப் ஒரு கத்தோலிக்கரா கம்யூனிஸ்டா என்று அட்டைப்படக் கட்டுரையில் *நியூஸ்வீக்* என்ற அமெரிக்கப் பத்திரிகை கேட்டிருந்தது. தனக்கு இடதுசாரிக் கொள்கைகளில் பிடிப்பு இருந்தாலும் தான் ஒருபோதும் கத்தோலிக்க மதத்தின் அடிப்படைப் போதனைகளிலிருந்து மாறுபடவில்லை என்று போப் அதற்குப் பதிலளித்தார். இவர் போப்புகளுக்குரிய சிவப்புக் காலணிகளை அணிவதில்லை என்பதைச் சுட்டிக் காட்டி, ஒரு பெண் இவர் போப் மாதிரி நடந்துகொள்ளவில்லை என்று புகார் கூறியதாக ஒரு கார்டினல் இவரிடம் கூறினாராம். அதைப் பற்றிக் கூறும்போது போப், 'உண்மைதான்; ஆனால், என்னால் கத்தோலிக்க மதக் கோட்பாடுகளை ஒப்பிக்க முடியும்' என்றாராம்.

வாஷிங்டன்

அமெரிக்காவிற்குப் பயணம் செய்த போப்பிற்குப் பெரிய வரவேற்பு காத்திருந்தது. ஜனாதிபதி ஒபாமா 2009இல் பதவியேற்றபோது அந்த வைபவத்தை நேரில் பார்க்க வந்திருந்த கூட்டத்தைவிட போப்பைப் பார்க்க வந்திருந்த கூட்டம் மிகவும் பெரியது. உலகளவில் அவர் பெயர் பரவியிருப்பதால் அவரைப் பாராட்டுபவர்கள் நிறையப் பேர். இவர் அமெரிக்காவிற்கு வரும்போது வரும் கூட்டத்தை எப்படிச் சமாளிப்பது என்று தெரிந்துகொள்ள அமெரிக்க ரகசிய பாதுகாப்பு அதிகாரிகள் வாடிகனுக்கே சென்று பார்த்தார்களாம். அங்கு செயின்ட் பீட்டர் சதுக்கத்தில் கூடியிருந்த மக்கள் எண்ணிக்கையைப் பார்த்து அசந்துவிட்டார்களாம். அமெரிக்காவிற்கு வரப்போகும் போப்பைக் கூட்டத்தாரிடமிருந்து பாதுகாப்பது அவ்வளவு எளிதான காரியமல்ல என்று உணர்ந்துகொண்டார்களாம். ஏனெனில், ரோமில் மக்கள் பூக்கள், நாட்டுக் கொடிகள் என்று என்னென்னவோ பொருட்களை இவர்மேல் வீசி எறிந்ததைப் பார்த்தார்களாம். மேலும் சாலையில்

பயணங்கள் ❖ 137

போகும்போது போப் தன்னுடைய வாகனத்திலேயே உட்கார்ந்திருக்க விரும்பாதவர் என்பதையும் புரிந்துகொண்டனர். அமெரிக்காவில் வாஷிங்டன், நியூயார்க், பிலடெல்பியா ஆகிய நகரங்களுக்கு அவர் செல்லும்போது இதுவரை அமெரிக்க சரித்திரத்திலேயே இல்லாத அளவிற்குப் பாதுகாப்பு ஏற்பாடுகள் செய்ய வேண்டியிருக்கும் என்றும் முடிவுசெய்தார்களாம்.

அமெரிக்க ரகசியப் பாதுகாப்பு அதிகாரிகள் வாடிகனுக்குச் சென்று வாடிகனின் பாதுகாப்பு அதிகாரிகளோடு பேசியபோது போப் பிரான்சிஸ் அவ்வப்போது தன்னுடைய வாகனத்திலிருந்து இறங்கி ஜனங்களோடு ஒன்றாகக் கலப்பதில் ஆர்வம் காட்டுபவர் என்று கூறினார்களாம். போப்பான நாளிலிருந்தே பிரான்சிஸ் கத்தோலிக்க மதம் தன் கதவுகளை எல்லோருக்கும் திறந்துவிட வேண்டுமென்றும் எல்லோரையும் அரவணைத்துக் கொள்ளும் மதமாக இருக்க வேண்டும் என்றும் விரும்புகிறார். தான் போப்பாக இருக்கும் காலம் பழைய சம்பிரதாயங்களை விட்டுவிடும் காலமாக இருக்க வேண்டும் என்றும் விரும்புகிறார். அதனால் தானே தன் நண்பர்களைத் தொலைபேசியில் அழைப்பார்; முகமறியாதவர்களையும் நேரில் சந்திப்பார். இப்படி இவர் இருப்பதால் இவரை 'மக்களின் போப்' என்று எல்லோரும் அழைக்கிறார்கள். இவருக்கு முந்தைய இரண்டு போப்புகளும் பாதுகாப்புக் கருதி விஷேசமாகத் தயாரிக்கப்பட்ட போப்புகளுக்கான வாகனங்களில்தான் வீதியில் உலாவருவார்கள். பிரான்சிஸ் அப்படியல்ல. மக்களுக்குக் காட்சி அளிக்கும்போது சாதாரண வாகனத்தில்தான் வர விரும்புவார்.

அமெரிக்காவிற்குப் போப் வந்தபோது மிகப் பெரிய பாதுகாப்பு ஏற்பாடுகள் செய்யப்பட்டிருந்தன. வாஷிங்டனில் சில பகுதிகளில் தபால் சேவை நிறுத்தப்பட்டது. பல சாலைகள் அடைக்கப்பட்டன. கூட்டம் அதிகமாக இருக்கும் என்று எதிர்பார்த்ததால் மத்திய அரசு தன் ஊழியர்களை வீட்டிலிருந்தே வேலைபார்க்கும்படி கேட்டுக் கொண்டது. நியூயார்க்கில் வணிக நிறுவனங்கள் ட்ரோன் (ஆளற்ற விமானம்) விடுவதைச் சட்டப்படி குற்றமாக்கியிருந்தார்கள். இத்தனைக்கும் வாடிகனிலிருந்து ஐநூறு பேர் அடங்கிய ஸ்விஸ் கார்ட் எனப்படும், போப்பைக் காப்பாற்றுவதாக ஆணை எடுத்துக்கொண்ட படையும் வாடிகன் பாதுகாப்பு அதிகாரிகளும் உடன் வந்திருந்தனர். போப்பிற்கு ஆங்கிலத்தில் நல்ல தேர்ச்சி இல்லாததால் ஸ்பானிஷ் மொழி தெரிந்த ஒருவர் எப்போதும் அவர் பக்கத்திலேயே இருந்தார்.

பிரேஸில், பொலிவியா, பாராகுவே போன்ற நாடுகளுக்குச் சென்ற போதும் போப் ஒரு சில இடங்களில் திறந்த காரில்தான் சாலைகளில் சென்றார். அர்ஜென்டைனாவில் ஒரு பத்திரிகைக்கு அளித்த பேட்டியில், 'என் உயிர் கடவுளின் கையில் இருக்கிறது. நான் கடவுளிடம் கேட்பது இதுதான். நீங்கள் என்னைப் பாதுகாத்து வருகிறீர்கள். நான் இறக்க வேண்டுமென்று நீங்கள் விரும்பினாலோ ஏதாவது அசம்பாவிதம் நடந்தாலோ எனக்கு அதிக நோவு ஏற்படாமல் இருக்க உதவுங்கள். நான் உடல் நோவைத் தாங்கிக்கொள்வதில் மிகவும் கோழை என்று சொல்லி வேண்டிக்கொள்வேன்' என்று கூறியிருக்கிறார்.

அமெரிக்கத் தலைநகர் வாஷிங்டன் நகரின் புறநகர்ப் பகுதி ஒன்றில் அமைந்திருக்கும் ராணுவ விமான நிலையத்தில் போப் வந்து இறங்கியபோது அவருக்குக் கொஞ்சம் களைப்பாக இருந்தாலும் அவருக்கு அளிக்கப்பட்ட வரவேற்பு அவருக்குத் தெம்பையும் மகிழ்ச்சியையும் கொடுத்தது. விமான நிலையத்திற்கு ஜனாதிபதி ஒபாமா, அவர் மனைவி மிஷல் ஒபாமா, அவர்களுடைய இரு மகள்கள், மிஷல் ஒபாமாவின் தாய், துணை ஜனாதிபதி, அவருடைய மனைவி மற்றும் அவருடைய பேத்திகள் இருவர் ஆகியோர் போப்பை வரவேற்க விமான நிலையத்திற்கு வந்திருந்தனர். சாதாரணமாக ஜனாதிபதி இந்த ராணுவ விமான நிலையத்திற்கு நேரில் வந்து அங்கு இறங்கும் விருந்தினரை வரவேற்பதில்லை. முதல் முதலில் அவர்களை வெள்ளை மாளிகையில்தான் வரவேற்பார். பிரான்சிஸின் மேலுள்ள உயர்ந்த மதிப்பால் ஒபாமா குடும்பத்துடன் விமான நிலையத்திற்கே வந்துவிட்டார். சமூக, பொருளாதார நீதி பற்றிய இருவர் கருத்துகளும் ஒன்றாக இருந்தது ஒபாமா போப் பிரான்சிஸ் மேல் அதிக மரியாதை வைத்திருந்ததற்கு முக்கிய காரணம்.

மறுநாள் போப் ஒபாமாவோடு 45 நிமிடங்கள் தனித்து உரையாடினார். கத்தோலிக்கப் பல்கலைக்கழகத்திலுள்ள தேவாலய வளாகத்தில் துணை ஜனாதிபதி ஜோ பைடன் உட்பட 30000 பேருக்குத் திருப்பலி நடத்தினார். அதன் பிறகு அமெரிக்காவிலுள்ள கலிபோர்னியா மாநிலத்தில் பதினெட்டாம் நூற்றாண்டில் ஒன்பது கிறிஸ்தவ மிஷன்களை நிறுவிய ஹூனிபெரா செராவைப் புனிதராக்கினார்.

அன்று மாலை அமெரிக்கப் பாராளுமன்றத்தின் இரு அவை உறுப்பினர்களிடையே உரையாற்றினார். கத்தோலிக்க மதத்தைச் சேர்ந்த அவைத்தலைவரின் வேண்டுகோளுக்கு இணங்கி அங்கு

உரையாற்ற ஒப்புக்கொண்ட போப், அந்த அவை உறுப்பினர்கள் அமெரிக்கப் பிரதிநிதிகள் என்பதால் தன் உரை அமெரிக்காவின் மொழியான ஆங்கிலத்திலேயே இருக்கவேண்டும் என்று விரும்பினார். அவருடைய தாய் மொழியான ஸ்பனிஷ் மொழியில் பாண்டித்யம் உள்ள போப் இத்தாலி மொழியிலும் சரளமாகப் பேசுவார். ஜெர்மன் மொழியிலும் உரையாடக் கூடியவர். ஆனால் ஆங்கிலத்தில் உரையாடுவது அவருக்குக் கொஞ்சம் சிரமம். சுமார் 35 வருடங்களுக்கு முன்னால் அயர்லாந்திலிருந்து அர்ஜென்டைனா வுக்கு வந்திருந்த இயேசு சங்க உறுப்பினர் ஒருவர் அப்போது பிரவின்ஷியலாக இருந்த பெர்காகிலியோவை அயர்லாந்திற்குச் சென்று ஆங்கிலம் கற்றுக்கொள்ளுமாறு யோசனை கூறினார். அதன்படி அயர்லாந்தின் தலைநகரான டப்ளினில் பெர்காகிலியோ சில மாதங்கள் தங்கியிருந்து ஆங்கிலம் கற்றார். ஆயினும் அவருக்கு ஆங்கிலத்தில் முழுப் பாண்டித்யம் வரவில்லை. இருந்தாலும், அமெரிக்கா வருவதற்கு முன் ஆங்கிலத்தில் நிறையப் பயிற்சி எடுத்துக் கொண்டார். அமெரிக்க பிஷப்புகளின் மாநாட்டில் இத்தாலி மொழியில் பேசினார். ஹுனிபெரோ செராவைப் புனிதராக்கும் நிகழ்ச்சியில் ஸ்பானிஷ் மொழியில் பேசினார். அந்தந்த நிகழ்ச்சி களுக்குத் தக்கவாறு அந்தந்த மொழியில் பேச வேண்டும் என்பது பிரான்சிஸின் கொள்கை.

அமெரிக்கப் பாராளுமன்றத்தில் உரையாற்றிய முதல் போப் இவர் தான். அந்த அரங்கத்தில் இரு அவை உறுப்பினர்கள், அவர்களுடைய உதவியாளர்கள், உச்சநீதிமன்ற நீதிபதிகள், உயர் ராணுவ அதிகாரிகள், ஜனாதிபதி தேர்தலில் போட்டியிடும் வேட்பாளர்கள், பாதிரிகள், பிஷப்புகள், கன்னியாஸ்திரிகள் ஆகியோர் கூடியிருந்தனர். இவர்கள் போப்பின் உரையைப் பாராட்டுவதற்கு முப்பது தடவை தங்கள் ஆசனத்திலிருந்து எழுந்து கரவொலி எழுப்பினார்கள்.

வெளிநாட்டவர்கள் அமெரிக்காவுக்குக் குடிபெயர்தல் அவருடைய உரையின் நடுநாயகமாக விளங்கியது. தன்னையே உதாரணமாகக் காட்டி, 'இந்த அமெரிக்கக் கண்டத்தில் உள்ளவர்கள் மக்கள் குடிபெயர்வதைப் பற்றிக் கவலைப்படக் கூடாது. ஏனெனில் நம்மில் பலர் இந்தக் கண்டத்திற்கு வெளியிலிருந்து வந்தவர்கள்தான். வெளியிலிருந்து குடியேறியவர்களில் ஒருவரின் மகனாக உங்களைக் கேட்டுக்கொள்கிறேன். அவர்களுடைய சோகக் கதைகளைக் கேட்டு அவர்களுக்கு முடிந்தவரை உதவுங்கள்' என்றார்.

வெளிநாடுகளில் போப் பயணம் செய்யும் போப்மொபைல் (நன்றி: ராய்டர்ஸ்)

நடைபாதைவாசிகளுக்கு இருக்க இடம் கொடுப்பது ஒரு அரசின் கடமையென்றும் அவர்கள் அப்படி வீடற்றவர்களாக இருப்பதை எந்த வகையிலும் நியாயப்படுத்த முடியாது என்றும் கூறிய போப் இயேசு எல்லோரையும் ஒன்றாகப் பாவித்தார் என்றும் கூறினார். ஏழைகள் மீது எப்போதும் பரிவும் அன்பும் செலுத்தும் போப் பிரான்சிஸ் தனது எண்பதாவது பிறந்த நாளை வீடற்ற நடைபாதை வாசிகளோடு சேர்ந்து உணவருந்திக் கொண்டாடினார்.

போப்பின் வாழ்க்கைச் சரித்திரத்தைச் சித்தரிக்கும் ஒரு ஆவணப் படம் என்னை பிரான்சிஸ் என்று அழையுங்கள் (Call me Francis) என்னும் பெயரில் வெளிவந்திருக்கிறது. அது வாடிகனில் திரையிடப் பட்ட போது மற்ற திரைப்படங்கள் வெளியிடப்பட்டபோது இருக்கும் எந்த ஆடம்பரமும் இல்லை. இதன் வெளியீட்டு விழாவிற்கு அழைக்கப்பட்டவர்கள் அகதிகள், முதியோர்கள், நடைபாதை வாசிகள் அடங்கிய ஐநூறு பேர். வழக்கமாக திரைப்பட வெளியீட்டு விழாவில் வந்திருப்பவர்களுக்கு விலையுயர்ந்த பொருட்களைப் பரிசாகக் கொடுப்பார்கள். ஆனால் இந்த விழாவிலோ எளிய உணவான ரொட்டிகள், பழங்கள், சமைத்த மீன்கள் அடங்கிய பைகள் கொடுக்கப்பட்டன.

முக்கிய சமூக நிறுவனமான திருமணம் ஒரு பெண்ணிற்கும் ஆணிற்கும் இடையேயான உறவு என்று குறிப்பிட்ட போப், அதை எப்போதும் காப்பாற்ற வேண்டும் என்றும் குறிப்பிட்டார். உருவான நாளிலிருந்து எல்லா உயிர்களையும் காக்க வேண்டும்; கருச்சிதைவு கூடாது என்றும் வலியுறுத்தினார். குற்றவாளிகளுக்கு மரண தண்டனை கொடுப்பதையும் வெகுவாக எதிர்த்தார். 'எல்லா உயிர்களும் புனிதமானவை. எல்லா மனிதர்களுக்கும் யாரும் அழிக்க முடியாத உரிமைகள் இருக்கின்றன. குற்றம் செய்தவர்களை மன்னித்து அவர்களைச் சமூகத்தின் நலன்களுக்காகப் பயன்படுத்திக் கொள்ள வேண்டும்' என்றார். உலகமயமாக்குதல் பற்றிக் குறிப்பிட்ட போப், 'நம்மைச் சுற்றிலும் உள்ள ஏழைகளைப் பற்றிய உணர்வு நமக்கு வேண்டும். வணிகம் செய்வது புனிதமான தொழில்தான். ஆனால் அது நுகர்வோர்களுக்கும் நன்மை பயப்பதாக இருக்கவேண்டும்' என்றார். 'குடிமக்கள் எல்லோருக்கும் நன்மை பயக்கும் சேவை செய்வதாக அரசியல் இருக்கவேண்டும். அது எப்படிப் பொருளாதாரத் திற்கும் நிதிக்கும் அடிமையாக முடியும்?' என்றார். 'மனிதர்களை அழிக்கும் தீய சக்திகளுக்கு ஏன் ஆயுதங்களை விற்கவேண்டும்? பணத்திற்காக, அதுவும் ரத்தத்தில் தோய்ந்த பணத்திற்காக, இந்தக் கொடுமையைச் செய்யவேண்டுமா?' என்றும் கேட்டார். குடும்பத்திற்கு உள்ளேயும் வெளியேயும் குடும்பம் என்ற சமூக அமைப்பிற்கு நேர்ந்துவரும் அபாயம் பற்றியும் கேள்வி எழுப்பினார்.

அமெரிக்காவின் பாராளுமன்றத்தில் கத்தோலிக்க மதத்தலைவ ரான போப் உரையாற்றுவதைச் சில ஆண்டுகளுக்கு முன்னால்கூட யாரும் எதிர்பார்த்திருக்கமாட்டார்கள். பல தலைமுறைகளாக அரசியலில் பங்கெடுத்துக் கொள்ளும் கத்தோலிக்கர்களைப் பற்றி ஒருவித சந்தேகம் இருந்தது. கத்தோலிக்கர்கள் அமெரிக்க ஜனாதிபதி ஆகமுடியாது என்றிருந்த காலகட்டத்தில் ஜான் கென்னடி ஜனாதிபதி யானது பெரும் ஆச்சரியத்தை உண்டாக்கியது. ஆனால் இப்போது அமெரிக்கப் பாராளுமன்ற உறுப்பினர்களில் மூன்றில் ஒரு பங்கினர் கத்தோலிக்கர்கள் ஆவர். துணை ஜனாதிபதி பைடன், அவைத் தலைவர் பேனர், கீழவை சிறுபான்மைத் தலைவர் பெலோஸி, வெளியுறவுத்துறை அமைச்சர் கெர்ரி ஆகியோர் கத்தோலிக்கர்கள்.

போப் தன் உரையில் லிங்கன், மார்டின் லூதர் கிங், டாரத்தி டே, தாமஸ் மெர்டன் ஆகியோரையும் குறிப்பிட்டார். அடிமைகளின் விடுதலைக்காகப் போராடிய லிங்கன் போலவும், எல்லோருக்கும்

சம உரிமைகள் வழங்கப்பட வேண்டும் என்று அறைகூவிய மார்டின் லூதர் கிங் போலவும், உரிமைகள் மறுக்கப்பட்டவர்களுக்கு நியாயம் கிடைக்கப் பாடுபட்ட டாரத்தி டே போலவும் மத நல்லிணக்கத் திற்காகப் பாடுபட்ட தாமஸ் மெர்டன் போலவும் ஒரு நாடு செயல் பட்டால் தான் அந்த நாட்டை உலகில் சிறந்த நாடாகக் கருத முடியும் என்றார்.

போப்பின் உரையை இரண்டு கட்சியைச் சேர்ந்த உறுப்பினர்களும் தங்களுக்கு வேண்டிய முறையில் புரிந்துகொண்டனர். 'குடியேறிகளால் இந்த நாட்டிற்கு விளைந்த நன்மைகள் பற்றி உணர்ந்து குடியேற்றத்தை நிறுத்துவது தவறு என்று போப் சொன்ன பிறகாவது நாம் அவருடைய அறிவுரையைக் கேட்டு நடக்கவேண்டும்' என்று ஜனநாயகக் கட்சி உறுப்பினர் ஜோஸப் கென்னடி (இவர் அறுபதுகளில் ஜனாதிபதியாக இருந்த ஜான் கென்னடியின் தம்பி ராபர்ட் கென்னடியின் மகன்; கத்தோலிக்க மதப்பிரிவைச் சேர்ந்தவர்.) கூறினார். குடியரசுக் கட்சியைச் சேர்ந்தவர்களோ திருமணம், கருச்சிதைவு பற்றி அவர் கூறியதைச் சிலாகித்தனர். போப்பின் உணர்ச்சிகரமான உரையைக் கேட்டுவிட்டு இரு தரப்பினரும் தங்களுக்கு வேண்டியதை எடுத்துக் கொண்டு அவரைப் புகழ்ந்தாலும், அதற்குப் பிறகு தொடர்ந்து நடந்த விவாதங்களில் வழக்கம்போல் தங்களுக்குள் சண்டையிட்டுக் கொண்டார்கள் என்பது வேறு விஷயம்.

பாராளுமன்றத்தில் உரையாற்றிவிட்டு அதன் இன்னொரு பகுதிக்குச் சென்ற போப், அங்குள்ள பால்கனியில் நின்று வெளியில் பாராளுமன்றத் தோட்டத்தில் இவருடைய உரையை ராட்சதத் திரையில் கண்டுகளித்த ஐம்பதாயிரம் பேர்களுக்குத் தன் வாழ்த்து களைத் தெரிவித்தபோது 'எல்லோரும் எனக்காக பிரார்த்தியுங்கள். உங்களில் யாருக்காவது ஜெபத்தில் நம்பிக்கை இல்லை என்றாலோ, ஜெபிக்க முடியவில்லை என்றாலோ உங்கள் நல்வாழ்த்துகளை எனக்கு வழங்குங்கள்' என்றார். எப்போதும் யாரிடமும் தனக்காக இறைவனிடம் வேண்டிக் கொள்ளும்படி கேட்பது போப் பிரான்சிஸின் வழக்கம்.

நியூயார்க்

அடுத்ததாக, போப் பிரான்சிஸ் நியூயார்க் நகருக்குச் சென்றார். இந்நகரில் பல இன, மதங்களைச் சேர்ந்த மக்கள் வசிக்கிறார்கள். எல்லோரும் போப்பைப் பார்க்க வந்தனர். எல்லோரையும்

அரவணைக்கும் இவருடைய பாணி பலருக்குப் பிடித்திருப்பதால் அனைவரும் இவரை ஒரு மதத்தலைவராக மட்டுமல்லாமல் உலக மக்கள் தலைவராகவும் பார்க்கிறார்கள். அன்றாட வாழ்க்கையில் இந்துச் சடங்குகளைத் கடைப்பிடிக்கும் ஒரு இந்துப்பெண் போப்பைப் பார்க்க வந்திருந்தார். இவர் ஒரு நிதி நிறுவனத்தில் வேலைபார்ப்பவர். 'பிரான்சிஸின் திறந்தமனமும் எதையும் விவாதத்திற்கு எடுத்துக்கொள்ளத் தயங்காத தன்மையும் என்னை இவர்பால் ஈர்க்கின்றன. இவரைப் போன்றவர்களைப் பார்க்கும்போது எனக்கு நிறைய நம்பிக்கை பிறக்கிறது. ஏழைகளிடமும் சமூகத்தில் ஓரங்கட்டப்பட்டவர்களிடமும் இவர் காட்டும் பரிவு இவர்மீது எனக்கு மிகுந்த மரியாதை ஏற்படச் செய்கின்றன' என்றார். மேலும் 'கடவுளின் பிரதிநிதிகள் என்று சொல்லிக்கொள்ளும் மதத் தலைவர்கள் எல்லோரும் இவரைப்போல் மக்களுக்காகத் தொண்டாற்ற வேண்டும்' என்கிறார் அவர்.

சமூக நீதி, புவியின் பருவநிலை மாற்றம், வறுமை ஒழிப்பு போன்ற விஷயங்களில் அக்கறை செலுத்துவோருக்கு நல்வழி காட்டுபவராக விளங்குகிறார் பிரான்சிஸ். மதச்சார்பற்றவர்களுக்கும் மதநம்பிக்கை உள்ளவர்களுக்கும் இவர் ஒரு வழிகாட்டியாகத் திகழ்கிறார். *நியூயார்க் டைம்ஸ்* பத்திரிகையும் சிபிஎஸ் தொலைக் காட்சியும் சேர்ந்து நடத்திய தேர்தல் வாக்கெடுப்பில் 45 சதவிகிதம் மக்கள் அவர் ஒரு மதத்தலைவர் என்பதைவிட ஒரு மனிதநேயர், எல்லா மக்களுக்கும் தலைவர் என்று கூறினார்களாம்.

இவர் அர்ஜென்டைனாவில் ஆர்ச் பிஷப்பாக இருந்தபோது, பொது வாகனங்களில் பயணம் செய்ததாலும், சாதாரணக் குடிமகன்போல் எல்லோரோடும் கலந்து உரையாடியதாலும் பத்திரிகைகளில் அவரைப் பற்றி அடிக்கடி செய்திகள் வந்தன. அப்போது அங்கு வசித்த, தன்னை மதங்களற்ற மனித நேயவாதி என்று கூறிக்கொள்ளும் ஒரு பெண் 'எல்லோரையும் அணைத்துக் கொள்ளும் இவருடைய குணம், பொறுமை, சகிப்புத்தன்மை, சமூக நீதிக்காகவும் சுற்றுப்புறச் சூழலுக்காகவும் பாடுபடும் இவருடைய தன்மை ஆகியவை என்னை மிகவும் கவர்ந்திருக்கின்றன. அவரைப் பார்ப்பதற்கு என்னுடைய குழந்தைகளைக் கூட்டிக்கொண்டு போகப் போகிறேன்' என்றார். இன்னொருவர், 'இவர் கூறும் எல்லாச் செய்திகளும் உலகிற்கே வழிகாட்டுதலாக அமைவதால் இவருடைய மதத்தை நான் பின்பற்றா விட்டாலும் அவரை என் தலைவராக உணர்கிறேன்' என்றார்.

நியூயார்க் நகர மேயர் டி ப்ளாஸியோவின் தாய் கத்தோலிக்க மதப் பிரிவைச் சேர்ந்தவராக இருந்து, பின் அந்த மதத்தைத் துறந்தவர். மேயர் புரொட்டஸ்டன்ட். இப்போது போப் பிரான்சிஸின் கொள்கை களாலும் பேச்சாலும் நடவடிக்கைகளாலும் கவரப்பட்ட மேயர் கத்தோலிக்க மதத்தைப் பற்றித் தாம் மறுபடி சிந்திக்கப் போவதாகக் கூறியிருக்கிறார்.

சென்ட்ரல் பார்க்கில் தனது வாகனத்தில் போப் செல்லும்போது அவரைப் பார்ப்பதற்கு நிறையப் பேர் விரும்பியதால் குலுக்கல் முறையில் அவர்களைத் தேர்ந்தெடுக்க மேயர் ஒரு லாட்டரி திட்டத்தைக் கொண்டுவந்தார். மெக்ஸிகோ மரபு வழியைச் சேர்ந்த ஒரு கத்தோலிக்கப் பெண்ணை மணந்திருக்கும் எகிப்திலிருந்து குடியேறியிருக்கும் ஒரு முஸ்லிம் சென்ட்ரல் பார்க்கிற்குச் செல்லும் லாட்டரியில் தான் ஜெயித்திருப்பதாக மிகவும் மகிழ்ச்சியுடன் கூறினார். இவருடைய மூன்று குழந்தைகளும் முஸ்லிம் மதக் கொள்கைப்படி வளர்க்கப்பட்டாலும் கத்தோலிக்கப் பள்ளியில் படித்துவருகிறார்களாம். 'போப் மிகவும் பணிவுடன் நடந்து கொள்கிறார். எல்லா மக்களிடமும் அன்பு செலுத்துகிறார். கடவுள் உலக மக்களை ஒன்று சேர்ப்பதற்காகத்தான் இவரை உலகிற்கு அனுப்பியிருக்கிறார் போலும்' என்றார் இந்த முஸ்லிம்.

நியூயார்க் மேன்ஹாட்டனில் தன்னார்வத் தொண்டுத் திட்டம் ஒன்றின் தலைவராக இருக்கும் ஒரு யூதர், 'போப் சொல்லும் அறிவுரை களில் பல யூத மத அறிவுரைகளுக்கு ஏற்புடையவையாக இருக்கின்றன. அவருடைய சுற்றறிக்கையில் சமத்துவமின்மை, புவிவெப்பமாதல் ஆகியவை பற்றி அவர் கூறியிருப்பதை ஹீப்ரு மொழியில் மொழி பெயர்த்து எங்கள் பிரார்த்தனைக் கூட்டங்களில் உபயோகிக்கிறேன்' என்றார். இவரும் போப்பைப் பார்க்க சென்ட்ரல் பார்க்கிற்குச் சென்றார். அங்கு போப்பைப் பார்க்கவந்த ஒரு யூதப் பெண் 'நான் யூதமதத்தைச் சேர்ந்தவள்தான். ஆனாலும் போப்பைப் பார்த்தது என் வாழ்க்கையில் ஏற்பட்ட மிகவும் இதமான நிகழ்ச்சி' என்றார்.

சென்ட்ரல் பார்க்கில் நடக்கும் வேகத்தில் சென்ற தன்னுடைய போப்மொபைலில் எல்ம், ஓக் மரங்கள் அடங்கிய சாலைகளில் போப் சுமார் இரண்டு மைல்கள் பயணித்தார். அப்படி அவர் சென்றது பதினைந்து நிமிடங்கள்தான் என்றாலும் அங்கு அவரைப் பார்க்கப் பெரிய கூட்டம் திரண்டிருந்தது. அதுதான் இதுவரை அமெரிக்காவில் அவரைப் பார்க்கவந்த கூட்டங்களிலேயே பெரியது.

சென்ட்ரல் பார்க்கிற்கு அருகில் இருந்த மேடிஸன் ஸ்கொயர் தோட்டத்தில் 20,000 பேர்கள் நிறைந்த கூட்டத்தில் போப் திருப்பலி நடத்தினார்.

நியூயார்க்கின் ஆப்பிரிக்க அமெரிக்கர்கள் வசிக்கும் ஹார்லெம் பகுதியில் உள்ள ஒரு கத்தோலிக்கப் பள்ளிக்குச் சென்ற போப் அங்குள்ள மாணவர்களோடு உரையாடினார். மாணவன் ஒருவன் சூரிய சக்தியை உற்பத்திசெய்யும் ஒரு பலகையைக் காட்டி விளக்கிய போது அதை ரசித்தார். கடைசியாக அவர்களிடமிருந்து விடைபெறும் போது 'நான் உங்களுக்கு ஒரு வீட்டுப் பாடம் கொடுக்கிறேன். எனக்காக நீங்கள் பிரார்த்தனை செய்ய வேண்டும்' என்று கேட்டுக் கொண்டார்.

போப் பிரான்சிஸ் அமெரிக்காவில் இருந்தபோது ஐநா சபையில் 193 நாடுகளைச் சேர்ந்த தலைவர்கள் – ஜனாதிபதிகள், பிரதம மந்திரிகள், அரசர்கள் – ஒன்றுகூடி முக்கியமான பிரச்சினைகளான புவிவெப்பமாதல், சிரியாவில் நடந்துவரும் போர், போர் நடக்கும் இடங்களிலிருந்து வெளியேறும் அகதிகள், அவர்கள் தஞ்சம் புகும் நாடுகளில் சில அவர்களை ஏற்காமல் திருப்பி அனுப்புதல் ஆகிய பிரச்சினைகள் பற்றி விவாதிப்பதாக இருந்தது. பல வருடங்களுக்குப் பிறகு உலகத் தலைவர்கள் இத்தனை பேர் ஒரே இடத்தில் கூடினர். அவர்கள் விவாதத்தைத் தொடங்குவதற்கு முந்தைய நாள் போப் ஐநா சபைக்கு வருகைபுரிந்து அங்குள்ள பொதுச்சபையில் உரை ஆற்றினார். ஒரு போப் ஐநா சபைக்கு வந்து இத்தனை தலைவர்களுக்கு முன்னால் உரையாற்றுவது இதுதான் முதல் தடவை. ஏழைகளை வறுமையிலிருந்து விடுவிப்பது போப் பிரான்சிஸ் தீர்க்க விரும்பும் பிரச்சினைகளில் முக்கியமானது. உலகத் தலைவர்களிடையே சுற்றுச்சூழல் பற்றியும், பல நாடுகளில் ஏழைகளுக்கு இழைக்கப்படும் கொடுமைகள் பற்றியும், அகதிகளாக வருபவர்களுக்கு அடைக்கலம் கொடுக்க மறுப்பது பற்றியும் பேசினார். இவை எல்லாம் நாடுகளுக்கிடையேயான பிரச்சினைகள் என்றும், போப்பைப் போன்றவர்களால்தான் உலகத் தலைவர்களுக்கு இவை பற்றி அறிவுரை கூறமுடியும் என்றும், அவருக்குத்தான் அதற்குரிய தார்மீக அதிகாரமும் மக்களின் ஆதரவும் இருக்கின்றன என்றும் சொன்னார், அப்போதைய ஐநா சபையின் செயலாளர் பேன் கீ மூன். 'போப் பிரான்சிஸ் இப்போது ஐநா சபைக்கு வந்திருப்பதே அவற்றின் முக்கியத்துவத்தைக் குறிக்கிறது' என்றார் இன்னொரு

அதிகாரி. போப் தன்னுடைய உரையில் சுற்றுச்சூழல் பற்றியும் ஏழைகளின் நிலைமை பற்றியும் பேசினார். 'பல ஆண்டுகளாக நாம் பூமியின் சுற்றுச் சூழலைப் பாழ்படுத்தி வருகிறோம். 'சுற்றுசூழலைப் பாழ்படுத்துவது மனித இனத்திற்குத் தீங்கு விளைவிப்பதற்குச் சமம். அதனால் அதிகம் பாதிக்கப்படுபவர்கள் ஏழைகளே' என்றார். மேலும் 'நாம் தவறு செய்தால் மனிதன் ஒருமுறை மன்னிப்பான்; கடவுள் பலமுறை மன்னிப்பார்; இயற்கை நம்மை மன்னிக்கவே மன்னிக்காது' என்றும் கூறினார்.

நியூயார்க்கில் போப் சென்ற இன்னொரு முக்கியமான இடம் 2011 செப்டம்பர் மாதம் 11ஆம் தேதி நியூயார்க் நகரின் வணிக மையமான இரட்டைக் கட்டடங்கள் மீது இஸ்லாமிய அடிப்படைவாதிகள் விமானங்களைச் செலுத்தி அதை இடித்துத் தரைமட்டமாக்கியதில் இறந்துபோனவர்களுக்கு எழுப்பப்பட்ட நினைவுச் சின்னம் மற்றும் அருங்காட்சியகம். இடிக்கப்பட்ட கட்டடங்களின் இடிபாடுகளில் கிடைத்த ஒரு இரும்பு உத்தரத்தின் எதிரே நின்று கொண்டு பிரான்சிஸ் தன்னுடன் வந்திருந்த உலகத் தலைவர் களையும் மதத்தலைவர்களையும் மதத்தின் பெயரால் இழைக்கப்படும் கொடுமைகளை நிறுத்துமாறும், எல்லோருக்கும் இடையே சமரசம் ஏற்படுவதற்குப் பாடுபடுமாறும் கேட்டுக்கொண்டார். 'நம்மிடையே பல வித்தியாசங்களும் கருத்து வேற்றுமைகளும் இருந்தாலும், நாம் எல்லோரும் இந்தப் பூமியில் ஒற்றுமையாக வாழமுடியும். எல்லோரும் ஒரே மாதிரியாக இருக்க வேண்டும் என்று எதிர் பார்ப்பதற்குப் பதிலாக, பல மதங்களையும் மொழிகளையும் கலாச்சாரங்களையும் பின்பற்றிக்கொண்டு ஒற்றுமையாக வாழ முடியும். நாம் ஒற்றுமையாக வாழும் முயற்சிகளைத் தகர்க்கும் எதையும் நாம் எதிர்த்துப் போராட வேண்டும். எல்லா மதத் தலைவர் களும் நேருக்கு நேர் சந்தித்து உரையாடி மதங்களிடையே ஒற்றுமையை வளர்க்க வேண்டும்' என்றார்.

மதநல்லிணக்கத்தை எப்போதுமே பிரான்சிஸ் வலியுறுத்தி வருகிறார். பேனஸ் ஐரஸில் ஆர்ச் பிஷப்பாக இருந்தபோதே யூத மதத்தலைவரான ஆப்ரஹாம் ஸ்கோர்காவோடு கலந்துரையாடி இருக்கிறார்; *சொர்க்கமும் பூமியும் (On Heaven and Earth)* என்னும் நூலை இருவரும் எழுதியிருக்கிறார்கள். இருவரும் ஒன்றாகச் சேர்ந்து பல இடங்களுக்குப் பயணம் செய்திருக்கிறார்கள். போப்பான பிறகும் அவரோடு தொலைபேசி மூலம் பேசிக்கொண்டிருக்கிறார். அவர்

மதங்களைப் பற்றி எழுதியுள்ள புத்தகம் ஒரு ஆராய்ச்சிக் கட்டுரை அல்ல; அவர் பலரோடு கலந்துரையாடியதன் பதிவுகள். வாடிகனிலும் போப் பிரான்சிஸ் இவாஞ்சலிகல், பெந்தேகோஸ்த் பிரிவுகளைச் சேர்ந்த மதத்தலைவர்களைச் சந்தித்துப் பேசியிருக்கிறார். மேலே குறிப்பிட்ட இரு பிரிவினரும் கத்தோலிக்க மதத்தைச் சேர்ந்தவர்களைத் தங்கள் பிரிவுக்கு இழுக்க முனைந்ததால் தென் அமெரிக்கக் கத்தோலிக்க மதகுருமார்களுக்கு இவர்கள் மேல் கொஞ்சம் வருத்தம் உண்டு. இருந்தாலும், பிரான்ஸில் அவர்களோடு நட்புறவாக இருந்தார்.

போப் பிரான்சிஸ் யூத மதத் தலைவர் ரப்பை, இஸ்லாம் மதத் தலைவர் இமாம், கிரேக்க சநாதனக் கிறிஸ்தவத் தலைவர், இந்து மதத்தலைவர், புத்த பிக்கு, சீக்கிய மதகுரு, புராடெஸ்டன்ட் பிரிவுத் தலைவர் ஆகியோரோடு செப்டம்பர் 11 நினைவிடத்தில் மேடையில் அமர்ந்திருந்தார். இவர்களில் சிலர் தங்கள் பாரம்பரிய உடைகளில் வந்திருந்தனர். ஐநூறுக்கும் மேற்பட்ட மதத்தலைவர்கள் இந்த நிகழ்ச்சிக்கு வந்திருந்தனர். 'மதத்தின் பெயரால் கோர நிகழ்ச்சி நடந்த இடத்தில் நாம் இப்படி ஒன்றாகச் சேர்ந்து இருப்பதே மதங்களிடையே நல்லிணக்கம் ஏற்படுவதற்கும் உலகில் அமைதி ஏற்படுவதற்கும் எல்லோருக்கும் சமூகநீதி கிடைப்பதற்கும் ஒரு தூண்டுகோலாக விளங்கட்டும்' என்றார் போப். இமாம் 'இங்கு நடந்த கோர நிகழ்ச்சிகளுக்குச் சிலரின் அறியாமையும் சகிப்புத்தன்மை இல்லாமையும் காரணங்கள். அவர்களுடைய அறியாமையை அகற்ற மதங்களைப் பற்றிய புரிதல் மூலம் அவர்களுக்கு எடுத்துச் சொல்வோம்' என்றார்.

நிகழ்ச்சியின் முடிவில் எல்லா மதத் தலைவர்களும் அவரவர் களுக்குரிய புனித மொழியில் பிரார்த்தனை செய்துவிட்டுப் பிறகு ஆங்கிலத்தில் உரையாற்றினர். ஒவ்வொரு பிரார்த்தனை முடிந்ததும் புத்த மதத்தினரின் பெரிய மணி அடிக்கப்பட்டது. நிகழ்ச்சியின் ஆரம்பத்தில் பிரான்சிஸ் அந்த இடத்தின் கோர விபத்தில் பலியானவர் களின் உறவினர்களைச் சந்தித்துப் பேசினார்; முடிவில் பிற மதத்தலைவர்களைத் தழுவிக் கொண்டார்.

பிலடெல்பியா

கடைசியாக, போப் பிலடெல்பியா நகருக்குச் சென்றார். அமெரிக்கா பிரிட்டனிலிருந்து பிரிந்த பிறகு ஒரு சுதந்திர நாடாக அறிவிக்கப் பட்டது இந்த ஊரில்தான். இங்குதான் அரசியல் அமைப்புச் சட்டமும்

நியூயார்க்கில் பிற மதத்தலைவர்களுடன் போப் பிரான்சிஸ் வழிபாடு

அடிப்படைச் சட்டங்களும் எழுதப்பட்டன. இங்கு போப் முதல் முதலாக ரோமன் கத்தோலிக்கத் தேவாலயத்திற்குச் சென்றார். தென் அமெரிக்க நாடுகளிலிருந்து குடியேறிய ஹிஸ்பானியர்கள் பலர் பிலடெல்பியாவில் வசிக்கிறார்கள். இவர்களில் நாற்பது சதவிகிதம் பேர் கத்தோலிக்கர்கள். இவர்கள் அனைவருக்கும் கத்தோலிக்க மதத்தின் புனிதத்தைக் காப்பாற்றும்படி போப் அறைகூவல் விடுத்தார். அங்கு 2400 பேர் முன்னிலையில் திருப்பலி நடத்தினார். தங்களின் பாரம்பரியப் பழக்க வழக்கங்களை எந்தவிதத் தயக்கமும் இல்லாமல் தாங்கள் குடியேறிய நாட்டில் பின்பற்றும்படி அவர்களுக்கு அறிவுரை வழங்கினார்.

அதன் பிறகு 'இன்டிபென்டன்ஸ் ஹாலு'க்குச் சென்றார். ஆபிரஹாம் லிங்கன் வடக்கு மாநிலங்களுக்கும் தெற்கு மாநிலங்களுக்கும் இடையே அடிமை ஒழிப்பு பற்றி நடந்த அமெரிக்க உள்நாட்டுப் போரில் வடக்கு மாநிலங்களுக்குக் கிடைத்த வெற்றிக்குப் பிறகு கெட்டிஸ்பர்க் என்னும் இடத்தில் உரையாற்றினார். அப்போது அவர் பயன்படுத்திய (மேடையில் பேச்சாளர்களுக்காகப் பொருத்தப் பட்டிருந்த) அதே சாய்வு மேசையின் முன் நின்றுகொண்டு போப் ஒவ்வொரு மனிதனுக்கும் தான் விரும்பும் மதத்தைப் பின்பற்றும் உரிமை இருப்பதைப் பற்றிப் பேசினார். 'அமெரிக்காவின் மிக முக்கிய

பொக்கிஷமான மத சுதந்திரத்தை எப்போதும் அமெரிக்கா கட்டிக் காக்க வேண்டும்' என்றார். பழம்பெருமைகளான பிறருக்கு உதவுதல், எல்லோரின் நன்மைக்காகவும் சுயநலத்தைத் துறத்தல், எல்லோரிடமும் இரக்கம் காட்டுதல் போன்ற பண்புகளைக் கத்தோலிக்கர்கள் கடைப்பிடிக்க வேண்டும் என்றார்.

மூன்று ஆண்டுகளுக்கு ஒருமுறை நடக்கும் அகில உலகக் குடும்பங்கள் மாநாடு இந்தமுறை பிலடெல்பியாவில் நடந்தது. அதையொட்டி பிரான்சிஸ் இந்நகருக்குத் தன்னுடைய வருகையை ஏற்பாடு செய்திருந்தார். இந்த மாநாடு இரண்டாவது ஜான் பாலால் 1994இல் துவங்கப்பட்டது. இதையடுத்து வாடிகனில் உலக பிஷப்புகள் கலந்துகொள்ளும் குடும்பங்கள், திருமணம், விவாகரத்து, மறுமணம் பற்றிய சினாட் என்னும் ஒரு கருத்தரங்கு நடைபெற்றது.

பிலடெல்பியாவில் போப் கலந்துகொண்ட இன்னொரு முக்கிய நிகழ்ச்சி அங்குள்ள சிறைச்சாலைக்குச் சென்று நூறு கைதிகளை நேரில் சந்தித்தது. அந்தச் சிறையில் மூவாயிரம் பேர் இருக்கிறார்கள். அதில் மிககொடிய குற்றம்புரிந்த நூறு கைதிகளை நேரில் சந்தித்து அவர்களுக்கு அறிவுரை வழங்கினார். தன்னுடைய உரைக்குப் பிறகு ஒவ்வொரு கைதியின் கைகளையும் குலுக்கினார்; இரண்டு கைதிகளை ஆரத்தழுவினார்; சக்கர நாற்காலியில் வந்த ஒரு குற்றவாளியை ஆசீர்வதித்தார். இவர்களுக்குப் போப் கூறிய அறிவுரை அந்த இடத்திற்கு வராத மற்ற குற்றவாளிகளுக்கு ஒளிபரப்பப்பட்டது. சிறைக்கைதிகள் இவருக்காகப் பிரத்தியேகமாகச் செய்த நாற்காலியில் உட்கார்ந்துகொண்டு குற்றவாளிகளுக்குப் போப் கூறியதன் சுருக்கம்:

> இயேசு தன்னுடைய சீடர்கள் பன்னிரண்டு பேரின் கால்களையும் சுத்தப்படுத்தினார். இது அவர்கள் செய்த குற்றங்களிலிருந்து அவர் களைச் சுத்தப்படுத்துவதற்காக இயேசு செய்த செயல். நாம் எல்லோரும் பல திசைகளிலிருந்து பல பாதைகளின் வழியாக இறைவனை அடைகிறோம். நம்முடைய இந்த வாழ்க்கைப் பயணத்தில் நம் கால்கள் அழுக்கடைகின்றன. என்னுடைய கால்களையும் சேர்த்துத்தான் சொல்கிறேன். எல்லோரின் பாவங் களும் களையப்படவேண்டும். சமூகத்திலிருந்து பிரித்து உங்களைச் சிறையில் வைத்திருப்பது வேறு; இது சிலரைச் சமூகத்திலிருந்து தள்ளி வைத்திருப்பதற்குச் சமம் அல்ல. சிறையில் இருக்கும் இந்த நேரத்தில் உங்களை உணர்ந்து திருத்திக்கொண்டு சமூகத்தின் அங்கம் ஆகுங்கள், அப்படி ஆவது உங்களால் முடியும்.

சிறைச்சாலையின் சட்டதிட்டங்கள் சிறைக்கைதிகளைத் தண்டிப்பதற்கும் இழிவுபடுத்துவதற்கும் ஏற்படுத்தப்பட்டவை போல் இருக்கின்றன. இவை மாற வேண்டும் என்றும் கூறும் போப் சிறைக் கைதிகளைத் தனிமையில் அடைப்பதையும் அவர்களை ஆயுள் முழுவதும் சிறையில் அடைப்பதையும் அறவே வெறுக்கிறார். இயேசு மக்களைச் சந்தித்தபோது அவர்களின் கடந்த காலத்தை மறந்துவிடும் படியும், எதிர்காலத்தை நோக்கிச் செல்லும்படியும் கூறினார் என்றார்.

பெஞ்சமின் ஃப்ராங்க்ளின் பார்க்வே என்னுமிடத்தில் பத்து லட்சம் மக்கள் சங்கமித்திருந்த கூட்டத்தில் போப் திருப்பலி நடத்தினார். இதற்காகக் காலையிலிருந்தே மக்கள் வரத் தொடங்கினர். உட்கார்ந்து போப்பைப் பார்ப்பதற்குச் சிறந்த இடத்தைத் தேர்ந்தெடுத்துக் கொண்டனர். திருப்பலிக்குப் பிறகு ஆஸ்திரேலியா, கியூபா, காங்கோ, பிரான்ஸ், சிரியா, வியட்நாம் ஆகிய ஆறு நாடுகளிலிருந்து வந்திருந்த ஆறு குடும்பங்களுக்குப் போப் கையெழுத்திட்ட ‘செயின்ட் லூக்கின் நற்செய்திகள்’ என்ற புத்தகத்தின் பிரதிகள் வழங்கப்பட்டன. இன்னும் ஒரு லட்சம் பிரதிகளை இவர்கள் தங்கள் நாடுகளுக்கு எடுத்துச் சென்றார்கள். ஆஸ்திரேலியாவிலிருந்து வந்திருந்த ஒரு பல் மருத்துவர் ‘இறைவனின் நற்செய்தி கிடைக்காதவர்களுக்கு இந்தப் புத்தகத்தை வழங்கப் போகிறேன்’ என்றார். ‘இவருடைய இறைப்பற்றும் கத்தோலிக்க மதப்பற்றும் ஒரு பரவசத்தை எங்களுக்குள் ஏற்படுத்து கின்றன. இவரை நாங்கள் போப்பாக அடைந்ததற்கு மிகவும் அதிர்ஷ்டம் செய்திருக்கிறோம்’ என்றார்.

ஈஸ்டருக்கு முந்தைய நாற்பது நாட்கள் கிறிஸ்தவ சமய உபவாச நாட்களாகக் கருதப்படும். இந்தச் சமயத்தில் கிறிஸ்தவர்கள் எல்லோரும் கருணை உள்ளத்தோடு நடந்துகொள்ள வேண்டும் என்று போப் பிரான்சிஸ் கூறியிருக்கிறார். மிலான் நகரைச் சேர்ந்த ஒரு பத்திரிகைக்கு அளித்த பேட்டியில், போப் பிரான்சிஸ் சாலைகளில் பிச்சை கேட்பவர்களுக்கு எந்தவிதத் தயக்கமும் இல்லாமல் உதவும்படி கூறியிருக்கிறார். இதைப் பற்றித் தலையங்கம் எழுதியிருந்த *நியூயார்க் டைம்ஸ்* பத்திரிகை நியூயார்க் நகர மக்கள் போப்பின் அறிவுரைக்காக அவருக்குக் கடன்பட்டிருக்கிறார்கள் என்று கூறுகிறது. எப்படி என்று கேட்கிறீர்களா? நீங்கள் தெருவில் நடந்து கொண்டிருக்கும்போது ஒருவர் உங்களிடம் பிச்சை கேட்கிறார் என்று வைத்துக்கொள்வோம். உடனேயே நீங்கள் ஒரு சில வினாடிகள் செலவழித்து அவர் உண்மையிலேயே பசியால் வாடுவதால்தான்

பிச்சை கேட்கிறாரா, அவருக்குக் கொடுக்க வேண்டுமா, எவ்வளவு கொடுக்கலாம் என்றெல்லாம் முடிவெடுக்க முடியாமல் குழம்புவீர்கள். இந்தக் குழப்பத்திற்கே இடமில்லாமல் பிரான்சிஸ் அவர் கேட்ட உடனேயே கொடுத்துவிடுங்கள் என்கிறார்.

'அவர் நீங்கள் கொடுக்கும் பணத்தில் ஒயின் வாங்கிக் குடிக்கிறாரா? அதைப் பற்றி ஏன் கவலைப் படுகிறீர்கள்? அது அவருக்கு மகிழ்ச்சியைக் கொடுத்தால் சரிதான். உங்களுக்கு இந்தப் பெரிய நகரில் எத்தனை மகிழ்ச்சிகரமான விஷயங்கள் – குடும்பம், குழந்தைகள், துணை – கிடைத்திருக்கின்றன. உங்களுக்கு இவ்வளவு கிடைத்திருக்கும்போது ஒரு சின்ன உதவியைப் பிச்சை எடுப்பவர்களுக்குக் கொடுப்பதில் எந்தத் தவறும் இல்லை' என்கிறார் போப்.

அதுமட்டுமல்ல, இன்னொரு சவாலையும் உங்கள் முன் வைக்கிறார் போப். 'நீங்கள் அப்படிக் கொடுக்கும் பட்சத்தில் நீங்கள் கொடுக்கும் பணத்தை அவர்கள் வைத்திருக்கும் பாத்திரத்தில் போட்டுவிட்டு அப்படியே போய்விடாதீர்கள். நின்று அவர்களுடைய கண்களை நோக்குங்கள். முடிந்தால் அவர்களுடைய கைகளைத் தொடுங்கள்' என்கிறார். 'இப்படி நான் சொல்வதற்குக் காரணம் என்ன வென்றால், அப்படிப் பிச்சை எடுப்பவர்களைச் சமூகத்தின் நோய் என்று நினைக்காதீர்கள்; அவர்களும் உங்களைப்போல் ஒரு மனிதப் பிறவி; உங்கள் உயிருக்குள்ள மதிப்பு அவர்களுடைய உயிருக்கும் இருக்கிறது' என்கிறார் போப். போரின் விளைவுகளுக்குப் பயந்தும் வறுமையிலிருந்து விடுபடவும் தங்கள் நாடுகளைவிட்டு அகதிகளாக வருபவர்களை ஐரோப்பியாவின் வளம்மிகுந்த நாடுகளும் அமெரிக்காவும் ஏற்றுக்கொள்ளாததற்கு அந்த நாடுகளைச் சாடுவது பிச்சை எடுக்கும் ஏழைகளுக்குக் கொடுக்க மறுப்பவர்களைச் சாடுவது போல்தான்.

போப்பாகத் தேர்ந்தெடுக்கப்பட்டவுடன் ஆற்றிய முதல் உரையில் போப் பிரான்சிஸ் தன்னுடைய குறிக்கோள்களாக உலகில் அமைதி ஏற்படப் பாடுபடுவது, வறுமையை ஒழிப்பது, பல இன மக்களிடையே பாலம் கட்டுவது (அவர்களை ஒன்றிணைப்பது) ஆகியவை என்றார். இவரின் கொள்கைகளுக்கு நேர்மாறாக அமெரிக்க ஜனாதிபதி ட்ரம்ப் மெக்ஸிகோவிலிருந்து வருபவர்களைத் தடுத்து நிறுத்தச் சுவர் கட்டப் போவதாகக் கூறியிருக்கிறார். மெக்ஸிகோ விலிருந்து வறுமையிலிருந்து விடுபட அமெரிக்காவுக்கு

வருபவர்களைத் தடுத்து நிறுத்துவதற்குச் சுவர் கட்டப் போவதாகக் கூறும் ட்ரம்ப் ஒரு கிறிஸ்தவரே அல்ல என்கிறார் போப். ட்ரம்பைப் போன்றவர்கள் செய்யும் காரியங்களின் விளைவுகளை முறியடிக்கப் போப் போன்றவர்கள் இவ்வுலகிற்கு வேண்டும்.

ஆப்பிரிக்கா

2015 நவம்பரில் போப் பிரான்சிஸ் கென்யா, உகாண்டா, மத்திய ஆப்பிரிக்கக் குடியரசு ஆகிய நாடுகளுக்கு ஆறு நாட்கள் பயணம் செய்தார். 2013இல் போப் ஆனபின் முதல்முதலாக ஆப்பிரிக்க நாடுகளுக்குச் சென்றது 2015இல்தான். இந்த நாடுகளில் மத, இனக் கலவரங்கள் நடந்துவருவதால் போப்பின் பாதுகாப்புப் பற்றி வாடிகனைச் சேர்ந்தவர்கள் பயந்தார்கள்.

ஆனால் போப்பை வரவேற்பதில் அந்த நாட்டு மக்கள் எல்லோரும் ஒன்றுபட்டு இருப்பதால் போப்பின் பாதுகாப்பிற்கு எந்தவிதப் பங்கமும் விளையாது என்று இந்த மூன்று நாட்டுத் தலைவர்களும் உறுதியளித்தனர். இதுபற்றி போப் முதலில் சென்ற நாடாகிய கென்யாவின் உள்துறை அமைச்சர் ட்விட்டரில் செய்தி அனுப்பினார்; உகாண்டாவின் காவல்துறை அதிகாரி போப்பின் பாதுகாப்பிற்காகத் தங்கள் நாடு எல்லா விதமான முயற்சிகளும் எடுத்திருப்பதாகக் கூறினார்.

போப் கடைசியாகச் சென்ற நாடான மத்திய ஆப்பிரிக்கக் குடியரசின் தற்காலிக ஜனாதிபதி, ஐநாவைச் சேர்ந்த அமைதிப்படை வீரர்கள் இருக்கும் பேங்கோயி விமான நிலையத்தில் சில மணி நேரங்கள் செலவிட்டுவிட்டு அந்த நாட்டைவிட்டுப் போப் சென்றுவிடட்டும் என்றார். ஆனால் போப் பிரான்சிஸ் அந்த ஏற்பாட்டை ஏற்கவில்லை. பழைய திட்டப்படியே 27 மணி நேரத்தை அந்த நாட்டில் கழிக்கப் போவதாகக் கூறிவிட்டார். மேலும் எல்லா இடங்களுக்கும் போப்காரில்தான் (Popemobile) பிரான்சிஸ் செல்வார் என்றும், சில ஊடகங்கள் வெளியிட்டசெய்தி போல் குண்டுகள் துளைக்க முடியாத மேலங்கியை அணியமாட்டார் என்றும் வாடிகன் செய்தி வெளியிட்டது. சென்ற இடங்களில் எல்லாம் மத நல்லிணக்கம், அமைதி, மன்னிப்பு ஆகியவை பற்றித்தான் பேசினார். இந்தப் பயணத்தின்போது நான்கு திருப்பலி நடத்தியதோடு பதினெட்டு மதப் பிரசங்கங்களும் செய்தார்.

கென்யா

கென்யாவின் ஜனத்தொகையில் முப்பது சதவிகிதம் கத்தோலிக்கர்கள். அங்குள்ள பள்ளிகளில் 25 சதவிகிதம் கத்தோலிக்க மதத்தினரால் நடத்தப்படுகின்றன. ஜனத்தொகையில் 30 சதவிகிதத் தினருக்கு மருத்துவ உதவியும் இவர்களால் வழங்கப்படுகிறது. அரசாங்க மருத்துவமனைகள் இல்லாத இடங்களில், எளிதில் சென்றடை வதற்கு இயலாத இடங்களில்கூட, இவர்கள் மருத்துவ மனைகளை நிறுவியிருக்கிறார்கள்.

கென்யாவில் அடிக்கடி முஸ்லிம்களுக்கும் கிறிஸ்தவர்களுக்கும் இடையே மதக்கலவரங்கள் நிகழ்வதுண்டு. கென்யாவில் பிரான்சிஸ் பல மதத்தலைவர்களையும் அரசியல் தலைவர்களையும் சந்தித்துப் பேசுவார் என்றும், திறந்தவெளியில் பத்து லட்சம் பேர்களுக்கு திருப்பலி நடத்துவார் என்றும், தலைநகர் நைரோபியிலுள்ள ஐநா சபை அலுவலகத்தில் உரையாற்றுவார் என்றும், ஒரு சேரிக்கு வருகை புரிவார் என்றும், இளைஞர்களைச் சந்திப்பார் என்றும் வாடிகனில் திட்டங்கள் தீட்டியிருந்தார்கள்.

கென்யாவில் போப் பிரான்சிஸ் வந்து இறங்கியதும் விமான நிலையத்திலிருந்து தலைநகரான நைரோபிக்குள் வருவதற்கு அரசு அதிகாரிகள் மெர்ஸிடெஸ் பென்ஸ் போன்ற சொகுசுக் கார்களில் பயணம் செய்தனர். ஆனால் போப்போ தனக்குச் சாதாரண சிறிய ஹோண்டா காரே போதும் என்று கூறி அதிலேயே விமான நிலையத் திலிருந்து தலைநகருக்குப் பயணம் செய்தார்.

அர்ஜென்டைனாவின் பேனர்ஸ் ஐரஸில் ஆர்ச் பிஷப்பாக இருந்த போது சாதாரண மக்களைப்போல் பேருந்துகளிலும் நிலத்துக்குக் கீழே ஓடும் சுரங்க ரயில்களிலும் பயணம் செய்தவர் அல்லவா போப் பிரான்சிஸ்! போப் கென்யாவிற்கு பயணம் மேற்கொண்டபோது கென்யாவின் பொருளாதாரம் நலிந்துகொண்டிருந்தது; மத, இனப் பிரிவுகளிடையே இருந்த பதற்றநிலை கூடிக்கொண்டு வந்தது; மக்களுக்கு அரசின் மேல் நம்பிக்கை குறைந்துகொண்டிருந்தது; ஊழல் தலைவிரித்தாடியது. இந்தச் சூழ்நிலையில் கென்ய மக்கள் போப்பின் வருகை தங்களுக்கு நலன் விளைவிக்கும் என்று நம்பினர்.

போப் வருகைபுரிந்த அன்று ஐந்து அரசு அமைச்சர்கள் ஊழல் புரிந்ததற்காகப் பதவியை விட்டு விலக்கப்பட்டிருந்தனர். போப் ஊழல்

பற்றிப் பேசுவார் என்று கென்யா மக்கள் எதிர்பார்த்தனர். அரசு மாளிகையில் உரையாற்றும்போது அவர் அது பற்றி நேரிடையாகப் பேசாமல், பைபிளில் கூறப்பட்டிருக்கும் வாசகங்களை மேற்கோள் காட்டிப் பேசினார். அவர் கூறியதாவது: எவன் ஒருவனுக்கு அதிகம் கொடுக்கப் பட்டிருக்கிறதோ அவனிடமிருந்து அதிகம் எதிர்பார்க்கப் படுகிறது என்று பைபிளில் கூறப்பட்டிருக்கிறது. அதனால் நாட்டின் நலன்களுக்காக நீங்கள் எல்லோரும் நாணயத்தோடும் வெளிப்படைத் தன்மையோடும் செயலாற்ற வேண்டும்.

ஒரு வெள்ளிக்கிழமை காலை நேரத்தைப் போப் அங்குள்ள சேரி ஒன்றில் கழித்தார். அங்குள்ள சிறிய கோவிலின் பாதிரியார் 'இங்குள்ள மக்கள் போப் வருகிறார் என்பதை இதுவரை நம்பவில்லை' என்றார். ஒரு சிறுமி போப்பின் வருகையை எதிர்பார்த்து இரவு முழுவதும் தூங்கவில்லையாம். அந்தச் சேரியில் இருந்த வீடுகள் எல்லாம் தகரக் கூரைகளால் வேயப்பட்டிருந்தன. அந்த ஏழைகளுக்குச் சமூகத்தின் வளங்களில் உரிய பங்கு கிடைக்கவில்லை என்றும், சமூகம் அவர்களுக்குரிய மரியாதையை அளிக்காததால் சமூகம் அவர்களுக்கு மிகவும் கடமைப்பட்டிருக்கிறது என்றும் கூறினார். இது புதுவகை யான காலனிய ஆதிக்கம் என்று வசதிபடைத்தவர்களைச் சாடினார். அங்கு ஊழியம் புரிந்துகொண்டிருந்த கன்னியாஸ்திரிகள் சிலர் சில சமயங்களில் சேரியில் எதிர்கொள்ளும் சவால்களால் அங்கே சேவை செய்வதை விட்டுவிட்டுப் போவதாகவும், போப்பின் வருகை இப்போது தங்களுக்கு நம்பிக்கையைக் கொடுத்திருப்பதாகவும் கூறி, பணக்காரர்கள் வசிக்கும் இடங்களைத் தவிர்த்துவிட்டு போப் சேரிக்கு வந்திருப்பதற்கு நன்றியும் தெரிவித்தனர். போப்பின் வருகையை முன்னிட்டு சில தன்னார்வத் தொண்டர்கள் வழக்கமாகக் குப்பைகள் நிரம்பிக் கிடக்கும் அந்தத் தெருக்களைச் சுத்தம் செய்து கோவில்வரை உள்ள தெருக்களை வாடிகன் கொடியாலும் கென்யாக் கொடியாலும் அலங்கரித்திருந்தனர். அகில உலகில் பிரபலமான போப் தங்கள் சேரிக்கு வந்தது கோவிலுக்குச் சென்று அங்கு சேவைபுரிய வேண்டும் என்ற உந்துதலைச் சிலரிடம் ஏற்படுத்தியது.

கென்யாவின் விளையாட்டு அரங்கில் இளைஞர்களைச் சந்தித்துப் பேசிய போப் கென்யாவில் இருக்கும் ஊழலை ஒழிக்கப் பாடுபடும்படி அவர்களுக்கு அறிவுரை வழங்கினார். ஊழல் என்பது சர்க்கரையைப் போன்றது, அதை அதிகமாக உட்கொண்டால் நீரிழிவு வியாதிக்கு வித்திடும் என்பதுபோல் ஒரு நாட்டையே சீரழித்துவிடும் என்றார்.

சமூகத்தின் வளத்தை ஏழைகளுக்குப் பகிர்ந்தளிக்காவிட்டால் அவர்கள் தீவிரவாதிகள் ஆகிவிடும் வாய்ப்பு இருப்பதாகக் கூறினார்.

போப்பின் வருகையையொட்டி நைரோபியின் பள்ளிகள், பிரதான சாலைகள், அலுவலகங்கள் ஆகியவை மூடப்பட்டிருந்தன. நாடு முழுவதிலுமிருந்து மக்கள் பேருந்துகள், டாக்சிகள், மோட்டார் சைக்கிள்கள் மூலம் நைரோபியை நோக்கி வந்தனர். நைரோபியின் ஓட்டல்கள் நிரம்பியிருந்தன. ஏழைகள் பள்ளிக்கூடங்களில் தங்கிக்கொண்டனர். போப்பின் வருகையால் மக்களிடம் ஏற்பட்ட இந்த உற்சாகம், பரவசம் அமெரிக்க ஜனாதிபதி ஒபாமா கென்யாவுக்கு பயணம் செய்தபோதுதான் ஏற்பட்டதாம். ஒபாமாவின் தந்தை கென்யாவைச் சேர்ந்தவர் என்பதால் ஒபாமா மேல் கென்ய மக்களுக்கு அலாதிப் பிரியம். போப்பின் வருகை கென்யாவின் சரித்திரத்தில், ஏன் ஆப்பிரிக்காவின் சரித்திரத்திலேயே, ஒரு திருப்புமுனையாக அமையும் என்று *டெய்லி மெயில்* என்னும் கென்யப் பத்திரிகை தன் தலையங்கத்தில் குறிப்பிட்டிருந்தது. இதனுடைய போட்டிப் பத்திரிகையான *ஸ்டாண்டர்ட்* 'இந்தப் போப் உலக மக்கள் அனைவரும் புரிந்துகொள்ளும் மொழியில் பேசுகிறார். உலகிலுள்ள பணக்காரர்கள், ஏழைகள், ஓரங்கட்டப்பட்டவர்கள் ஆகிய எல்லோருக்காகவும் பேசுகிறார். அவரிடமிருந்து நம் அரசியல்வாதிகள் பாடம் கற்றுக் கொண்டால் நல்லது' என்று எழுதியிருந்தது.

உகாண்டா

போப் பிரான்சிஸ் கென்யா பயணத்தை முடித்துவிட்டு அடுத்ததாக உகாண்டாவிற்கு வந்தார். இங்கு அவர் தலைநகர் கம்பாலாவின் புறநகர்ப் பகுதி ஒன்றில் அமைந்திருக்கும் உகாண்டாவின் மதத் தியாகிகள் புதைக்கப்பட்டிருந்த புனித இடத்திற்குச் சென்றார்.

1880களில் கிறிஸ்தவ மதம் பரப்பப்படுவதை எதிர்த்து அப்போதைய அரசன் 22 கத்தோலிக்கர்களையும் 23 ஆங்கிலிகன் பிரிவைச் சேர்ந்த கிறிஸ்தவர்களையும் கொன்றான். அவர்களைப் போப் நான்காவது பால் 1964இல் புனிதர்கள் ஆக்கினார். அந்த நிகழ்ச்சியின் ஐம்பதாவது நினைவு விழாவையொட்டி வெளியிடத்தில் திருப்பலி நடத்தினார். இந்த ஐம்பதாவது நினைவு விழா 2014இலேயே நடந்திருக்க வேண்டும். போப்பிற்கு அந்த ஆண்டு நிறைய நிகழ்ச்சிகள் இருந்ததால் வர முடியவில்லை. மேலும் 2015இல் ஆப்பிரிக்காவிற்கு வர ஏற்பாடுகள் செய்துகொண்டிருந்தார். அந்தச்

உலகம் சுற்றும் போப் பிரான்சிஸ் (நன்றி: ராய்டர்ஸ்)

சமயத்தில் உகாண்டா பயணத்தையும் சேர்த்துக்கொண்டு 2015இல் வந்தார்.

மற்ற ஆப்பிரிக்க நாடுகளைப்போல் உகாண்டாவிலும் இன, மதக் கலவரங்கள் வெடித்துக்கொண்டிருந்தன. பசி, பட்டினி, வியாதிகள் ஆகியவற்றால் மக்கள் வெகுவாகப் பாதிக்கப்பட்டிருந்தார்கள். மக்கள்தொகையில் ஏழு சதவிகிதம் பேர் எச்ஐவி கிருமியால் பாதிக்கப் பட்டிருந்தார்கள். இருபது வருடங்களுக்கு முன்புவரை பள்ளிகள் எல்லாம் கிறிஸ்தவ மிஷனரிகளால் நடத்தப்பட்டுவந்தன. சமீப காலமாக அரசு பள்ளிகளை நிறுவியிருக்கிறது. அவற்றிலும் கல்வித் தரம் நன்றாக இல்லை. இங்கு போப் 600 ஏழைக் குழந்தைகளையும், எச்ஐவியால் பாதிக்கப் பட்டிருந்தவர்களையும், முதியோர்களையும் சந்தித்தார். இறையியல் கல்லூரி, மறைமாவட்டங்கள் ஆகிய இடங்களிலிருந்து வந்திருந்த இளைஞர்களையும் சந்தித்தார். மதநல்லிணக்கக் கூட்டத்திலும் கலந்துகொண்டார்.

மத்திய ஆப்பிரிக்கக் குடியரசு

கடைசியாக அவர் சென்றது மத்திய ஆப்பிரிக்கக் குடியரசு. இங்கு

2013இல் அரசை எதிர்த்த முஸ்லிம் அணியைச் சேர்ந்தவர்கள் அப்போதிருந்த கிறிஸ்தவ மதத்தைச் சேர்ந்த ஜனாதிபதியைப் பதவி இறக்கம் செய்த பிறகு அங்கு வாழும் முஸ்லிம்களுக்கும் கிறிஸ்தவர்களுக்கும் இடையே உள்நாட்டுப் போர் மூண்டது. இரு தரப்பாரும் ஒருவரையொருவர் தாக்கிக்கொண்டதால் நிறையப் பேர் உயிரிழந்தனர். போப் அந்நாட்டின் தலைநகரான பேங்கோயிக்கு வருகைபுரிந்த போதும் இது நடந்துகொண்டுதான் இருந்தது. போப்பின் விமானம் இறங்கிய சிறிது தூரத்தில் முஸ்லிம்கள் தங்கியிருந்த தற்காலிக முகாம்கள் இருந்தன. அன்று இரவு நடத்திய திருப்பலியில் போப், 'உயிர்களைக் கொல்லும் உங்கள் துப்பாக்கிகளைக் கீழே போடுங்கள். அதற்குப் பதில் நீதி, அன்பு, கருணை என்ற ஆயுதங்களை எடுத்துக் கொள்ளுங்கள். அது நிலையான அமைதிக்கு வழிவகுக்கும்' என்றார். அந்த நாட்டைச் சென்றடைந்த மறுநாள் அபாயகரமான பகுதி என்று கருதப்பட்ட பீகே.5 என்ற இடத்திற்கு வருகைபுரிந்தார். அன்றுகூட அங்கு இருவர் கொல்லப்பட்டிருந்தனர். அந்த இடத்தின் ஒரு எல்லையில் கிறிஸ்தவர்களும் இன்னொரு எல்லையில் முஸ்லிம்களும் தங்கள் எல்லைக்குள் யாரும் நுழையாதவாறு கைகளில் துப்பாக்கி ஏந்திக்கொண்டு நின்றிருந்தனர். இரண்டு பேருக்கும் இடையேயான நடுநிலை இடத்தில் துப்பாக்கிக் குண்டுகள் துளைக்கப்பட்ட வீடுகளும் கடைகளும் காணப்பட்டன. அந்தப் பகுதியில் இருந்த மசூதி புதிதாக பெயின்ட் அடிக்கப்பட்டிருந்தது. வாடிகன் கொடியும் அந்த மசூதியில் ஏற்றப்பட்டிருந்தது. அங்கு வருகைபுரிந்த போப் உள்ளே சென்று மதத் தலைவர்களைச் சந்தித்துவிட்டு வந்து முஸ்லிம்களுக்கும் கிறிஸ்தவர்களுக்கும் சேர்ந்து உரையாற்றினார். 'மதத்தின் பெயராலும் கடவுளின் பெயராலும் நடக்கும் வன்செயல்களையும், பழிவாங்கும் செயல்களையும் தவிர்த்துவிடுங்கள்' என்றார். உள்நாட்டுப் போரால் பலத்த சேதங்கள் ஏற்பட்டிருக்கும் இந்த நாட்டிற்கு பயணம் செய்திருக்கும் போப்பால் திடீர் அதிசயம் எதுவும் நிகழப் போவதில்லை என்று அங்கிருந்த ஐநாவின் அமைதி காக்கும் படையின் தலைவர் கூறினாலும், போப்பின் உரைக்குப் பிறகு பெரிய அதிசயம் ஒன்று நிகழ்ந்தது. கிறிஸ்தவர்களும் முஸ்லிம்களும் கைகளைக் கோர்த்தபடி அமைதிக்கான வாசகங்களை உரத்த குரலில் கூவியபடி போய்க்கொண்டிருந்தனர்.

மெக்ஸிகோ

2015 செப்டம்பர் மாதம் அமெரிக்காவிற்கு வருகைபுரிந்த போப்,

அதைத் தொடர்ந்து மெக்ஸிகோவுக்கும் பயணம் செய்யலாம் என்று முதலில் வாடிகன் திட்டமிட்டது. ஆனால் அப்படி இரண்டு நாடுகளுக்கும் தொடர்ந்து வருகைபுரிந்தால் இரண்டு நாடுகளிலும் உள்ள சில முக்கியமான இடங்களுக்கு பயணம் செய்யமுடியாது என்று தீர்மானிக்கப்பட்டு அமெரிக்க வருகையோடு மெக்ஸிகோ வருகையைச் சேர்க்கும் திட்டம் கைவிடப்பட்டது. அதிலும் மெக்ஸிகோவின் கொடலூப்பே என்னும் இடத்திலுள்ள கன்னி மேரியின் தேவாலயத்திற்குச் செல்லாமல் மெக்ஸிகோ வருகையைத் தன்னால் முடிக்க இயலாது என்று போப் கூறிவிட்டார். இதனால் அந்தத் திட்டம் கைவிடப்பட்டது. கன்னிமேரியின் சிறந்த பக்தரல்லவா நம் போப் பிரான்சிஸ்! அதன்பிறகு சுமார் நான்கு மாதங்களிலேயே போப் மெக்ஸிகோவிற்குப் பயணம் செய்தார்.

மெக்ஸிகோவின் தென்கோடியில் இருக்கும் சியாபஸ் என்ற இடத்திற்குப் போப் வருகைபுரிந்தார். அது மாயன் என்னும் பழங்குடி மக்களின் பகுதி. இப்போது அவர்களின் நலன்கள் மெக்ஸிகோ அரசால் சூறையாடப்பட்டு அவர்கள் சமூகத்திலிருந்து தனித்துவிடப் பட்டுள்ளனர். அவர்களைச் சந்திப்பதற்கும் மெக்ஸிகோ அரசின் செய்கையைச் சூசகமாகக் கண்டிப்பதற்கும் அவர்களுக்காகப் போரடிய பிஷப்பின் நினைவுக்கு மரியாதை செலுத்துவதற்கும் அங்கு சென்றார். பல ஆயிரக்கணக்கானவர்கள் முன்னிலையில் திறந்த வெளியில் அங்கு திருப்பலி நடத்திய போப் மாயன் இனத்தவர்களுக்கு அளிக்கப்பட்ட கொடுமைகளை நினைவுகூர்ந்து அவர்களுக்குக் கிடைக்க வேண்டிய சமூக நீதி பற்றி எடுத்துரைத்தார். ‘சிலர் உங்கள் விழுமியங்களை, பழக்க வழக்கங்களை, கலாச்சாரத்தை இழித்துப் பேசியிருக்கிறார்கள். இன்னும் சிலர் தங்கள் பண பலத்தாலும் அதிகார பலத்தாலும் சந்தைப் பொருளாதாரத்தாலும் உங்கள் நிலங்களை உங்களிடமிருந்து திருடி அவற்றை மாசுபடுத்தியிருக்கிறார்கள். நாம் எல்லோரும் நம் மனதைத் தொட்டு நாம் செய்த குற்றங்களை உணர்ந்து அதற்குப் பரிகாரமாக மன்னிப்பு கேட்டால் எவ்வளவு நன்றாக இருக்கும்‘ என்றார்.

மெக்ஸிகோவில் இருந்த ஆறு நாட்களில் ஆற்றிய உரைகளில் வழக்கம்போல் நம்பிக்கையையும் கருணையையும் வற்புறுத்திய போப் குறைகளைச் சுட்டிக் காட்டும் விமர்சனங்களையும் கூறத் தவறவில்லை. எல்லா நாடுகளிலும்போல் மெக்ஸிகோ அரசைச் சாடுவதைச் சாமர்த்தியமாகக் கையாண்டார்.

அமெரிக்கக் கண்டங்களில் முதல் முதலில் நுழைந்த ஸ்பெயின் பல இடங்களில் அங்கு வாழ்ந்த பழங்குடி மக்களைச் சிறைப் பிடித்து அவர்களின் நிலங்களைச் சூறையாடியது. சியாபஸ் பகுதியில் வாழ்ந்த மாயன் பழங்குடிகள் இப்போது மெக்ஸிகோ சமூகத்தின் அடிமட்டத்தில் இருக்கிறார்கள். அரசும் அவர்களைக் கண்டு கொள்வ தில்லை. வறுமையும் வன்முறையும் ஆட்டிப்படைக்கும் இந்த இடங்களுக்குப் போப் தன்னுடைய போப்மொபைலில் சென்றபோது அங்கு வசிப்பவர்களால் அதை நம்ப முடியவில்லை. அவருடைய வாகனத்தோடு அவருடைய பெயரை உச்சரித்துக்கொண்டு ஓடினர். சேன் கிறிஸ்டபல் தேவாலயத்தின் அருகில் பாடிக் கொண்டிருக்கும் ஒரு தெருப்பாடகர் 'ஐரோப்பாவைச் சேர்ந்த போப்புகள் போல் அல்லாமல், இந்தப் போப் நாங்கள் எப்படி வன்முறைகளை ஒழிக்கலாம் என்றும், இன்றுவரை தனிமைப் படுத்தப்பட்டிருக்கும் எங்களை எப்படி நாங்கள் காப்பாற்றிக் கொள்ளலாம் என்றும் எங்கள் மொழியிலேயே கூறுகிறார். இவர் இங்கு வந்திருப்பதே எங்களுக்கு நம்பிக்கையைத் தருகிறது' என்றார்.

பல ஆண்டுகளாகப் பழங்குடி மக்களின் உரிமைகளுக்காகப் போராடிய சாமுவேல் கார்ஸியா என்னும் பிஷப்பின் கல்லறைக்குச் சென்று அங்கு ஜெபம் செய்தார். கார்ஸியா விடுதலை இறையியல் கோட்பாட்டைப் பின்பற்றியவர். பழங்குடி மக்களின் இயக்கத்தில் சேர்ந்து அரசை எதிர்த்து அவர்களோடு போராடியதோடு அரசுக்கும் அவர்களுக்கும் இடையே நடந்த பேச்சுவார்த்தைகளில் நடுவராகப் பங்கு வகித்தவர். அவருடைய மறைமாவட்டத்தில் தேவையான பாதிரிகள் இல்லாதபோது திருமணமான ஆண்களை – அதில் பலர் ஆதிவாசிகள் – கோவில் மணியக்காரராக (Deacon) நியமித்தார். அவருடைய இந்தச் செய்கைக்கு மதத்தலைவர்களிடம் எதிர்ப்புக் கிளம்பியது. திருமணமானவர்களைப் பாதிரிகளாகவும் கார்ஸியா நியமிக்கலாமா என்று அவர்கள் பயந்தனர்.

2002இல் இரண்டாவது ஜான் பால் இவர் யாரையும் மணியக்காரராக நியமிக்கக் கூடாது என்று ஆணை பிறப்பித்தார். ஆனால் போப் பிரான்சிஸ் அதைத் திரும்பப் பெற்றார். கத்தோலிக்கப் பாதிரிகள் பிரம்மச்சாரி களாக இருக்க வேண்டும் என்ற கொள்கையைப் போப் பிரான்சிஸ் கொஞ்சம் தளர்த்துகிறாரோ என்று சிலர் சந்தேகப்படத் தொடங்கினர். ஆனால் வாடிகன் அந்தக் கொள்கையை மறுத்து விட்டது.

இறந்த பின்னும் கார்ஸியா அங்கு எல்லோருக்கும் தெரிந்தவராக விளங்குகிறார். மறைமாவட்டத்தின் முதல் துவக்கப்பள்ளியை நிறுவியவர் இவர். குடிமக்கள் எல்லோரும் தங்கள் உரிமைகளைத் தெரிந்துகொள்ள வேண்டும் என்பதற்காக மெக்ஸிகோவின் அரசியல் அமைப்புச் சட்டத்தை அந்தந்த இடத்து மொழிகளில் மொழிபெயர்க்கச் செய்தார். பதினைந்து தென் அமெரிக்க நாடுகளைச் சேர்ந்த ஆதிவாசிகளின் தலைவர்கள் சேன் கிறிஸ்டபல்லுக்கு வந்து போப் பிரான்சிஸின் சுற்றுப்புறச் சூழ்நிலை பற்றிய சுற்றறிக்கையில் கூறப்பட்டுள்ளவற்றை நடைமுறைப்படுத்த கத்தோலிக்க மதத் தலைவர்கள் முயற்சிகள் எடுக்க வேண்டும் என்று வலியுறுத்தினர். போப் இதையடுத்து நடத்திய திருப்பலியில் 'இனிமேலும் நாம் சுற்றுப்புறச் சூழ்நிலை பற்றி வாளாவிருப்பது சரியல்ல' என்றார்.

மெக்ஸிகோவில் கடைசிக் கட்டமாக அமெரிக்காவின் எல்லைக்கு முன்னால் இருக்கும் கடைசி ஊரான சியாடா ஹோரேஸ் என்னும் இடத்தில் போப் பிரான்சிஸ் திருப்பலி நடத்தினார். அமெரிக்க-மெக்ஸிகோ யுத்தத்தில் இறந்தவர்களுக்கான நினைவிடத்தில் அமெரிக்க-மெக்ஸிகோ எல்லையைக் குறிக்கும் வேலியை எதிர்நோக்கி நிறுவப்பட்டிருந்த சிலுவைக்கு முன்னால் நின்றுகொண்டு சிலுவைக் குறியைப் போட்டுவிட்டுப் பிரார்த்தனை நடத்தினார். சுமார் இரண்டு லட்சம் மெக்ஸிகோ மக்கள் அங்கு திரண்டிருந்தனர். எல்லைக்கு அப்பால் அமெரிக்காவின் எல்லை நகரமான எல் பாஸொவில் சன் பௌல் என்னும் கால்பந்து மைதானத்தில் இருந்த பெரிய திரையில் போப்பின் நிகழ்ச்சிகளை உடனுக்குடன் காட்டினார்கள். எல் பாஸொ நகரில் மெக்ஸிகோவிலிருந்து குடியேறியவர்களில் பலர் கத்தோலிக்கப் பிரிவைச் சேர்ந்தவர்கள். போப் அமெரிக்காவிற்குப் பயணம் செய்தபோது இவர்களால் அவர் சென்ற வாஷிங்டன், நியூயார்க், பிலடெல்பியா ஆகிய நகரங்களுக்குப் போயிருக்க முடியாது. இப்போது இவர்கள் அமெரிக்காவிலேயே இருந்து கொண்டு பக்கத்து நாடான மெக்ஸிகோவுக்கு வந்திருக்கும் போப்பைப் பார்க்க முடிந்தது. இரண்டு நாடுகளின் எல்லைகளுக்கும் இடையே இருந்த தூரம் முப்பது அடிதான். 'மெக்ஸிகோவுக்கு மட்டுமல்ல, எங்களையும் பார்க்கப் போப் வந்திருக்கிறார்' என்று இவர்கள் மகிழ்ச்சியோடு கூறிக்கொண்டார்கள். கூடியிருந்த அமெரிக்கக் கத்தோலிக்கர்களுக்கும் தன் கையை அசைத்துத் தன் ஆசீர்வாதத்தை வழங்கினார் போப்.

இப்படி அவர் ஆசீர்வாதம் வழங்க இரண்டு, மூன்று நிமிடங்கள் தான் பிடித்தது என்றாலும் இரு பக்கமும் ஒரு அசாதாரண அமைதி நிலவியது. அதனுடைய முக்கியத்துவம் என்னவென்றால், அப்போது – 2016 பிப்ரவரி மாதம் – அமெரிக்க அதிபர் தேர்தலுக்கான பிரச்சாரம் தீவிரமாக நடந்துகொண்டிருந்தது. அதில் பங்கேற்ற குடியரசுக் கட்சியின் வேட்பாளர்களில் பலர் மெக்ஸிகோவிலிருந்து வருபவர்களை அமெரிக்காவிற்குள் அனுமதிக்கக்கூடாது என்று கூறிவந்தனர். அப்போது அமெரிக்க ஜனாதிபதி பதவிக்குப் போட்டியிட்ட டொனல்ட் ட்ரம்ப் அவர்களைத் தடுத்து நிறுத்த இரு நாடுகளுக்கும் இடையேயும் பெரிய சுவர் கட்டவேண்டும் என்று கூறிவந்தார். இதை எதிர்க்கும் முகமாகப் போப் பிரான்சிஸ் இரு நாட்டு மக்களும் ஒரே நேரத்தில் பார்க்கும் விதமாகத் திருப்பலி நடத்தினார்.

மெக்ஸிகோ வழியாக மெக்ஸிகோவுக்குத் தெற்கே இருக்கும் எல்சால்வடார், கௌதமாலா, ஹோண்டுராஸ் ஆகிய நாடுகளிலிருந்து அமெரிக்காவுக்குப் பலர் குடியேற முயல்கின்றனர். இதைத் தடுத்து நிறுத்த மெக்ஸிகோ அரசு முயல்கிறது. பெரிய சுவர் கட்டினால் இந்த நாட்டு மக்களோடு மெக்ஸிகோ மக்களும் அமெரிக்காவுக்குக் குடிபெயர முடியாது. இப்படி நிறுத்துவது சரியல்ல என்று 2015 நவம்பரில் போப் மெக்ஸிகோ பயணத்தின்போதே இதைப் பற்றிப் பேசினார். தன்னுடைய மெக்ஸிகோ பயணத்தின்போது வறுமை, வன்முறைகள், வேலையின்மை ஆகியவற்றிலிருந்து தப்பியோடிவரும் அகதிகளைத் தடுத்து நிறுத்த வேண்டாம் என்று சந்தர்ப்பம் கிடைக்கும்போதெல்லாம் போப் கூறிவந்தார்.

11

புதிய போதனைகள்

உலக அமைதிக்காக

பத்தொன்பதாம் நூற்றாண்டின் கடைசியில் அமெரிக்கா கியூபாவை ஸ்பெயினிடமிருந்து அபகரித்துக்கொண்ட பிறகு அமெரிக்காவால் நியமிக்கப்பட்ட பதீட்ஸா என்பவர்தான் கியூபாவை ஆண்டுவந்தார். பதீட்ஸாவின் ஆட்சியில் கியூபா மக்களின் நலன்களைவிட அமெரிக்க மக்களின் நலன்கள்தான் அதிகமாகப் பாதுகாக்கப்பட்டு வந்தன. வழக்கறிஞராவதற்குப் படித்துக்கொண்டிருந்த ஃபிடல் காஸ்ட்ரோ கியூபாவின் வளம் கியூபா மக்களுக்குத்தான் பயன்பட வேண்டும் என்று அறைகூவல்விடுத்து பதீட்ஸா ஆட்சியைக் கவிழ்க்கத் திட்டங்கள் தீட்டினார். ஒருமுறை பதீட்ஸாவின் அரசால் கைது செய்யப்பட்டு 15 ஆண்டுகள் சிறைத்தண்டனை பெற்றார்.

ஆனால் மக்களின் எதிர்ப்பால் காஸ்ட்ரோ இரண்டு ஆண்டு களிலேயே விடுதலை செய்யப்பட்டார். தொடர்ந்து போராடி பதீட்ஸாவின் ஆட்சியைக் கவிழ்த்து அவர் நாட்டைவிட்டே தப்பி ஓடியதற்குக் காரணமானார். காஸ்ட்ரோ கியூபாவை ஒரு கம்யூனிஸ்ட் நாடாக மாற்றினார். நிலங்களையெல்லாம் பொதுவுடைமை ஆக்கினார். இதனால் பெரிய நிலச்சுவான்தார்கள், தொழிற்சாலைகள் நடத்திய பணக்காரர்கள் நாட்டைவிட்டு வெளியேறினர். அவர்களுக்கு அமெரிக்கா அடைக்கலம் கொடுத்தது. அவர்கள் கியூபாவிலிருந்து தொண்ணூறு மைல் தொலைவில் இருக்கும் அமெரிக்க ஃப்ளோரிடா மாநிலத்தில் தங்கிக்கொண்டு கியூபாவைக் காஸ்ட்ரோவிட மிருந்து கைப்பற்றத் திட்டம் தீட்டினர். அமெரிக்க அரசும் இவர்களுக்கு முழு ஒத்துழைப்பு அளித்தது. 1961 மார்ச்சில் அமெரிக்க ஜனாதிபதி ஜான் கென்னடி பதவியேற்று இரண்டே மாதங்களில் இவர்கள் கியூபாவைத் தாக்கத் தயாராயினர். பே ஆஃப் பிக்ஸ்

என்னுமிடத்தில் நடத்திய தாக்குதலில் இவர்கள் தோல்வியுற்றனர். இவர்கள் கொடுத்த நெருக்கடியின் பேரில் அமெரிக்க அரசு கியூபாவிற்குப் பல தொந்தரவுகள் கொடுத்தது. கியூபா மீது பல வர்த்தகத் தடைகளைச் சுமத்தியதோடு கியூபாவோடு வர்த்தகம் செய்யும் நாடுகளோடு தாம் வர்த்தகம் செய்யப்போவதில்லை என்றும் பயமுறுத்தியது. கியூபாவுடனான தூதரக உறவையும் முறித்துக் கொண்டது. ஐநா சபையில் கியூபாவுக்கு எதிராக தீர்மானங்களைக் கொண்டுவந்து அதைத் தனிமைப்படுத்தியது. கியூபாவின் அதிபர் காஸ்ட்ரோவும் எல்லாக் கஷ்டங்களையும் சோவியத் யூனியனின் உதவியுடன் சமாளித்துவந்தார். ஐம்பது ஆண்டுகளுக்கும் மேலாக அமெரிக்க- கியூபா உறவு மிகவும் நலிந்து போயிருந்தது. 1998இல் கியூபாவிற்கு பயணம் செய்த இரண்டாவது ஜான் பாலும் அதன் பிறகு 2012இல் பயணம் செய்த பதினாறாம் பெனெடிக்டும் கியூபா– அமெரிக்க உறவைப் புதுப்பிக்க முயன்றாலும் 2013இல் தென் அமெரிக்காவின் அர்ஜென்டைனாவைச் சேர்ந்த பெர்காகிலியோ போப்பாகத் தேர்ந்தெடுக்கப்பட்ட பிறகுதான் கியூபாவிற்கு முக்கியத்துவம் கிடைத்தது. முறிந்துபோயிருந்த கியூபா-அமெரிக்க உறவைச் சீர்செய்ய வேண்டும் என்று பிரான்சிஸ் விரும்பினார். அதற்கான முயற்சிகளிலும் தீவிரமாக இறங்கினார்.

இவருடைய முயற்சிகளுக்கு ஆதரவு அளிக்க அமெரிக்க ஜனாதிபதியாக இரண்டாம் முறையாகப் பதவியேற்றிருந்த பாரக் ஒபாமாவும் தயாராக இருந்தார். இவரும் அமைதி விரும்பி. போப் பிரான்சிஸ் உலக அமைதிக்காகப் போராடுவதில் முதன்மை வகிப்பவர். தன்னுடைய இரண்டாவது ஆட்சிக் காலத்தில் கியூபா- அமெரிக்க உறவில் மாற்றங்கள் கொண்டுவர வேண்டும் என்று ஒபாமா விரும்பியது போப் பிரான்சிஸுக்குத் தெரியவந்தது. அதற்கான முயற்சிகளில் இறங்கினார். 2014 மார்ச்சில் ஒபாமா வாடிகனுக்கு வருகைபுரிந்த போது கியூபா பற்றி இருவரும் பேச்சு நடத்தினர். அதைத் தொடர்ந்து ஒபாமா கியூபா விஷயமாகப் போப்போடு ஒத்துழைக்கத் தயாரானார். அதன் பிறகு 2014 ஆகஸ்ட் மாதம் அமெரிக்க அதிபர் ஒபாமாவிற்கும் கியூபாவின் ஜனாதிபதி ராவுல் காஸ்ட்ரோவிற்கும் இரண்டு நாடுகளும் தங்கள் நாடுகளுக் கிடையேயான உறவைச் சீராக்க வேண்டிய அவசியத்தை வலியுறுத்தி போப் கடிதங்கள் எழுதினார். அந்த இரண்டு தலைவர்களும் போப்பின் கடிதத்திலுள்ள நியாயத்தை உணர்ந்து அதற்கான செயல் களில் இறங்கினர். பிரான்சிஸின் அறிவுரையின் பேரில் இரண்டு

கியூபா பயணத்தின்போது காஸ்ட்ரோவுடன் சந்திப்பு (நன்றி: ராய்டர்ஸ்)

நாடுகளும் தாங்கள் சிறைப்படுத்தியிருந்த கைதிகளைப் பரிமாற்றம் செய்துகொண்டன. சிறைக்கைதிகள் பரிமாற்றத்திற்கு முதலில் இரு நாடுகளும் தயங்கினாலும் பின்னால் அதற்கு ஒப்புக் கொண்டன. இது முதல் கட்ட ஏற்பாடு.

அமெரிக்காவைச் சேர்ந்த ஆலன் க்ராஸ் என்பவர் கியூபாவில் தடைசெய்யப்பட்டிருந்த இன்டெர்நெட் வசதிகளைக் கியூபா மக்களுக்குக் கொடுப்பதற்காகச் சில சாதனங்களைக் கியூபாவிற்குள் கொண்டுவந்து, அவற்றைப் பயன்படுத்தி உளவுபார்த்தார் என்று குற்றம்சாட்டப்பட்டுச் சிறைபிடிக்கப்பட்டார். அவர் ஐந்து ஆண்டுகளாக கியூபா சிறையில் இருந்துவந்தார். கியூபாவிலிருந்து அமெரிக்காவுக்கு ஓடிப்போன கியூபாவைச் சேர்ந்தவர்கள் அமெரிக்காவில் தங்கிக்கொண்டு கியூபாவிற்கு எதிராகச் சதிசெய்வதாகக் கியூபா சந்தேகப்பட்டது. அதைக் கண்டறிய கியூபாவிலிருந்து அனுப்பப்பட்ட ஐந்து பேரை அமெரிக்கா தன் நாட்டின் மீது அவர்கள் உளவு பார்ப்பதாகக் குற்றம்சாட்டி அவர்களைக் கைது செய்து சிறையில் அடைத்தது. அவர்கள் பதினைந்து வருஷங்கள் அமெரிக்கச் சிறையில் இருந்தனர். இந்த ஐவரில் இரண்டு பேர் தண்டனைக் காலம் முடிந்து

சிறையிலிருந்து வெளியேறியிருந்தனர். சிறையில் இருந்த பிற மூன்று பேரையும் விடுதலை செய்வதற்கு அமெரிக்காவும் ஆலன் க்ராஸை விடுதலைசெய்ய கியூபாவும் முதலில் தயங்கின. ஆனால் உறவை மேம்படுத்திக்கொள்ள வேண்டியதன் அவசியத்தைக் கருதி அவர்களை விடுதலை செய்தன.

பிறகு இரு நாட்டுப் பிரதிநிதிகளும் 2014 அக்டோபரில் வாடிகனில் சந்தித்து உரையாடினர். அவர்கள் நடத்திய பேச்சுவார்த்தை கியூபா-அமெரிக்க உறவு மேம்பாடடைய முக்கிய காரணமாக அமைந்தது. வாடிகனின் உயர்மட்ட அதிகாரி ஒருவர் இந்தப் பேச்சுவார்த்தையில் முக்கிய பங்கு வகித்தார் என்று வாடிகனுக்கான அமெரிக்கத் தூதர் கூறியிருக்கிறார். அமெரிக்காவைப் பொறுத்தவரை போப் பிரான்சிஸும் வாடிகன் அதிகாரிகளும் கொடுத்த ஆதரவுதான் அமெரிக்காவுக்கு முக்கியத் தூண்டுகோலாக அமைந்தது. கியூபாவின் கார்டினல் ஜேமி ஆர்டிகாவும் இந்தப் பேச்சு வார்த்தைகளில் முக்கிய பங்கு வகித்ததாகக் கூறப்படுகிறது. அதன்பிறகு கனடாவில் இரு நாட்டுப் பிரதிநிதிகளுக்கும் இடையில் ரகசியமாக நடந்த பேச்சு வார்த்தையில் இரு நாடுகளும் தங்கள் தூதரகங்களைத் திறக்க ஒப்புக்கொண்டன.

2014 டிசம்பர் 14ஆம் தேதி ஹவானாவில் அமெரிக்கத் தூதரகமும் வாஷிங்டனில் கியூபா தூதரகமும் தொடங்கப்பட்டன. 2015 செப்டம்பரில் போப் பிரான்சிஸ் கியூபாவிற்கும் அமெரிக்காவிற்கும் வருகைபுரிந்தார்.

பாலஸ்தீனப் பிரச்சினைக்குத் தீர்வு

போப் பிரான்சிஸ் எல்லா மதத்தைச் சேர்ந்தவர்களையும் அரவணைத்துக் கொள்ள வேண்டும் என்பதில் ஆர்வமாக இருப்பவர். ஏனெனில் அவரைப் பொறுத்தவரை எல்லோரும் இறைவனின் குழந்தைகள். அவர் 2014 ஜூன் மாதம் மத்திய கிழக்கிற்கு வந்து எல்லா மதத்தினருக்கும் இணக்கமான பேச்சுக்களாகப் பேசித் தீராத பிரச்சினையான இஸ்ரேல்-பாலஸ்தீனப் பிரச்சினைக்குத் தீர்வு காண்பதற்குரிய நல்லுரைகளை வழங்கியிருக்கிறார். நல்லதையே நினைப்போம், நல்லதையே செய்வோம், நல்லதே நடக்கும் என்ற பாணியில் தன் கருத்துகளைக் கூறினார். பொதுவாக உலகில் உள்ள மதத்தலைவர்கள் தங்கள் மதம்தான் சிறந்தது என்றும் அந்த மதத்திற்கு எல்லோரும் வந்துவிடும்படியும் அறிவுரை கூறுவார்கள்.

வாடிகனில் அமெரிக்க ஜனாதிபதி ஒபாமாவுடன் சந்திப்பு (நன்றி: ராய்டர்ஸ்)

பிரான்சிஸ் அப்படியல்ல. எம்மதமும் சம்மதம் என்னும் கொள்கை உடையவர்.

இவருக்கு முன்னால் போப்பாக இருந்த பெனெடிக்ட் ஒருமுறை தான் ஆற்றிய உரையில் பதினான்காம் நூற்றாண்டில் வாழ்ந்த ஒரு முஸ்லிம் அரசர் ஏதோ சொல்லியதாகக் கூறியதால் உலகம் முழுவதிலுமிருந்த முஸ்லிம்கள் கொதித்தெழுந்தனர். ஒரு மதத் தலைவர் சர்ச்சையை ஏற்படுத்தும் சொற்களைக் கூறக்கூடாது, உலகில் உள்ள மக்களிடையே நட்பும் நல்லெண்ணமும் நிலவப் பாடு படுவதுதான் மதத் தலைவர்களின் தலையாய கடமை என்றால் போப் பிரான்சிஸ் இந்த இலக்கணத்திற்கு மிகவும் பொருத்தமானவர். எல்லா மதங்களையும் இணைக்கும் விதத்தில் பேசிவரும் பிரான்சிஸின் செயல்கள் உலகம் உய்ய இன்னும் வாய்ப்பிருக்கிறது என்ற நம்பிக்கையை வளர்க்கின்றன.

இதுவரை இஸ்ரேலுக்கு வருகைபுரிந்த போப்புகள் சாதாரணமாக வாடிகனிலிருந்து நேரடியாக டெல் அவிவிற்கு வருவார்கள். போப் பிரான்சிஸ் அதில் ஒரு மாற்றம் செய்தார். நேரே ஜோர்டான் வழியாகப்

பாலஸ்தீனப் பகுதியில் உள்ள பெத்லஹேமுக்குச் சென்றார். தன் நாட்டு ஜனத்தொகையில் பாதிக்கு மேலாகப் பாலஸ்தீன அகதிகளையும் உள்நாட்டுப் போரின் விளைவாகச் சிரியாவிலிருந்து வந்திருக்கும் ஆறு லட்சம் அகதிகளையும் வரவேற்றிருக்கும் ஜோர்டானைப் புகழ்ந்ததோடு உலகின் மற்ற நாடுகள் ஜோர்டனுக்கு இதில் உதவ வேண்டும் என்று அறிவுரையும் கூறினார். சிரியாவில் அமைதி ஏற்பட எல்லோரும் பாடுபட வேண்டும் என்றும் ஆயுதங்கள் மூலம் அமைதியை வாங்க முடியாது என்றும் அமைதி எல்லோரும் ஒத்துழைத்துப் பெற வேண்டிய ஒன்று என்றும் கூறினார்.

இஸ்ரேல் ஆக்கிரமித்திருக்கும் வெஸ்ட் பேங்கிற்குப் போன முதல் போப் இவர்தான். 2012இல் ஐநா சபை பாலஸ்தீன அத்தாரிட்டிக்கு உறுப்பினர் அல்லாத பார்வையாளர் அந்தஸ்து கொடுத்திருப்பதை ஆதரிக்கும் வகையில் போப் ஜோர்டானுக்குச் சென்று பின் அங்கிருந்து பெத்லஹேமிற்குச் சென்றார். பெத்லஹேமில் இயேசு பிறந்த இடத்திற்குச் சென்று வழிபட்டுவிட்டு இஸ்ரேலின் ஆக்கிரமிப்பில் இருக்கும் அகதிகள் முகாமில் வசிப்பவர்களோடு மதிய உணவு அருந்தினார். அருகில் இருக்கும், 1948இல் நடந்த இஸ்ரேல்-அரபுப் போரில் தங்கள் வீடுகளிலிருந்து வெளியேற்றப்பட்ட சுமார் 12,000 அகதிகளும் அவர்களின் சந்ததிகளும் வாழும் அகதிகள் முகாமிலிருந்து வந்திருந்த சிறுவர்களின் பாடலைக் கேட்டார். இஸ்ரேலின் ஆக்கிரமிப்பில் இவர்கள் படும் கஷ்டங்களைக் கேட்டறிந்தார்.

இரண்டு சுவர்கள்

இந்தப் பயணத்திலிருந்து வாடிகன் திரும்பிய போப் பலர் கொடுத்த பரிசுகளைத் தன்னோடு கொண்டுவந்தார். அதில் விலை மதிக்க முடியாததாக இவர் கருதியது அகதிகள் முகாமில் இருக்கும் பெத்லஹேம் சிறுவர்கள் இவருக்கு அன்பளிப்பாகக் கொடுத்த ஒரு அடையாள அட்டை. இம்மாதிரியான அட்டையை இஸ்ரேல் அரசு பாலஸ்தீனர்கள் இஸ்ரேலுக்குள் நுழைவதற்கு வழங்கியிருக்கிறது. அந்தச் சிறுவர்கள் கொடுத்த அடையாள அட்டையில் குடும்பத்தின் தலைவராக இயேசுவும் குடும்ப உறுப்பினர்களாகக் காந்திஜி, நெல்சன் மண்டேலா, யாசர் அராபத், மார்டின் லூதர் கிங் ஆகியோரும் குறிப்பிடப்பட்டிருந்தார்கள். இயேசு வெஸ்ட் பேங்கிலிருந்து இஸ்ரேலுக்குப் போக விரும்பினால் அவர்கூட

பாலஸ்தீனத்தில் மேற்குச் சுவரில் போப் பிரான்சிஸ் வழிபாடு (நன்றி: ராய்டர்ஸ்)

ஒரு அடையாள அட்டை இல்லாமல் போக முடியாது என்பதையும் அதனால் அவர்கள் படும் கஷ்டங்களையும் அழகாக எடுத்துச் சொல்லியிருந்தார்கள்.

பெத்லஹேமிலிருந்து ஜெருசலேம் போகும் வழியில் யாரும் எதிர்பாராத விதமாகத் திடீரென்று தான் சென்றுகொண்டிருந்த வாகனத்திலிருந்து போப் இறங்கினார். இஸ்ரேல் வெஸ்ட் பேங்கில் யூதர்களைக் குடியேற்ற அமைத்திருக்கும் குடியிருப்புகளை உள்ளடக்கிப் பாலஸ்தீனத் தற்கொலைப் போராளிகள் இஸ்ரேலுக்குள் வருவதைத் தடுக்கக் கட்டியிருக்கும் பிரமாண்ட கான்கிரீட் சுவரில் 'போப் அவர்களே, நியாயத்தைப் பற்றிப் பேச எங்களுக்கு யாராவது தேவை' என்று பெயின்டால் எழுதப்பட்டிருந்த இடத்தில் சுவரில் தலையை வைத்துச் சில நிமிடங்கள் பிரார்த்தனை செய்தார். பாலஸ்தீனர்கள் அன்றாடம் இஸ்ரேலுக்குப் போய்வருவதில் உள்ள கஷ்டங்களைக் கேட்டறிந்தார். இவர் கிறிஸ்தவ மதத்தினராயினும் பாலஸ்தீன முஸ்லிம் அகதிகள் படும் கஷ்டங்களைக் கேட்டு உணர்ந்து அவர்களுக்காக இஸ்ரேல் அரசிடம் நியாயம் கிடைக்க வேண்டி யிருக்கிறார். அதுமட்டுமல்ல, முதல் முதலாகப் போப்பின் இணைய தளத்தில் பாலஸ்தீனர்கள் வாழும் பகுதி 'பாலஸ்தீன நாடு' என்று குறிப்பிடப்பட்டிருக்கிறது. இது பாலஸ்தீனர்களுக்குப் புதிய தெம்பைக் கொடுத்திருக்கிறது.

புதிய போதனைகள் ✤ 169

சாலை வழியாகப் பெத்லஹேமிலிருந்து ஜெருசலேம் சென்றால் அரை மணி நேரத்திற்குள் சென்றுவிடலாம். ஆனால் போப் இஸ்ரேலியர்களைத் திருப்திப்படுத்த விமானத்தில் முதலில் டெல் அவிவ் சென்றார். அங்கிருந்து தன் பயணத்தைத் தொடர்ந்து ஜெருசலேம் சென்றார். போப் கான்கிரீட் தடுப்புச் சுவரில் தன் தலையை வைத்துப் பிரார்த்தனை செய்ததை அறிந்த இஸ்ரேல் அரசு உடனேயே தாங்களும் கஷ்டப்பட்டதாகப் போப்பிற்குத் தெரிவிக்க விரும்பி சியோனிஸம் (யூதர்களுக்கு ஒரு தனி நாடு வேண்டும் என்று முயன்று அதில் வெற்றிகண்ட இயக்கம்) தோன்றியதற்கு முக்கிய காரணமாக இருந்த தியோடர் ஹெர்ஸல் என்பவரின் கல்லறைக்குச் சென்று அங்கு மலர் வளையம் வைக்க ஏற்பாடு செய்தனர். இப்படி யூதர் ஒருவரின் கல்லறைக்குச் சென்று மலர் வளையம் வைத்த முதல் போப் பிரான்சிஸ்தான். இதே ஹெர்ஸல் பத்தொன்பதாம் நூற்றாண்டின் இறுதியில், அதாவது நூற்றி இருபது ஆண்டுகளுக்கு முன்பு ரோமில் அப்போதிருந்த போப்பைச் சந்தித்து தனி நாடு நிறுவப் பாடுபடும் தன் முயற்சிக்கு ஆதரவு தருமாறு கேட்டபோது, அந்த வேண்டுகோளை அப்போதைய போப் நிராகரித்துவிட்டார். அதனால் இப்போது ஹெர்ஸல் கல்லறைக்குப் போப் சென்றது யூதர்களுக்குப் பெரிய ஆதரவின் அடையாளமாகத் தெரிகிறது. மேலும் யூதர்களின் பெயர்பெற்ற டேவிட் (தாவீது/ தாவூது) அரசரின் கல்லறை இருக்கும் இடம் என்று யூதர்களாலும் இயேசு கடைசியாகத் தன் சீடர்களோடு இரவு விருந்தை உண்டதாகக் கிறிஸ்தவர்களாலும் உரிமை கொண்டாடப்படும் ஸயன் மலைக் குன்றில் போப் பிரான்சிஸ் பிரார்த்தனை நடத்தினார்.

2000இல் இரண்டாவது ஜான் பால் முதல் முதலாக யூதர்களின் புண்ணிய இடமான மேற்குச் சுவருக்குப் போனபோது அவர் பெயரில் இஸ்ரேல் தபால்தலை வெளியிட்டது. இப்போது போப் பிரான்சிஸ் கான்கிரீட் சுவரில் தலை வைத்துப் பிரார்த்தனை செய்ததற்கு மகிழ்ச்சி தெரிவிக்கும் பொருட்டு அவர் பெயரில் தபால்தலை வெளியிடப் போவதாகப் பாலஸ்தீன அத்தாரிட்டியின் தலைவர் போப்பிடம் கூறினாராம்.

சாதாரணமாக, மத்திய கிழக்கு நாடுகளுக்கு பயணம் செய்யும் போப்புகள் அங்குள்ள நிலவரம் பற்றி எதுவும் வெளிப்படையாகச் சொல்லுவதில்லை. நமக்கு எதற்கு வம்பு என்று நினைப்பார்கள். ஆனால் போப் பிரான்சிஸ் அப்படிப்பட்டவரல்ல. உலகில் சமத்துவ

மின்மை நிலவுவதைக் கண்டிக்கும் இவர் மத்திய கிழக்கிலும் அமைதி நிலவ வேண்டும், அப்படி ஏற்படும் அமைதி பாலஸ்தீனர்களுக்கு நியாயமான தீர்வு கிடைத்த பிறகு ஏற்படும் அமைதியாக இருக்கவேண்டும் என்று சம்பந்தப்பட்ட எல்லோருக்கும் அறிவுரை வழங்கியிருக்கிறார்.

மத நல்லிணக்கம்

போப் பிரான்சிஸ் எல்லா மதத்தினரையும் சந்தித்திருக்கிறார். ஜோர்டனுக்குச் சென்று அங்குள்ள முஸ்லிம் அரசரைப் புகழ்ந்திருக்கிறார். இயேசுவைச் சிலுவையில் அறைந்து கொன்ற இடமான செப்பல்கர் கோவிலில் பிரார்த்தனை புரிந்திருக்கிறார். யூதர்களின் புண்ணிய தலமான மேற்குச் சுவரில் தலைவைத்துப் பிரார்த்தனை புரிந்திருக்கிறார். எந்த மதத்தையும் குறைத்துப் பேசவில்லை. மத்திய கிழக்கில் அமைதி ஏற்பட வேண்டிய அவசியத்தைச் தொடர்புடையவர்களுக்கு எடுத்துரைத்திருக்கிறார். மேலும் அப்போது இஸ்ரேல் ஜனாதிபதியாக இருந்த பெரெஸையும் பாலஸ்தீன அத்தாரிட்டியின் தலைவர் அப்பாஸையும் வாடிகனில் உள்ள தன் அப்பார்ட்மென்டிற்குக் கூட்டுப் பிரார்த்தனைக்கு அழைத்திருக்கிறார். பிரார்த்தனை மூலம் எதையும் சாதிக்கலாம் என்று பிரான்சிஸ் நம்புகிறார். இந்தப் பிரார்த்தனை சமாதானப் பேச்சு போன்றதல்ல, இதனால் பெரிய விளைவுகள் ஏற்பட வாய்ப்புகள் இல்லை என்று சில தலைவர்களும் பத்திரிகையாளர்களும் கூறினாலும் சம்பந்தப் பட்டவர்கள் மனதில் ஒரு ஆக்க முறையான தாக்கத்தை (positive effect) தோற்றுவிக்கும் என்பதை ஒப்புக்கொள்கிறார்கள்.

பாகிஸ்தான் பிரதமர் நவாஷ் ஷெரிஃப் வேறு இடத்தில் வசிக்கும் தன் தாயை அடிக்கடி சென்று பார்த்து வருவாராம். தாயின் மேல் அவ்வளவு பாசமாம். இந்தியப் பிரதமர் மோதியின் தாயார் மோதிக்கு இனிப்பு வழங்குவதைப் பார்த்து நெகிழ்ந்து போனாராம்! இவர்கள் இருவரும் போப் பிரான்சிஸ் மத நல்லிணக்கத்திற்காகச் சொல்லும் கருத்துகளையும் செய்யும் செயல்களையும் பார்த்து நெகிழ்ந்தால் பாகிஸ்தானுக்கும் இந்தியாவுக்கும் இடையே பகைமை தீர்ந்துவிடும்!

சுமார் ஆயிரம் ஆண்டுகளுக்கு முன் ஸ்பெயினில் சிலுவைப் போராளிகள் அப்போதைய போப்பின் ஆணையைச் சிரமேல் ஏற்று யூதர்களுக்கும் முஸ்லிம்களுக்கும் இழைத்த கொடுமைகளுக்கு இப்போது இவர் கத்தோலிக்க மதத்தின் சார்பில் மன்னிப்புக்

கோருகிறார். தான் செய்த தவறுகளுக்கே மன்னிப்பு கோராதவர்கள் இருக்கும் இவ்வுலகில் யாரோ எப்போதோ செய்த தவறுகளுக்கு இவர் மன்னிப்புக் கோருகிறார்.

முதலாளித்துவத்தின் தீமை

போப் பிரான்சிஸ் போப்பாகத் தேர்ந்தெடுக்கப்பட்டவுடனேயே மற்ற கார்டினல்களிடம் 'என்னைத் தேர்ந்தெடுத்ததற்கு இறைவன் உங்களை மன்னிக்கட்டும்' என்றார். அவர் அப்போது நகைச் சுவையாக அப்படிக் கூறினாலும் இப்போது சிலராவது அவரைத் தேர்ந்தெடுத்த தற்கு தங்கள் மனதிற்குள்ளேயாவது வருந்தக்கூடும். அவருடைய சிந்தனைகள், பேச்சுக்கள் இதுவரை எந்தப் போப்பும் சிந்திக்காதவை, பேசாதவை. ஆரம்பத்திலேயே இவர் வித்தியாசமானவர் என்று தெரியவந்தாலும் இத்தனை வித்தியாசமானவர் என்று தெரியாது. சாதாரணமாக மதபோதகர்கள் மத சம்பந்தப்பட்ட விஷயங்களில் தான் கவனம் செலுத்துவார்கள்; மதபோதனைகளைத்தான் மக்களுக்கு எடுத்துச் சொல்வார்கள். இவர் அந்த எல்லைகளை எல்லாம் தாண்டி உலகமக்கள் அனைவரின் நன்மைக்காகவும் உலக அமைதிக்காகவும் தன் சிந்தனைகளையும் செயல் களையும் செலவிடுகிறார்.

முதலாளித்துவப் பொருளாதாரத்தைப் பிரான்சிஸ் வெகுவாகச் சாடியிருக்கிறார். தடைகளற்ற முதலாளித்துவப் பொருளாதாரம் பணத்தைக் கடவுளாக எண்ணுவதற்குச் சமமாக்குகிறது என்கிறார். இயேசு உயிர்த்தெழுந்த நாளாகிய ஈஸ்டருக்கு முந்தைய நாற்பது நாட்கள் (சாம்பல் புதன்கிழமையில் ஆரம்பித்து ஈஸ்டர் ஞாயிறுவரை; ஆனால் இடையில் வரும் ஞாயிறுகள் கணக்கிடப்படுவதில்லை) கிறிஸ்தவ மதத்தில் உபவாச காலமாகக் கருதப்படுகிறது. 2017இல் புனித புதன்கிழமைக்கு முந்தைய செவ்வாய்க் கிழமையன்று காஸா சான்டா மார்தா ஆலயத்தில் திருப்பலியின்போது உரையாற்றிய பிரான்சிஸ் 'இந்த உபவாச காலத்தில் நமக்கும் இறைவனுக்கும் இடையே உள்ள உறவு பற்றியும் நமக்கும் பணத்திற்கும் உள்ள உறவு பற்றியும் நாம் சிந்திக்க வேண்டும். இரண்டு எசமானர்களுக்கு ஒரே சமயத்தில் நம்மால் பணிசெய்ய முடியாது. இவற்றில் ஒன்றைத் தேர்ந்தெடுத்தே ஆகவேண்டும்' என்று கூறினார். உலகிலுள்ள ஏழை களுக்கும் இருக்க இடம், உண்ண உணவு ஆகியவை வழங்கப்பட வேண்டும். இவை அவர்களுடைய உரிமைகள் என்று கூறும் பிரான்சிஸ் தடைகளற்ற பொருளாதாரம் சாத்தானின் சாணம் என்கிறார்.

அனைத்துலகப் பொருளாதார நிறுவனங்களைப் புதிய காலனிய வாதிகள் என்கிறார். முதலாளித்துவப் பொருளாதாரத்தின் தலைமையக மாக விளங்கும் அமெரிக்காவிலுள்ள சில பழமைவாதிகள் போப் பிரான்சிஸ் மதத்தலைவர் என்ற போர்வைக்குள் ஒளிந்திருக்கும் ஒரு கம்யூனிஸ்ட் என்கிறார்கள். இவர்கள் சொல்வதைப் போப் ஒப்புக்கொள்வதில்லை. பைபிளின் நற்செய்தியைத்தான் தாம் பரப்புவ தாகக் கூறுகிறார்.

2016 அமெரிக்க ஜனாதிபதித் தேர்தலில் ஜனநாயகக் கட்சியின் முதல்நிலை வேட்பாளர்களில் ஒருவரான பெர்னி ஸேண்டர்ஸ் தேர்தலுக்குமுன் வாடிகன் நடத்திய 'பொருளாதார சமத்துவ மின்மையும் உலக வானிலை மாற்றமும்' என்ற மாநாட்டில் கலந்துகொள்ள ரோமிற்குச் சென்றபோது சில நிமிஷங்கள் போப்பைச் சந்தித்து அவரோடு உரையாடினார். அதுபற்றிக் குறிப்பிடுகையில் 'போப் பிரான்சிஸ் நவீன உலக சரித்திரத்தில் அசாதாரண மானவர்களில் ஒருவர்; அவரிடம் உலகப் பொருளாதாரம் பேராசையின் அடிப்படையில் அமைவதற்குப் பதில் நல்ல நெறிமுறைகளின் அடிப்படையில் அமைய வேண்டும் என்று நீங்கள் உலகத் தலைவர் களிடம் கூறிவருவது எத்தகைய சிறப்பான சேவை. அதற்கு என் மனமார்ந்த பாராட்டுகள் என்று கூறினேன்' என்றார்.

பெர்னி ஸேண்டர்ஸ் சோஷலிஸக் கொள்கைகளில் மிகுந்த பிடிப்புள்ளவர். இவர் யூதர் என்றாலும் போப் பிரான்சிஸை மனமாரப் பாராட்டி இருக்கிறார்.

தென் அமெரிக்காவில் உள்ள பராகுவே என்னும் சிறிய நாட்டில் பேசும்போது இப்போது உலகம் முழுவதும் பரவிவரும் முதலாளித்துவத்தைப் பகிரங்கமாகச் சாடியிருக்கிறார். இப்போதைய முதலாளித்துவம் மனிதர்களிடம் பணப் பேராசையையும் மனிதர் களிடையே அந்தஸ்து பேதத்தையும் உண்டாக்குவதோடு சர்வாதிகார எண்ணத்தையும் ஏற்படுத்துகிறது என்றார். இந்தப் புதுவகையான முதலாளித்துவத்தைச் சாத்தானின் சாணம் என்று குறிப்பிடுகிறார். உலக அளவிலான முதலாளித்துவம்தான் உலக அளவிலான அநீதிக்கும் புவிவெப்பமாவதற்கும் முக்கிய காரணம் என்கிறார் இவர். இந்த உலக முதலாளித்துவத்தைப் புதிய காலனி ஆதிக்கம் என்கிறார் இந்த கத்தோலிக்க மதகுரு. இதை எதிர்த்துப் போரிட வேண்டும் என்று உலக மக்களுக்கு அறிவுறுத்தி ஒரு உலக அளவிலான சமூகப் புரட்சியை ஆரம்பிக்கச் சொல்கிறார்.

உலகில் நிலவும் நியாயமின்மைக்கும் சமத்துவமின்மைக்கும் ஏழைகளின் வறுமைக்கும் இந்த உலகளாவிய முதலாளித்துவமே காரணம் என்று வாதாடும் போப் பொலிவியாவில் சமூகச் செயற்பாட்டாளர்கள் முன்னிலையில் பேசும்போது சமூக ஒருங்கிணைப்பாளர்கள் ஏழை மக்களை ஒருங்கிணைத்து சமூகப் புரட்சியை ஏற்படுத்த வேண்டும் என்றார். சமூக மாற்றங்கள் சமூகத்தின் அடிமட்டத்திலிருந்துதான் வரவேண்டும் என்கிறார்.

மதத்திற்கு அப்பால் சென்று தன் கருத்துகளைக் கூறுகிறார் போப் பிரான்சிஸ். மதத்தின் எல்லையைத் தாண்டி உலக மக்களின் நன்மையைப் பற்றியும் உலக அமைதியைப் பற்றியும் சிந்தித்தும் செயலாற்றியும் வரும் போப் கத்தோலிக்கக் கிறிஸ்தவர்களுக்கு மட்டும் தலைவர் அல்ல; உலக மக்கள் அனைவருக்கும் தலைவர். அவர் இன்னும் நீண்ட நாட்கள் வாழ்ந்து உலகிற்கு வழிகாட்ட வேண்டும்.

மதத்தில் ஜனநாயகம்

போப் பிரான்சிஸ் 2015இல் உலகின் 120 நாடுகளிலிருந்து பிஷப்புகளை ரோமிற்கு வரவழைத்து ஒரு விவாதக் கூட்டத்திற்கு ஏற்பாடு செய்தார். பிஷப்புகள் ஒன்றாகச் சேர்ந்து விவாதித்த இந்தக் கூட்டத்தை பேராயர்களின் ஆலோசனைக்குழு (Synod of Bishops) என்பார்கள். 2014இலும் இம்மாதிரி ஒரு கூட்டத்தை போப் பிரான்சிஸ் கூட்டினார்.

அப்படிக் கூடிய பிஷப்புகளிடம், திருமணம், விவாகரத்து, கருச்சிதைவு, ஓரினயீர்ப்பு போன்ற குடும்ப சம்பந்தமான விஷயங்களில் மனம் திறந்து தங்கள் கருத்துகளைக் கூறுமாறு போப் கூறினார். அவர்களும் தங்கள் கருத்துகளை வெளிப்படையாகக் கூறினார்கள். புதிய விடுதலை இறையியல் கோட்பாட்டை முன்னிட்டு ஐம்பது வருஷங்களுக்கு முன் வாடிகனில் நடந்த கூட்டத்திற்குப் பிறகு இதுதான் மிக முக்கியத்துவம் வாய்ந்த, பிஷப்புகள் ஒருவருக்கொருவர் வாதிட்டுக்கொள்கிற நிகழ்ச்சியாகும். அங்கு கூடிய 120 பேரில் பத்துப் பேரிடம் முடிவான அறிக்கையை எழுதும் பொறுப்பு ஒப்படைக்கப்பட்டது. அவர்கள் அறிக்கை கொடுத்தாலும் அதை அப்படியே போப் ஏற்றுக்கொள்ள வேண்டியதில்லை. அதைப் பற்றிய இறுதியான முடிவுகளை எடுக்கும் அதிகாரம் போப்பிடமே இருக்கும். எல்லாக் கத்தோலிக்கர்களையும் – மதகுருமார் களின் அனுமதியின்றி விவாகரத்து செய்துகொண்டவர்கள்,

ஓரினயீர்ப்பாளர்கள், கருத்தடைச் சாதனங்களைப் பயன்படுத்துபவர்கள், கருச்சிதைவு செய்துகொண்டவர்கள் ஆகியோரையும் கத்தோலிக்க மதத்திற்குள் சேர்த்து அணைத்துக்கொள்ள வேண்டும் என்று கூறும் போப் பிரான்சிஸ், மேலே குறிப்பிட்ட விஷயங்களிலும் பிஷப்புகள் எல்லோரும் ஒரு மனதான கருத்து கொடுக்கவேண்டும் என்று விரும்பினார்.

பைபிளில் கூறப்பட்டுள்ள அடிப்படை அறிவுரைகளை மீற வேண்டும் என்று போப் நினைக்கவில்லை. ஆனாலும் காலத்திற்கு ஏற்றவாறு சில மாற்றங்கள் கொண்டு வருவதில் தவறில்லை என்று நினைக்கிறார். காலம் காலமாக வழக்கத்தில் இருந்துவந்த மதக் கொள்கைகளான தேவாலயத்தின் மூலம் விவாகரத்து பெற்றுக் கொள்ளாத தம்பதிகள் திருவிருந்தில் கலந்துகொள்ளக்கூடாது, ஓரினயீர்ப்பாளர்கள் இறைவனைப் பொறுத்தவரை பாவம் செய்தவர்கள், அவர்கள் இன்னொருவரைத் திருமணம்புரிந்து கொள்வதோ அல்லது திருமணம் செய்துகொள்ளாமல் சேர்ந்து வாழ்வதோ கூடாது போன்றவற்றை மாற்றி அவர்களையும் மற்றவர்களைப்போல் குருமார்கள் நடத்தினால் அதில் தவறில்லை என்று போப் கூறுகிறார்.

தன்னுடைய கருத்துக்கு இசைவாகக் கருத்துக் கூறும் கார்டினல்களை முடிவான அறிக்கையைத் தயாரிக்கும் பத்து கார்டினல்களாகப் போப் நியமித்திருக்கிறார் என்ற செய்தியும் அதற்கு எதிர்ப்புத் தெரிவித்து பதின்மூன்று கார்டினல்கள் போப்புக்குக் கடிதம் எழுதி யிருக்கிறார்கள் என்ற செய்தியும் இரகசியச் செய்திகளாக இருந்தாலும் ஒரு இத்தாலிய பத்திரிகையில் வெளிவந்துவிட்டன. இந்தச் சூழ்நிலையில்தான் பிஷப்புகள் தங்கள் கருத்துகளைக் கூறவேண்டியிருந்தது. இத்தாலியப் பத்திரிகையில் இந்தச் செய்தி வந்தாலும் போப் பிரான்சிஸ் ஒருபக்கச் சார்பாதலைச் செய்யமாட்டார் என்று கூட்டத்திற்கு வந்திருந்த ஒரு பிஷப் கூறினார். மும்பையைச் சேர்ந்த கார்டினல் ஆஸ்வால்ட் க்ராஷியாஸ், 'போப் பிரான்சிஸ் நம்மைக் கத்தோலிக்க மதத்தின் அடிப்படையையே மாற்றச் சொல்லவில்லை. கஷ்டப்பட்டுக் கொண்டிருக்கும் சிலருக்கு உதவ நாம் எல்லோரும் சேர்ந்து ஒரு மனதான முடிவு எடுக்க வேண்டும் என்றுதான் கூறுகிறார்' என்றார்.

ஒரு பேட்டியில் போப்பிடம் 'ஓரினயீர்ப்பு பற்றி என்ன நினைக்கிறீர்கள்?' என்று கேட்கப்பட்டபோது, 'அவர்களைப் பற்றித்

தீர்ப்புக் கூற நான் யார்?' என்று பதில் அளித்தார். போப் பிரான்சிஸ் எப்போதுமே இப்படித்தான். சில விதிகளை – கத்தோலிக்க மதத்தின் அடிப்படைக் கொள்கைகளை அல்ல; அவற்றை நடைமுறைப் படுத்துவதற்கு கூறப்பட்டிருக்கும் சில விதிகளை – மாற்றுவதற்குத் தயங்கமாட்டார். அதற்குச் சில உத்திகளைக் கையாளுவதற்கும் தயங்கமாட்டார். ஆனால் நாம் ஒன்றைக் கவனிக்கவேண்டும். அவருடைய இந்த முயற்சிகள் யாவும் அவருடைய சொந்த நலன் களுக்காக அல்ல. கத்தோலிக்க மதக்கொள்கைகளிலிருந்து கொஞ்சம் விலகியவர்களையும் மதம் அணைத்துக்கொண்டு போகவேண்டும் என்பதற்காகத்தான்.

போப் பிரான்சிஸைப் பொறுத்தவரை கத்தோலிக்க மதம் எல்லோரையும் அரவணைத்துக்கொள்ள வேண்டும், கத்தோலிக்க மதத்தின் போதனைகளிலிருந்து சிறிது நழுவியவர்களையும் மன்னித்து ஏற்றுக்கொள்வதால் மதத்தின் அடிப்படைப் போதனை களுக்குப் பங்கம் வராது என்பதே அவருடைய கோட்பாடாகும். ஓரினயீர்ப்பாளர்கள் சேர்ந்து வாழலாம் என்றும் அவர்களுக்குரிய உரிமைகளை நாம் அவர்களுக்குக் கொடுக்கவேண்டும் என்றும் கூறும் போப், அவர்கள் திருமணம் செய்து கொள்வதை ஆதரிக்க வில்லை. திருமணம் என்பது ஒரு ஆணுக்கும் ஒரு பெண்ணுக்கும் இடையே ஏற்படும் புனிதமான உறவு, ஓரினயீர்ப்பாளர்கள் அப்படித் திருமணம் செய்துகொள்வது அந்த உறவின் புனிதத்தையே கெடுக்கக் கூடியது என்று பைபிள் கூறுவதைப் புரிந்துகொள்வதன் அவசியத்தைப் பிரான்சிஸும் ஒப்புக்கொள்கிறார்.

ஓரினயீர்ப்பாளர்கள் மத குருக்களாகப் பணிபுரியலாம் என்று கூறும் பிரான்சிஸ் தங்கள் வாழ்க்கையில் இறைவனுக்குச் சேவை செய்வதை அவர்கள் தேர்ந்தெடுத்தால் அதைப் பற்றித் தீர்ப்பளிக்கத் தான் யார் என்றும் கேள்வி எழுப்புகிறார்.

2015இல் பிஷப்புகளின் கூட்டம் முடிந்த பிறகு 2016 ஏப்ரலில் வெளியிட்ட *அன்பு செலுத்துவதில் உள்ள இன்பம்* (The Joy of Love) என்னும் 256 பக்கங்கள் கொண்ட அறிக்கையில் கணவனும் மனைவியும் எப்படி ஒருவருக் கொருவர் அனுசரித்து நடந்துகொள்ள வேண்டும் என்பதையும் கூறியிருக்கிறார். இருவருக்கிடையேயும் நிலையான, சிறந்த அன்பு ஏற்பட வேண்டுமானால் வேலைப்பளு எவ்வளவு இருந்தாலும் இருவரும் ஒன்றாக நேரம் செலவழிக்க வேண்டும்; அப்படிச் செலவழிக்கும் நேரத்தில் ஒருவர் கருத்துகளை

இன்னொருவர் புரிந்துகொள்ள வேண்டும்; ஒருவரிடம் உள்ள குறைகளை மற்றவர் புரிந்துகொள்ள வேண்டும்; இன்னொருவரின் கருத்துகளுக்கு மற்றவர் மதிப்பளிக்க வேண்டும் என்றும் கூறுகிறார்.

சமூக விழுமியங்கள்

கருச்சிதைவு செய்துகொள்வதை பிரான்சிஸ் ஆதரிக்கவேயில்லை. உருவான நாளிலிருந்து ஒவ்வொரு உயிரும் புனிதமானது, அதன் உரிமைகளைப் பாதுகாக்க வேண்டும், அதை அழிக்கும் உரிமை யாருக்கும் இல்லை என்பதுதான் பிரான்சிஸின் கொள்கை. இருந்தாலும் இவருக்கு முந்தைய போப்புகள் இந்த விஷயத்திற்கு முக்கியத்துவம் கொடுத்ததுபோல் இவர் கொடுக்க விரும்பவில்லை. அப்படி முக்கியத்துவம் கொடுப்பது தேவையா என்கிறார். 2015 டிசம்பர் 8ஆம் தேதியிலிருந்து ஒரு ஆண்டு முழுவதும் பிரான்சிஸ் 'கருணை ஆண்டா'கப் பிரகடனம் செய்தார். அந்த ஆண்டில் கருச்சிதைவு செய்துகொண்டதற்காக மன்னிப்பு கோரும் தாய்மார்களை மன்னித்து அருளுமாறு போப் பாதிரிகளுக்கு அனுமதி கொடுத் திருக்கிறார். பொதுவாக அந்த அதிகாரம் பிஷப்புகளுக்கு மட்டும்தான் உண்டு. போப்பின் கண்டிப்பில்லாத, இரக்கம் காட்டும் குணம் மற்றவர் களின் நன்மைக்காகத்தான் என்பதை நாம் நினைவுகொள்ள வேண்டும்.

கருச்சிதைவு செய்துகொள்ளுவதை எதிர்க்கும் பிரான்சிஸ் கத்தோலிக்கக் குடும்பங்கள் பொறுப்போடு நடந்துகொள்ள வேண்டும் என்றும், முயல்களைப்போல் குழந்தைகளைப் பெற்றுத் தள்ளக் கூடாது என்றும் அறிவுறுத்துகிறார். ஸிகா வைரஸின் அபாயம் இருந்தபோது பெண்கள் கருத்தடைச் சாதனங்களை உபயோகிப்பதில் தவறில்லை என்றார்.

மதகுருக்களின் மூலமாக அல்லாமல் நீதிமன்றங்கள் மூலம் விவாகரத்து செய்துகொண்டு பின் மறுமணம் செய்து கொண்டவர்கள் விஷயத்திலும் போப்பின் நிலைப்பாடு மன்னிப்பு, கருணை ஆகியவற்றின் அடிப்படையில்தான் இருக்கிறது. அவர்களை மன்னித்து அவர்களுக்குத் திருவிருந்தே கொடுக்கலாம் என்று பிரான்சிஸ் கூறியது பெரிய விவாதத்தை ஆரம்பித்துவைத்தது.

2015இல் அமெரிக்காவிற்கு வருகைபுரியும் முன் மதகுருக்கள் மூலம் தம்பதிகள் விவாகரத்துப் பெறும் நடைமுறையைத் துரிதப்படுத்தினார்.

புதிய போதனைகள் ❖ 177

பெண்கள் வாடிகனில் பெரிய பதவிகள் வகிப்பது பற்றி அவரிடம் கேட்கப்பட்டபோது கார்டினல்கள் மட்டுமே வாடிகன் நடத்தும் கூட்டங்களில் கலந்துகொள்ளலாம் என்றும் இப்போது கார்டினல்களில் பெண்கள் யாரும் இல்லையென்றும் பிரான்ஸ்சிஸ் கூறிவிட்டார். இப்போதைக்கு வாடிகனின் தலைமைப் பதவியான போப் போன்ற பெரிய பதவிகளில் பணிபுரிய பெண்கள் இன்னும் தயாராகவில்லை என்று நினைக்கிறார் போலும். பெண்கள் பாதிரிகளாகக்கூட இல்லை. இவருக்கு முந்தைய போப்பான பதினாறாம் பெனெடிக்ட் அமெரிக்காவில் கத்தோலிக்க மதத்தில் பணிபுரியும் கன்னியாஸ்திரிகள் மதத்திற்கு அப்பாற்பட்ட பெண்களுக்கான உரிமைகளிலும் சமயச்சார்பற்ற கொள்கைகளிலும் தீவிரமாக ஈடுபடுவது பற்றிக் கண்டறிய விசாரணைக் கமிஷன்களை நியமித்திருந்தார். பிரான்சிஸ் அந்த விசாரணைகளை முடிவுக்குக் கொண்டுவந்ததோடு அவற்றில் ஈடுபட்ட கன்னியாஸ்திரிகளை வறியவர்களுக்காக அவர்கள் செய்த சேவையைப் புகழ்ந்தும் பேசினார்.

நவீன கால நிர்ப்பந்தங்களில் சிக்கித் தவிக்கும் குடும்பங்களுக்கு அரசுகள் தங்கள் குடிமக்களுக்குக் கல்வி, மருத்துவ வசதி வேலை வாய்ப்புகள் ஆகியவற்றை அளிக்க வேண்டிய கட்டாயத்தையும் கூறியிருக்கிறார். ‘அன்பினால் வரும் இன்பம்’ என்னும் சுற்றறிக்கையில் விவாகரத்து செய்துகொண்டு தனியாக வாழ்பவர் களையும் ஓரினயீர்ப்பு உள்ளவர்களையும் திருமணம் செய்து கொள்ளாமலேயே சேர்ந்து வாழ்பவர்களையும் கத்தோலிக்க மதம் மன்னித்து அணைத்துக்கொள்ள வேண்டும் என்றும் அறிவுறுத்து கிறார். பிரான்சிஸ் உலகம் முழுவதிலுமிருந்து பிஷப்புகளை இரண்டு முறை வாடிகனுக்கு அழைத்து மேற்கூறிய விஷயங்கள் பற்றிக் கருத்துரையாடல் நடத்தினார். எல்லோரையும் மனம்திறந்து தங்கள் கருத்துக்களைக் கூறுமாறும் வேண்டினார்.

இந்தக் கருத்துரையாடல்களுக்குப் பிறகுதான் மேலே கூறிய தன்னுடைய சுற்றறிக்கை யைப் போப் அனுப்பினார். அவரைப் பொறுத்தவரை கத்தோலிக்க மதம் மக்களில் வித்தியாசமான யாரையும் ஒதுக்கிவைக்கக்கூடாது, கத்தோலிக்க மதத்தின் அடிப்படைக் கொள்கைகளிலிருந்து அவர்கள் மாறுபட்டு நடந்திருந்தாலும் அவர்களை அரவணைத்து மதத்திற்குள் சேர்த்துக் கொள்ள வேண்டும் என்பதுதான் அவருடைய கொள்கை.

சுற்றுச்சூழல்

போப் பிரான்சிஸ் சுற்றுச்சூழல் பற்றி அனுப்பிய சுற்றறிக்கையில் எல்லா நாடுகளும் சுற்றுச்சூழலைப் பாதுகாப்பதற்கு வேண்டிய சட்டங்களை இயற்ற வேண்டும் என்று அறிவுறுத்தியிருக்கிறார். இவர் எப்போதுமே சுற்றுச்சூழல் பற்றிய விஷயங்களில் அதிக அக்கறை எடுத்துக்கொள்கிறார். புவிவெப்பமாவதை அடிக்கடி எடுத்துக் கூறி சுற்றுச்சூழல் அதிகம் பாதிக்கப்படுவதாகவும் அதை மாற்ற எல்லோரும் பாடுபட வேண்டும் என்றும் கூறுகிறார். போப் ஆன பிறகு வெளியிட்ட சுற்றறிக்கையில் மனிதன் தன்னுடைய பேராசையினால் அதீதமாக இயற்கை வளங்களைச் சூறையாடியதால் சுற்றுச்சூழல் மாசுபட்டிருப்பதைச் சுட்டிக்காட்டி அதை நிறுத்தினா லொழிய நம் அனைவருக்கும் இருப்பிடமாக விளங்கும் இந்தப் புவியைப் பாதுகாக்க முடியாது என்று கூறியிருக்கிறார். ஒருமுறை தன்னுடைய ட்விட்டர் பக்கத்திலும் 'நம் பூமி இப்போது கழிவுகளின் குவியலாகக் காட்சி அளிக்கிறது' என்று கூறியிருந்தார். 'நாம் தொடர்ந்து பல நூற்றாண்டுகளாகப் பூமியை நம் நலன்களுக்காகச் சூறையாடி வந்திருக்கிறோம். இப்போது பூமி ஃப்ராங்கென்ஸ்டைன் பூதத்தைப்போல் நம்மீது தன் கோபத்தைத் திருப்பியிருக்கிறது. கடவுள் நம்மை எப்போதும் மன்னிப்பார்; மனிதர்கள் சில சமயங்களில் மன்னிப்பார்கள்; ஆனால் இயற்கையை நாம் நிந்தித்தால் அது ஒருபோதும் நம்மை மன்னிக்காது' என்று கூறும் பிரான்சிஸ் இந்தப் பாடங்களைத் தான் ரொமெனோ கார்டினியிடம் கற்றுக் கொண்டதாகக் கூறுகிறார். புவிவெப்பமடைவதற்கும் மனிதச் செயல்களுக்கும் எவ்வித சம்பந்தமும் இல்லை என்று கூறிவரும் பழமைவாதிகளின் நடுவே போப் பிரான்சிஸ் பூமியின் எதிர் காலத்தைப் பற்றி எச்சரிக்கும் புதுமைவாதியாக இருக்கிறார்.

எளிமையின் சிறப்பு

எளிமைக்குப் பெயர்பெற்றவர் பிரான்சிஸ். எப்போதுமே எளிமையைக் கடைப்பிடிப்பவர். அதிலும் பிஷப்பாகவும் ஆர்ச்பிஷப்பாகவும் இருந்தபோது பேனர்ஸ் ஐயர்ஸ் நகரில் திருச்சபைகளுக்கோ அங்கு உரையாற்றுவதற்கோ சென்றாலும் மற்றவர்களைப்போல் பொதுப் போக்குவரத்து வாகனங்களில் தான் பயணம் செய்வார். ஒருமுறை உரையாற்றச் சென்றபோது அவருடைய உரையைக் கேட்க வந்த ஒரு கட்டடத் தொழிலாளி 'நானும் அவரும்

ஒரே பேருந்தில்தான் இங்கு வருவதற்குப் பயணித்தோம்' என்றார். 'சில மதகுருமார்கள் விலையுயர்ந்த காரில் பயணம் செய்யும்போது என் மனம் வேதனைப்படுகிறது. இப்படி விலையுயர்ந்த காரை விரும்புபவர்கள் உலகில் எத்தனை குழந்தைகள் பசி, பட்டினியால் இறந்துபோகிறார்கள் என்பதை எண்ணிப் பார்க்கவேண்டும்' என்கிறார் பிரான்சிஸ்.

பேச்சுரிமை

எல்லோருக்கும் பேச்சுரிமை வேண்டும் என்று ஒப்புக்கொள்ளும் பிரான்சிஸ் யாரும் தங்கள் பேச்சுரிமையைப் பிறர் மீது வெறுப்பைக் காட்டுவதற்கோ அல்லது பிறரைச் சினமூட்டுவதற்கோ உபயோகிக்கக் கூடாது என்றும் பேச்சுரிமை என்ற பெயரில் பிற மதங்களை இழித்துப் பேசுவதோ கேலி செய்வதோ கூடாது என்றும் கூறுகிறார்.

பிற மதத்தினரிடம் பரிவு

இப்போது மியான்மரில் புத்த மதத்தினர் பெரும்பான்மையராக இருக்கிறார்கள். அவர்கள் கையில்தான் ஆட்சி அதிகாரம் இருக்கிறது. அந்த ஆட்சியினர் சிறுபான்மையராக இருக்கும் முஸ்லிம்களைக் கொடுமைப்படுத்துகிறார்கள். கிராமம் கிராமமாகச் சென்று குழந்தைகள், முதியோர், ஆண்கள், பெண்கள் என எல்லோரையும் அழிக்கிறார்கள். ஒரு லட்சம் பேருக்கு மேல் அகதிகள் முகாமில் இருக்கிறார்கள். இவர்களை ராணுவமும் காவல் அதிகாரிகளும் துன்புறுத்துகிறார்கள். பலர் சவூதி அரேபியாவிலும் பாகிஸ்தானிலும் தஞ்சம் புகுகிறார்கள். போப் பிரான்சிஸ் எப்போதுமே எல்லோரும் நியாயமாக நடந்துகொள்ளவேண்டும் என்பதில் மிகவும் அக்கறையாக இருப்பார். அதனால் இதைத் தீவிரமாகக் கண்டித்துப் பேசியிருக்கிறார்.

பொதுவாக கிறிஸ்தவக் கத்தோலிக்கப் பிரிவைச் சேர்ந்த போப்புகள் முஸ்லிம்கள் எங்காவது அநியாயமாக நடத்தப்பட்டால் அதைக் கண்டுகொள்வதில்லை. போப் பிரான்சிஸ் எல்லா மதங்களையும் அணைத்துப் போவதோடு எல்லா மதங்களும் சமம் என்று சொல்லிவருபவர். இவரால் முஸ்லிம்கள் மியான்மரில் துன்புறுத்தப் படுவதைத் தாங்க முடியவில்லை. ஒவ்வொரு புதன் கிழமையும் வாடிகனில் பொதுமக்களுக்குத் தரிசனம் கொடுப்பது அவர் வழக்கம். அம்மாதிரி ஒரு புதன்கிழமையில் மியான்மரில் துன்புறுத்தப்படும்

முஸ்லிம்களுக்காகத் தன்னோடு சேர்ந்து ஜெபிக்கும்படி தன்னைப் பார்க்க வந்தவர்களை வேண்டிக் கொண்டிருக்கிறார்.

ஒருமுறை போப் இலங்கைக்குச் சென்றிருந்தபோது அவருடைய நிகழ்ச்சி நிரலில் புத்த பிக்குகளை சந்திப்பதற்கு நேரம் ஒதுக்கப் படவில்லை. ஆனால் புத்த பிக்குகள் போப்பை எப்படியும் சந்திக்க வேண்டும் என்று மிகவும் விரும்பினார்களாம். இவருடைய நல்லியல்புகளைத் தெரிந்துகொண்ட எல்லோரும் – அவர்கள் மற்ற மதங்களைச் சேர்ந்தவர்கள் என்றாலும் – இவரைச் சந்திக்க விரும்புவார்கள்.

அகதிகள்

மெக்ஸிகோவிலிருந்து அமெரிக்காவுக்கு ஓடிவரும் மக்களைத் தடுத்து நிறுத்த அமெரிக்க ஜனாதிபதி ட்ரம்ப் மெக்ஸிகோவுக்கும் அமெரிக்காவுக்கும் இடையே சுவர் எழுப்பப் போவதாக அறிவித்ததும் அதைக் கண்டித்து, பலதரப்பட்ட மக்களுக்கிடையே பாலம் கட்டுவதற்குப் பதில் ட்ரம்ப் சுவர் கட்டச் சொல்கிறார் என்று அமெரிக்க ஜனாதிபதியைச் சாடியிருக்கிறார்.

ஒவ்வொரு வருடமும் சிரியாவிலிருந்து நிறைய அகதிகள் மத்தியதரைக் கடல் வழியாக ஐரோப்பாவிற்கு வர முயல்கின்றனர். இவர்களில் பலர் கடலில் மூழ்கி இறந்துவிடுகின்றனர். கடலில் உயிருக்குத் தத்தளிக்கும் இவர்களைக் கிரீஸ் போன்ற நாடுகள் சில காலம் தங்கள் நாடுகளில் அகதிகளாகத் தங்கவைக்கின்றனர். இப்படி வரும் அகதிகளுக்கு ஐரோப்பிய நாடுகள் அவர்கள் மீது இரக்கம் காட்டி அவர்களுக்கு அடைக்கலம் கொடுக்க வேண்டும் என்று பிரான்சிஸ் கூறிவருகிறார். 2016ஆம் ஆண்டு ஏப்ரல் மாதம் இவரே கிரேக்க நாட்டின் லெஸ்பஸ் என்னும் தீவிலுள்ள மோரியா அகதிகள் முகாமில் தங்கியிருந்தவர்களைச் சந்தித்து அவர்களில் இரண்டு குடும்பங்களைச் சேர்ந்த, ஆறு குழந்தைகள் உட்பட பன்னிரெண்டு பேரை வாடிகனுக்குத் தன் விமானத்திலேயே அழைத்துவந்தார். இவர்கள் சிரியாவைச் சேர்ந்த முஸ்லிம்கள். இவர்களுடைய வீடுகள் முழுவதுமாக குண்டுவீச்சில் அழிக்கப்பட்டுவிட்டதால் அகதிகளாகக் கிரேக்க நாட்டின் தீவான லெஸ்பஸ்ஸில் அடைக்கலம் புகுந்தனர். இவர்கள் தங்கள் எதிர்காலத்தை உருவாக்கிக்கொள்ள வாடிகன் உதவும்.இப்படி முஸ்லிம் அகதிகளை வாடிகனுக்கு அழைத்துவந்த முதல் போப் பிரான்சிஸ்தான்.

பொஆ 1054இல் கிறிஸ்தவ மதம் இரண்டாகப் பிளவுபட்டது. இதைப் பெரும் பிளவு என்கிறார்கள். இந்தப் பிளவிற்குப் பிறகு கிழக்கு சநாதன கிறிஸ்தவ மதம், மேற்கு சநாதன கிறிஸ்தவ மதம் என்று இரண்டு பிரிவுகள் தோன்றின. இவை இரண்டிற்கும் இடையே தொடர்பில்லாமல் இருந்தது. இந்த நிலையை மாற்ற எண்ணி போப் பிரான்சிஸ் இரண்டு வருடங்களாக முயற்சி செய்துவந்தார். இவருக்கு முன்பே இரண்டாவது ஜான் பாலும் பதினாறாவது பெனெடிக்டும் முயன்றபோதிலும் இருவரும் இதில் வெற்றி அடையவில்லை. ஆனால் இப்போது பிரான்சிஸ் இதில் வெற்றி அடைந்திருக்கிறார். 2016 பிப்ரவரியில் கியூபாவிற்கு அதிகாரபூர்வப் பயணம் செய்த ரஷ்ய சநாதன கிறிஸ்தவத் தலைவரும் மெக்ஸிகோவுக்குப் போய்க் கொண்டிருந்த போப் பிரான்சிஸூம் கியூபாவின் தலைநகர் ஹவானாவின் விமானநிலையத்தில் சந்தித்து இரண்டு மணி நேரம் உரையாடினர். இந்தச் சந்திப்பிற்குப் பிறகு இருவரும் ஒரு அறிக்கை வெளியிட்டனர். பல கிறிஸ்தவ மதப் பிரிவுகளுக்கு இடையே இணக்கத்தைத் தோற்றுவிக்கும் சரித்திர முக்கியத்துவம் வாய்ந்த சந்திப்பாக இது கருதப்படுகிறது. உலகின் மிகப் பெரிய நாடான ரஷ்யாவிற்கும் உலகின் மிகச் சிறிய நாடான வாடிகனுக்கும் இடையே தூதரக உறவுகள் ஏற்பட இந்தச் சந்திப்பு உதவியிருக்கிறது.

நாட்டு நல்லுறவு

சீனாவிற்கும் வாடிகனுக்கும் இடையிலும் தூதரக உறவுகள் இன்று வரை இல்லை. இதையும் மாற்றி சீனாவுக்கு பயணம் செய்யும் முதல் போப்பாகத் தாம் இருக்க வேண்டும் என்பதற்காகவும் பிரான்சிஸ் முயன்று வருகிறார். ஒரு பேட்டியில் போப் பிரான்சிஸ், 'சீனாவைப் பற்றிப் பேசும்போதெல்லாம் எனக்கு அந்த நாட்டின் பழம் பெருமையும் அதன் கலாச்சாரமும் நினைவுக்கு வருகின்றன. அவர்களின் அளவிறந்த ஞானம் என்னை பிரமிக்கவைக்கிறது' என்று கூறியிருக்கிறார். சீனாவைப் பற்றி இப்படி வேறு எந்த மதத் தலைவராவது கூறியிருக்கிறாரா?

போப் பிரான்சிஸூம் ஈரானின் ஜனாதிபதி ஹாஸன் ரௌஹானியும் 2016 ஜனவரியில் சந்தித்துப் பேசியிருக்கிறார்கள். இந்த இரு நாடுகளின் தலைவர்களின் சந்திப்பு பதினேழு ஆண்டு களுக்குப் பிறகு நடந்துள்ளது. எப்போதுமே வன்முறையை எதிர்க்கும் பிரான்சிஸ் தான் போப்பாகப் பதவியேற்ற நாளிலிருந்து மத்திய

கிழக்கில் மதத்தின் பெயரால் நிலவிவரும் தீவிரவாதத்தையும் வன்செயல்களையும் கண்டித்துப் பேசியிருக்கிறார். தீவிரவாதமும் வன்செயல்களும் மத்திய கிழக்கில் பலர் அகதிகளாக ஐரோப்பாவிற்கு ஓடிவருவதற்குக் காரணமாக இருந்திருக்கின்றன என்கிறார். அமெரிக்காவிற்கும் ஈரானுக்கும் இடையே 2015இல் ஏற்பட்ட அணு ஆயுத ஒப்பந்தம் எதிர்காலத்தில் உலகில் நம்பிக்கை பிறப்பதற்கு வழிகோலியிருக்கிறது என்கிறார்.

மதப் பிரிவுகளிடையே இணைப்பு

சுமார் ஐநூறு ஆண்டுகளுக்கு முன்பு மார்டின் லூதர், *95 விவாதிக்க வேண்டிய விஷயங்கள்* என்று அவர் நினைத்தவற்றை ஜெர்மனியின் தேவாலயம் ஒன்றின் கதவில் ஆணி அடித்து மாட்டிவைத்தார். கத்தோலிக்க மதத்தைச் சீர்திருத்தும் நோக்கத்துடன் அவர் செய்த இந்தச் செயல், லட்சக்கணக்கான ரோமன் கத்தோலிக்கக் கிறிஸ்தவர்கள் அப்பிரிவிலிருந்து பிரிவதற்கும் அதன்பிறகு ஒரு நூற்றாண்டிற்கும் மேலாக சண்டை சச்சரவுகளும் போர்களும் ஏற்படவும், புராடெஸ்டண்ட் கிறிஸ்தவர்கள் என்ற ஒரு உட்பிரிவு கிறிஸ்தவ மதத்தில் ஏற்படவும் காரணமாக அமைந்தது. இப்போதும் பிரிவுகள் தொடர்ந்துவருகின்றன.

கிறிஸ்தவ மதத்தில் ஏற்பட்ட பிளவுகளை ஒன்றிணைக்கும் முயற்சியில் போப் பிரான்சிஸ் முயன்று வருகிறார். இதன் ஒரு பகுதியாகக் கருணை வாரத்தின் கடைசி நாளில் ரோமிலுள்ள ஈக்குமெனிகல் தேவாலயத்தில் கிறிஸ்தவ மதத்தின் ஒற்றுமைக்காக ஒரு ஜெபக்கூட்டம் நடத்தினார். ‘நம்மிடையே ஏற்பட்டுள்ள பிளவுகள் நாம் செய்த பெரிய பாவம். அது இயேசு கிறிஸ்துவின் உடம்பில் ஒரு ஆழமான காயத்தைப் போன்று இருக்கிறது. இதற்குப் பிராயச்சித்தம் தேட வேண்டும்’ என்று ஜெபக் கூட்டத்தில் கூறினார். கிறிஸ்தவ மதத்தின் பல பிரிவுகளைச் சேர்ந்தவர்கள் எல்லோரும் இயேசுவின் போதனைகளைக் கேட்டு அதன்படி நடந்தால் அது பல பிரிவுகளை ஒன்றிணைப்பதற்கு முதல் படியாகும் என்றும் கூறினார்.

அடுத்ததாக ஸ்வீடனில் 2016 அக்டோபரில் லூதரன் பிரிவைச் சேர்ந்தவர்களும் கத்தோலிக்கப் பிரிவைச் சேர்ந்தவர்களும் இணைந்து நடத்திய பிரார்த்தனையில் போப் பிரான்சிஸ் கலந்துகொண்டார். இது புராடெஸ்டண்ட் சீர்திருத்தம் ஆரம்பித்து ஐநூறு ஆண்டுகள் ஆனதை நினைவுபடுத்தும், 2017இல் நடக்கவிருக்கும் நிகழ்ச்சிகளின்

ஆரம்பம். லூதரன், கத்தோலிக்க இறையியலாளர்களிடையே கருத்துப் பரிமாற்றம் தொடங்கி 2017ஆம் ஆண்டோடு ஐம்பது ஆண்டுகள் நிறைவடைகின்றன. இப்போது நடந்த இந்தக் கூட்டுப் பிரார்த்தனை முக்கியத்துவம் வாய்ந்தது. ஸ்வீடனில் ஒரு லட்சம் கத்தோலிக்கர்கள் இருக்கிறார்கள். 1950 வரை கத்தோலிக்கர்களுக்குச் சில உரிமைகள் மறுக்கப்பட்டாலும் அதன் பிறகு அங்கு கத்தோலிக்கர்களுக்கும் லூதரன்களுக்கும் இடையே பெரிய மோதல்கள் நிகழ்ந்ததில்லை. அதனால் ஸ்வீடனின் லூந்த் என்னும், நகரில் இந்தக் கூட்டுப் பிரார்த்தனையை உலக லூதரன் ஃபெடரேஷனும் வாடிகனும் சேர்ந்து ஏற்பாடு செய்தது. இந்தப் பிரார்த்தனை போப் பிரான்சிஸ், லூதரன் ஃபெடரேஷன் தலைவர், பொதுச்செயலர் ஆகியோரால் நடத்தப் பட்டது. கிறிஸ்தவ மதத்தின் பல பிரிவுகளை ஒன்று சேர்க்க பிரான்சிஸ் முயன்று கொண்டிருக்கும்போது சில பழமைவாதக் கத்தோலிக்கக் குருமார்கள் கத்தோலிக்க மதத்திலிருந்து ஒரு பிரிவு பிரிந்து போனதைக் கொண்டாட வேண்டுமா என்று கேள்வி எழுப்பி வருகிறார்கள்.

இன்னொரு பழமைவாதி ஜெபக்கூட்டத்தில் கூறப்பட்ட சில ஜெபங்கள் மார்டின் லூதரைப் புகழ்ந்து கூறப்படுபவை என்றும், அதனால் கத்தோலிக்க மதப் போப் அதை ஜெபிப்பது சரியல்ல என்றும் கூறியிருக்கிறார். இப்படிப்பட்ட குறுகிய எண்ணங்கள் கொண்ட மதகுருமார்களிடையே போப் பிரான்சிஸ் பரந்த மனப்பன்மை உடையவராக விளங்குகிறார்.

அனைவரிடமும் கருணை

2016ஆம் ஆண்டை கருணை ஆண்டாகப் பிரான்சிஸ் அறிவித்தார். அதன் முதல் கட்டமாக 2015 டிசம்பரில் செயின்ட் பீட்டர் தேவாலயத்தில் புனித ஆண்டின் விழாக் கொண்டாட்டதின் போது மட்டும் திறக்கப்படும், வெண்கலத்தாலான புனிதக் கதவுகளைத் திறந்தார். அந்தக் கதவுகளைத் திறப்பதற்கு முன் 'இறைவா! எனக்குள் நீதியின் கதவுகளைத் திறவுங்கள்' என்று சில நிமிடங்கள் ஜெபித்தார். அதன் பிறகு அவரும் அவருக்கு முந்தைய போப்பான பதினாறாவது பெனெடிக்டும் மற்றும் ஏனைய மதகுருமார்களும் பல இடங்களி லிருந்து வந்திருக்கும் கிறிஸ்தவப் பக்தர்களும் அந்தக் கதவுகளைத் தாண்டிச் சென்றனர். இந்தக் கதவின் வழியாகச் செல்பவர்கள் தங்கள் பாவங்கள் மன்னிக்கப்பட்டு முக்தி அடைவார்கள் என்று ஒரு

ஐதீகம். 'இப்போது உலகில் நாடுகளுக்கிடையே பழிவாங்கும் எண்ணங்களும் போர்களும் வளர்ந்துவரும் நிலையில் எல்லோரும் எல்லோரிடமும் கருணை காட்டும்படி போப் விடுத்திருக்கும் அறைகூவல் மிகவும் முக்கியத்துவம் வாய்ந்தது, உலகில் அமைதி நிலவ அது வழிவகுக்கும்' என்றார் விழாவுக்கு வந்திருந்த பக்தர்களுள் ஒருவர்.

12

எதிர்ப்பு

நான் போற்றும் போப்பிற்கு, யாவராலும் போற்றப்படும் போப்பிற்கு, ஒரு மதத் தலைவருக்கு இலக்கணமாகத் திகழும் போப்பிற்கு உலகில் குறிப்பாக வாடிகனில் எதிர்ப்பாளர்கள் இருக்கிறார்களா என்ற கேள்விக்கு 'ஆம்' என்ற பதிலைத்தான் வருத்தத்தோடு கூற வேண்டியிருக்கிறது.

தேர்வுக்கு முன்

பெர்காகிலியோ போப்பாக அறிவிக்கப்பட்டதும் பலரிடமிருந்து வாழ்த்துகள் வந்தன. பலர் அவரைப் பற்றித் தெரிந்துகொள்ள விரும்பினர். பெர்காகிலியோ இயேசு சங்கத்தைச் சேர்ந்தவராதலால் அந்தச் சங்க மதத்தலைவர்களிடம் பலர் பெர்காகிலியோ பற்றிக் கேட்டனர். பெர்காகிலியோ போப்பாகத் தேர்ந்தெடுக்கப்பட்டுச் சில மணி நேரங்களில் ரோமில் இருக்கும் இயேசு சங்கத் தலைமையகத்திலிருந்து உலகில் உள்ள எல்லா இயேசு சங்கத்தாருக்கும் ஒரு அறிக்கை அனுப்பட்டது. அதில் புதிதாகத் தேர்ந்தெடுக்கப் பட்டிருக்கும் போப் பற்றித் தங்களுடைய எந்த அனுபவம் பற்றியும் – அது அவ்வளவு சந்தோஷமான அனுபவம் இல்லையென்றாலும் – பேச வேண்டாம் என்று கேட்டுக்கொள்ளப்பட்டிருந்தது. அப்படியும் இயேசு சங்கத்தினரில் சிலர் அவர் பற்றிய கடுமையான விமரிசனங் களைக் கூறியிருந்தனர். தென் அமெரிக்காவின் இன்னொரு நாட்டைச் சேர்ந்த ஒரு மூத்த இயேசு சங்கத்தவரிடமிருந்து கார்டினல்களுக்கு வந்த மின்னஞ்சலில் கீழ் வருமாறு கூறப்பட்டிருந்தது:

பெர்காகிலியோ அவருடைய நாட்டில் மட்டுமல்ல, மற்ற தென் அமெரிக்க நாடுகளிலும் இயேசு சங்கத்தாரிடையே நிறையப் பிளவுகளை ஏற்படுத்தியவர்; இவர் இயேசு சங்கத் தலைவராக இருந்தபோதுதான் இரண்டு இயேசு சங்கத்தினர் ராணுவ அரசால்

சிறைபிடிக்கப்பட்டுச் சித்திரவதை செய்யப்பட்டனர்; இவர் இயேசு சங்கத்தில் பிளவுகளை ஏற்படுத்தினார். இவர்கள் அவரோடு எந்தத் தொடர்பும் வைத்துக் கொள்ள விரும்பவில்லை. வேறு சிலர் இவரை மிகவும் புகழ்ந்து பீடத்தில் ஏற்றிவைத்தனர். பெர்காகி லியோ மிகுந்த திறமைசாலி, நல்ல கல்விப் பயிற்சி பெற்றவர்தான். இருப்பினும் இம்மாதிரியான தனிநபர் துதியால் இயேசு சங்கத்தின ரிடையே பிளவுகள் ஏற்படக் காரணமாக இருந்தவர். தன்னுடைய ஆன்மீக பலத்தைக்கொண்டு அதிகாரத்தைப் பெருக்கிக்கொண்டார். போப்பாக இவரைத் தேர்ந்தெடுத்ததன் மூலம் இவர் மேலும் பிளவை ஏற்படுத்தலாம்.

பெர்காகிலியோ போப்பாகத் தேர்ந்தெடுக்கப்பட்டவுடனே இம்மாதிரி எதிர்ப்புகள் வந்தன. போப்பான பிறகு அவர் கத்தோலிக்க மதத்தைச் சீர்திருத்தம் செய்ய எடுத்த முடிவுகளும் அவை செயலாக்கப் பட்ட வேகமும் அவருக்கு வாடிகனுக்குள்ளேயே நிறைய எதிர்ப்புகள் ஏற்படக் காரணமாக அமைந்தன.

வலதுசாரிகளின் சதித்திட்டம்

அமெரிக்க ஜனாதிபதியாக 2016 வரை இருந்த ஒபாமாவும் போப் பிரன்ஸிஸூம் பல கொள்கைகளில் – வறுமை ஒழிப்பு, ஏழைகளுக்குச் சமூக நீதி, குடியேற்றம், சுற்றுப்புறச் சூழல் போன்ற வற்றில் – ஒரே மாதிரியான கருத்துகளைக் கொண்டிருந்தனர். ஆனால் அடுத்த ஜனாதிபதியாகப் பொறுப்பேற்றிருக்கும் டொனால்ட் ட்ரம்ப் பல கொள்கைகளில் போப், ஒபாமா ஆகியோரின் கருத்திற்கு மாறானவர். ஒபாமாவின் தாராளவியல் கொள்கைகளால் அமெரிக்காவில் இருக்கும் பழமைவாதக் கத்தோலிக்கக் குருமார்கள் போப்பை வெளிப்படையாக எதிர்க்கத் துணியவில்லை. ஆனால் ட்ரம்ப் ஜனாதிபதியானவுடன் சில அமெரிக்கப் பழமைவாதிகள் வாடிகனில் இருக்கும் போப்பின் தீவிர இடதுசாரிக் கொள்கைகளை ஆதரிக்காத குருமார்களோடு தொடர்பு கொண்டு தங்கள் பழமைவாதக் கருத்துகளுக்கு ஆதரவு தேட முயல்கின்றனர். கத்தோலிக்கப் பிரிவைச் சேர்ந்த ஸ்டீபன் பேனன் என்னும் அமெரிக்கர் இவர்களுள் ஒருவர். வெள்ளை மாளிகையில் இருக்கும் ட்ரம்பின் ஆலோசகர்களில் முக்கியமானவராக இருந்தார்.

2014இல், அதாவது ஒபாமா காலத்திலேயே, போப் பிரான்சிஸின் கொள்கைகளை வெளிப்படையாக எதிர்க்கும் அமெரிக்க கார்டினல்

ரேமாண்ட் பர்க் என்பவரைப் பேனன் யாருக்கும் தெரியாமல் போய்ச் சந்தித்திருக்கிறார். மேற்கு ஐரோப்பாவிலும் வலதுசாரிக் கொள்கையுள்ள அரசியல் தலைவர்களோடு தொடர்பு வைத்திருக்கிறார். இப்போது அமெரிக்க ஜனாதிபதி ட்ரம்பின் அரசியல் ஆலோசகராக இருந்தபோது பர்க்கோடு தன்னுடைய தொடர்பை மேலும் வலுப்படுத்தியிருக்கிறார். பிரான்சிஸின் முற்போக்குக் கொள்கைகளை ஆதரிக்காத வாடிகன் குருமார்களும் பேனனும் போப் பிரான்சிஸ் அபாயகரமான சமதர்மக் கொள்கை களைக் கடைப் பிடிப்பவர் என்று கூறுகின்றனர்.

ஸ்டீபன் பேனனும் ரேமாண்ட் பர்க்கும் சந்தித்துக்கொள்ள உதவிய ஹார்ன்வெல் என்னும் வாடிகனைச் சேர்ந்த பாதிரி நேரடியாக மாற்ற முடியாத போப் பிரான்சிஸை எதிர்ப்பதற்குப் பதிலாக பேனன் போன்றவர்களோடு சேர்ந்து மறைமுகமாகக் காரியங்களைச் சாதிக்கலாம் என்று கூறியிருக்கிறார். தன் எண்ணப்படி, போப் போன்றவர்களால் அழிக்கப்பட்டுவரும் கிறிஸ்தவ விழுமியங்களைப் பேனன் போன்றவர்கள் மூலம்தான் அழிவுப் பாதையிலிருந்து காப்பாற்ற முடியும் என்று ஹார்ன்வெல் நினைக்கிறார். வறுமையை ஒழிப்பதிலும் உலக அமைதியைக் காப்பதிலும் போப்பின் இலக்கும் தன்னுடைய இலக்கும் ஒன்றுதான் என்றாலும், மதத்தின் மூலம் அவற்றை அடையும் வழியில்தான் இருவருக்கும் முரண்பாடு இருப்பதாகவும் ஹார்ன்வெல் கூறுகிறார். சுமார் நாற்பது ஆண்டுகளுக்கு முன்பு அப்போதைய பெர்காகிலியோ ஏழைகளுக்குச் சமூகநீதி கிடைக்கவேண்டும் என்று பாடுபட்ட விடுதலை இறையியலை ஆதரிக்காத பிற்போக்குவாதி என்று பலரால் நிந்திக்கப்பட்டார். இப்போது போப்பாக அதே சமூக நீதிக்காகப் புதிய வழிமுறைகளை அதிதீவிரமாக, வேகமாகப் பின்பற்றுகிறார் என்று பலர் இவரைச் சாடுகிறார்கள். இது ஒரு முரண்நகை. அமெரிக்காவின் வாடிகன் தூதராக யாரை நியமிக்கலாம் என்று ஹார்ன்வெல்லைப் போன்ற போப்பை எதிர்ப்பவர்களிடம் ஆலோசனை கேட்கப்படுகிறதாம்.

பேனன் தன்னுடைய இணையதளத்தில் வாடிகனின் நிருபராகப் பணிபுரிய வாடிகனைச் சேர்ந்த பழமைவாதி ஒருவரை நியமிக்கப் போகிறார். இந்த இணையதளம் வெள்ளை இனவாதிகளுக்குப் பிடித்த ஒன்று. கத்தோலிக்க மதத்திற்குள் ஊடுருவிவிட்ட கலாச்சார மார்க்சியக் கொள்கைகளை எதிர்கொண்டு அழிப்பது பேனனின் இலக்குகளில்

ஒன்று. போப் பிரான்சிஸ் சாதிக் கான் என்னும் முஸ்லிம் லண்டன் மேயராகத் தேர்தெடுக்கப்பட்டதைப் புகழ்ந்திருப்பதையும், ஐரோப்பாவிற்குள் முஸ்லிம்கள் அகதிகளாகக் குடியேறியிருப்பதை வரவேற்றதையும் இந்த இணையதளத்தில் சாடியிருக்கிறார்கள். போப்பின் எதிர்ப்பாளர்களில் பலர் இதை வெளிப்படையாகச் செய்வதில்லை.

ஏனெனில், வாடிகன் முழுவதும் போப்புக்கு ஒற்றர்கள் இருக்கிறார்களாம். அதனால் ரோம் நகரின் சுவர்களில் எரிச்சல் தரும், கோபமூட்டும் பிரான்சிஸின் படமும் அதற்குக் கீழே அவரால் ஓரங்கட்டப்பட்ட பாதிரிகளின் பெயர்களும் எழுதப்பட்ட, 'இப்போது உங்கள் கருணை எங்கே போயிற்று?' என்ற வாசகங்கள் அடங்கிய சுவரொட்டிகளை ஒட்டிவைக்கிறார்கள்.

போப்பின் துணிச்சல்

'இம்மாதிரி எதிர்ப்புகள் வந்தாலும் போப் பிரான்சிஸ் துணிந்து தன் கொள்கைகளைச் செயல்படுத்துவார், முன்வைத்த காலைப் பின் வைப்பவர் அல்ல பிரான்சிஸ்' என்று கூறுகிறார் வாடிகனின் பத்திரிகை ஆசிரியர் பாதிரி அன்டோனியோ ஸ்பாடேரோ. ட்ரம்ப் பதவியேற்றுச் சில தினங்களிலேயே தனக்கு ஆதரவாக இருந்து தம் கொள்கைகளைப் பின்பற்றுபவர்களைக் கார்டினல்களாக போப் நியமித்தார். ட்ரம்ப் அமெரிக்க அதிபராகப் பதவியேற்றிருப்பதால் போப் தன்னுடைய புதிய கொள்கைகளை மாற்றிக்கொள்வாரா என்று போப்பிற்கு மிக நெருக்கமான, போப் மாதிரியே சிந்திக்கும், எளிமையைக் கடைப் பிடிக்கும் கார்டினல் ஒருவரைக் கேட்டபோது, 'கத்தோலிக்க மதத்தின் நோக்கம் ஏழைகளைப் பாதுகாப்பது; முதல் போப்பான செயின்ட் பீட்டரின் ஏழைகளைப் பாதுகாக்க வேண்டும் என்ற கட்டளையை நிறைவேற்றுவது; அவருடைய அதிகாரம்தான் அவருக்குப் பின்னால் வந்த எல்லாப் போப்புகளுக்கும் தரப் பட்டிருக்கிறது. இப்போது பிரான்சிஸ்தான் போப்' என்றார்.

வறுமையை ஒழிப்பது, மதத்தின் மூலமாக அல்லாமல் நீதிமன்றங்கள் மூலம் விவாகரத்து பெற்றவர்களுக்கும் திருவிருந்து வழங்கலாம் என்பன போன்ற தன்னுடைய புதிய கொள்கை களிலிருந்து போப் எப்போதும் விலகமாட்டார். 'குற்றத்தை வெறுக்க வேண்டும்; குற்றம் செய்தவர்களை மன்னிக்க வேண்டும்' என்பது தான் போப்பின் நிலைப்பாடு. இந்த நிலைப்பாட்டை உடையவராக

பிரான்சிஸ் இருந்தாலும் தன்னுடைய புதிய கொள்கைகளை நடைமுறைப்படுத்தும்போது கத்தோலிக்க மதத்தின் அடிப்படைக் கொள்கைகளிலிருந்து மாறமாட்டார் என்பதைத்தான் அன்டோனியோ ஸ்பாடேரோ அவ்வாறு குறிப்பிட்டார்.

போப்பைப் பொறுத்தவரை கத்தோலிக்க மதம் ‘இதைச் செய், அதைச் செய்’ என்று மக்களுக்கு அறிவுரை வழங்கிக்கொண்டு எப்போதும் அவர்கள் செய்யும் காரியங்களில் தீர்ப்பு அளித்துக் கொண்டு ஒரு நீதிமன்றம்போல் செயல்படாமல் மக்கள் செய்யும் தவறுகளை மன்னித்து, அவர்களுடைய காயங்களை ஆற்றி, அவர்களுடைய துயரங்களுக்கு ஆறுதல் அளிக்கும் ஒரு மருத்துவமனை போல் விளங்கவேண்டும். மேலும், கத்தோலிக்க மதம் விமான நிலைய குடியேறல் பகுதிபோல் ‘நீ உள்ளே வரலாம், நீ வர முடியாது என்று சொல்லும் இடம்போல் செயல்படாமல் எல்லோரையும் வரவேற்கும் இடமாக இருக்க வேண்டும்’ என்கிறார்.

போப் விடும் சவால்கள்

பிரான்சிஸ் உலக நாடுகளின் தலைவர்களுக்கு அவர்களுடைய நாடுகளின் பொருளாதார, அரசியல் அமைப்புகளைச் சீர்திருத்தும்படி சவால் விடுகிறார். அமெரிக்க ரிசர்வ் வங்கியின் தலைவர் ஜேனட் எல்லென் அமெரிக்காவில் மேல் மட்டத்தில் பெரிய செல்வந்தர்கள் சிலரும், அடிமட்டத்தில் ஏழைகள் பலரும் இடையில் நிறைய மத்தியதர வர்க்கத்தினரும் இருக்கிறார்கள் என்கிறார். இது எல்லா நாட்டுச் சமூகங்களுக்கும் பொருந்தும் என்கிறார் போப். மேலும் அகில உலகிலும் எண்பது செல்வந்தர்களிடம் உலகின் பாதி ஜனத்தொகையினரிடம் இருக்கும் செல்வத்தின் அளவு இருக்கிறது; இந்தச் சமத்துவமின்மையை மாற்றவேண்டும் என்று கூறுகிறார்.

இப்படி மதத்திற்கு வெளியேயுள்ள விஷயங்களை மாற்றும்படி சவால் விடுவதோடு, மதத்திற்கு உள்ளேயுள்ள விஷயங்களையும் மாற்றுவதற்குப் பெரிய புரட்சியே செய்துவருகிறார். அவர் போப்பாகத் தேர்ந்தெடுக்கப்பட்டபோது, ‘எல்லாக் கத்தோலிக்கர் களுக்கும் தலைவரான போப் எல்லா அதிகாரங்களும் படைத்தவ ராகவும் ஒரு அரசரைப் போலவும் விளங்குகிறார்; இதை மாற்ற வேண்டும்’ என்கிறார் பிரான்சிஸ். போப் எல்லா பிஷப்புகளோடும் கலந்துபேசி முடிவுகளை எடுக்க வேண்டும் என்கிறார். தான் உலகின் எல்லாப் பிஷப்புகளுக்கும் தலைவர் என்பதைவிட ‘ரோமின் பிஷப்’

என்று தன்னைக் கூறிக்கொள்கிறார். மதகுருமார்கள் மக்களோடு கலந்து அவர்களுக்குச் சேவை செய்ய வேண்டும் என்கிறார். மேய்ப்பர் தன்னுடைய மந்தைகளின் வாசனையை (வாழ்க்கையை) புரிந்து கொள்ள வேண்டும் என்கிறார்.

சில சமயங்களில் மேய்ப்பர் மந்தைக்கு வழிகாட்ட முன்னால் செல்ல வேண்டும்; சில சமயங்களில் மந்தையை ஒன்றாகச் சேர்த்து வைத்திருக்க மந்தையின் நடுவில் செல்ல வேண்டும்; சில சமயங்களில் மந்தையின் பின்னால் – அவர்கள் சரியான பாதையில் போகும்போது – அவற்றை அணைத்துச் செல்ல வேண்டும். இந்தப் போதனையால் தங்களுடைய அதிகாரம் குறைந்துவிடும் என்று சில குருமார்கள் பயப்படுகிறார்கள்; அதனால் அவருடைய போதனைகளை ஏற்றுக் கொள்ளத் தயாராக இல்லை.

மதத்துக்கு மாற்றமைப்பு

இப்போது கத்தோலிக்க மதத்தையே வேறுவிதமாக வடிவமைக்க முயல்கிறார் பிரான்சிஸ். வாடிகனோடு சம்பந்தப்பட்ட பல விஷயங்கள் ஏகாதிபத்திய ரோமாபுரி ஆட்சியிலிருந்து கடைப் பிடிக்கப்பட்டவை என்கிறார். க்யூரியோ என்பது ரோமாபுரி அரசின் செனட்டைக் குறிப்பதாகும். அந்தப் பெயரைத்தான் வாடிகனின் அரசுக்கு வைத்திருக்கிறார்கள். போப் அணியும் சிவப்பு மேலங்கி, சிவப்புக் காலணிகள் ரோமாபுரி அரசர்கள் அணிந்தவை. போன்டிஃப் என்று போப்பைக் குறிக்கும் சொல் ரோமர் ஆட்சியில் பேகன் மதத்தின் மிக உயர்ந்த மதத்லைவரைக் குறிப்பதாகும். ‘ரோமாபுரி அரசர்கள் செய்ததை நாம் இன்னும் பின்பற்ற வேண்டுமா?’ என்று கேட்கிறார் பிரான்சிஸ்.

இப்போதுள்ள கத்தோலிக்க அமைப்பு ஒரு பிரமிட் போல் இருக்கிறது. பிரமிடின் ஒரு முனையில் எல்லா அதிகாரங்களுடன் போப் இருக்கிறார். அவருக்குக் கீழே பல படிநிலைகளில் பல குருமார்கள் இருக்கிறார்கள். இந்த நிலை மாற வேண்டும் என்கிறார் போப். உலகில் ஆங்காங்கே உள்ள பிஷப்புகள் அவர்களுக்குக் கீழ் உள்ள மதகுருமார் களோடு சாதாரண மக்களையும் கலந்தாலோசித்து முடிவெடுக்க வேண்டும்; போப் அவருக்குக் கீழுள்ள பிஷப்புக்களைக் கலந்தாலோசித்து முடிவுகளை எடுக்க வேண்டும். இம்மாதிரியான ஒரு அதிகாரப் பகிர்வை கத்தோலிக்க மத அமைப்பில் கொண்டுவர வேண்டும் என்கிறார்.

நீதிமன்றங்களின் மூலம் விவாகரத்து பெற்று மறுபடி திருமணம் செய்துகொண்டவர்களுக்கு திருவிருந்து கொடுக்கலாம் என்று சொல்லும் போப்பைப் பல பழமைவாத கார்டினல்கள், பிஷப்புகள் மிகத் தீவிரமாக எதிர்க்கிறார்கள். மேலே குறிப்பிட்ட அமெரிக்கக் கார்டினல் ரேமாண்ட் பர்க் போன்றவர்கள் அப்படித் திருமணம் செய்துகொண்டவர்கள் ஒழுக்கம் தவறியவர்கள் என்றும், அவர்களுக்கு ஒருபோதும் திருவிருந்து கொடுக்கக்கூடாது என்றும் கூறுகிறார்கள்.

ஓரினயீர்ப்பாளர்களுக்கும் வாழ்க்கை இருக்கிறது, அவர்களும் பிறர் மீது அன்பு செலுத்தக்கூடியவர்கள் என்று போப் சொல்வதை இந்தப் பழமைவாதிகள் ஒப்புக்கொள்வதில்லை. இந்த விஷயத்தில் போப்பை மிகத் தீவிரமாக எதிர்க்கிறார்கள். நூறு பிஷப்புகள் உட்பட நான்கு லட்சம் பேர் கையெழுத்திட்ட ஒரு மனுவை இந்தப் பழமைவாதிகள் தயாரித்திருக்கிறார்கள்.

அமெரிக்காவில் உள்ள பத்துக் கார்டினல்கள் போப்பின் இந்தச் சீர்திருத்தங்களை நிறுத்தும்படி ஒரு புத்தகமே வெளியிட்டிருக்கிறார்கள். திருமணம், விவாகரத்து, ஓரினயீர்ப்பாளர் களைச் சேர்த்துக் கொள்ளுதல் ஆகிய விஷயங்களில் பழமைவாதி களுக்கும் போப் பிரான்சிஸின் புதிய கொள்கைகளுக்கும் நிறைய வேற்றுமைகள் இருக்கின்றன. போப்பின் புதிய கொள்கைகளை ஏற்றுக்கொள்வதாகக் கூறுபவர்கள்கூட அவரை வெளிப்படையாக ஆதரிப்பதில்லை. இந்த மாதிரி இருப்பவர்களால் அவருக்கு பெரிய தீங்கு விளையலாம். பல நாடுகளில் உள்ள இணையதளங்களில் போப்பின் புதிய கொள்கை களை எதிர்த்துச் செய்திகள் வெளியிடுகிறார்கள். இது அதிகரித்துக் கொண்டே போகிறது.

சமீபத்தில் ரோமில் எடுத்த கருத்துக்கணிப்பில் இருபது சதவிகிதம் போப்பின் கொள்கைகளை ஆதரிக்கிறார்களாம்; பத்து சதவிகிதம் எதிர்க்கிறார்களாம்; ஏனைய எழுபது சதவிகிதம் அடுத்த போப்பிற் காகக் காத்திருக்கிறார்களாம். பொதுமக்களிடையே போப் பிரான்சிஸிற்கு நிறைய ஆதரவு இருந்தாலும், சிறு தேவாலயங்களைச் சேர்ந்த குருமார்கள் போப்பின் கொள்கைகளைத் தீவிரமாகச் செயல்படுத்துவதில்லை. 'அவர் ஒரு பெரிய சீர்திருத்தவாதி, ஞானி என்று கூறுபவர்கள் அவருடைய கொள்கைகளைக் கடைப் பிடித்துச் செயல்களில் இறங்குவதில்லை, அவரைத் தனியே விட்டு விடுகிறார்கள். இதுதான் பெரிய ஆபத்து' என்கிறார் ரோமைச் சேர்ந்த ஒரு பிஷப்.

ஊழல் ஒழிப்பு

அடுத்ததாக, பல தசாப்தங்களாக ஊழல் மலிந்து கிடக்கும் வாடிகன் வங்கியைச் சீர்படுத்த நினைக்கிறார் பிரான்சிஸ். தாதாக்களின் பணம் வாடிகன் வங்கி மூலமாகப் பரிமாற்றம் செய்யப்பட்டு கடத்தப்பட்டு வந்தது. இத்தாலி நாட்டின் அரசியல்வாதிகளுக்கு இந்த வங்கி மூலம் பணம் கடத்தப்பட்டது. இவற்றையெல்லாம் விசாரிக்க பிரிட்டனைச் சேர்ந்த ஒரு சுயேச்சை ஏஜென்ஸியை போப் நியமித்தார். வாடிகனைச் சேர்ந்தவர்களின் கணக்குகளை அந்நிய நாட்டு ஏஜென்ஸியைச் சேர்ந்தவர்கள் பார்ப்பதை எவ்வாறு அனுமதிக்க முடியும் என்று குருமார்கள் போப்பின் திட்டத்தை எதிர்த்தனர். ஆனாலும் பிரான்சிஸ் விடவில்லை. 18,000 கணக்குகளைப் பார்வையிட்ட ஏஜென்ஸி 2000 கணக்குகளை முடக்கியது. 300 கணக்குகள் விசாரணையில் உள்ளன.

இத்தாலியில் ஊழல் வழக்குகளை விசாரிக்க அந்த நாட்டு புராஸிக்யூட்டர்கள் தங்களுக்குத் தேவையான ஆவணங்களைக் கேட்டால் வாடிகன் வங்கி அவர்களுக்கு உடனடியாகக் கொடுக்காமல் இழுத்தடித்து வந்தது. சில வருடங்கள் கழித்துக் கொடுக்கும்போது அதற்கு எந்தவித பயனும் இல்லாமல் போனது. பிரான்சிஸ் போப் ஆன பிறகு, வாடிகன் பிரமுகர் ஒருவர் தனக்கு வேண்டிய ஒரு இத்தாலிய நண்பருக்காக ஸ்விட்சர்லாந்திலிருந்து இத்தாலிக்கு வாடிகன் வங்கி மூலமாக இரண்டு கோடி ஈரோக்களைக் கொண்டுவர முயற்சி செய்தார். இது வெளியில் தெரிந்து பெரிய விஷயமாக வெடித்து இத்தாலிய புராஸிக்யூட்டர் வழக்கை விசாரிக்க வேண்டிய ஆவணங்களைக் கேட்டபோது உடனேயே அவை அவருக்குக் கொடுக்கப்பட்டன.

இதன்விளைவாக அந்தப் பிரமுகரின் கணக்குகள் முடக்கப் பட்டன. மேலும் அமெரிக்கா, இத்தாலி, ஜெர்மனி போன்ற நாடுகளுடன் வாடிகன் வங்கி ஒரு ஒப்பந்தம் செய்துகொண்டது. அதன்படி இந்த நாடுகளிலுள்ள புராக்ஸிகியுட்டர்கள் தகவல் ஏதாவது கேட்டால் அவர்களுக்கு வாடிகன் வங்கியிலிருந்து உடனே அவை அனுப்பி வைக்கப்படும். ஏற்கனவே நடந்த ஊழல்களை விசாரிக்க ஒரு கமிஷனையும் போப் நியமித்திருக்கிறார். இதனாலும் அவருக்கு வாடிகனில் நிறைய எதிரிகள் தோன்றியிருக்கிறார்கள். எப்போது அவருடைய காலம் முடிவடையும் என்று இவர்கள் காத்திருக்கிறார்கள்.

பாலியல் வன்முறைக்குத் தண்டனை

சிறு பையன்களிடம் பாலியல் வன்முறையில் தவறாக நடந்துகொண்ட மதகுருமார்களைப் பழைய போப்புகள் வெளிச்சத்திற்குக் கொண்டு வரவில்லை. அவர்களை மதத்திற்குரிய கடமைகளிலிருந்து தள்ளி வைத்தாலும் அவர்கள் மீது தக்க விசாரணை நடத்தி அவர்களுக்குத் தண்டனை வழங்கவில்லை. கத்தோலிக்க மதம் மக்களிடம் மதிப்பை இழந்துவிடலாம் என்பதற்காகத் தவறு செய்த குருமார்களை எந்த விசாரணைக்கும் உட்படுத்துவதில்லை. இப்போது அவர்கள் மீது நடவடிக்கை எடுக்க ஒரு சிறப்பு நீதிமன்றம் போப்பால் ஏற்படுத்தப் பட்டிருக்கிறது. தவறாக நடந்துகொண்ட பாலியல் வன்முறைகளைப் பற்றி உள்ளூர்ப் பிஷப்புகள் நடவடிக்கை எடுக்காவிட்டால் தவறிழைக்கப்பட்டவர்கள் இந்த நீதிமன்றத்தில் நேரிடையாக முறையிடலாம். போப் பிரான்சிஸ் அப்படித் தவறிழைத்த ஒரு ஆர்ச் பிஷப்பை முதல்முதலாகத் தண்டித்தார். வாடிகன் ஆர்ச் பிஷப்பான அவர் டொமினிகன் குடியரசின் வாடிகன் தூதராக இருந்தவர். தலைநகரான சான்டோ டோமிங்கோவில் ஆர்ச் பிஷப்பாக இருந்தபோது அங்குள்ள ஏழைச் சிறுவர்களுக்குப் பாலியல் முறையில் தீங்கிழைத்ததால் அவரை வாடிகனுக்கு வரவழைத்து விசாரணை நடத்தினார். விசாரணையின் முடிவில் குற்றவாளியாகக் கருதப்பட்ட அவர் தன்னுடைய ஆர்ச் பிஷப் பதவியை இழந்தார்; திருச்சபைத் தொடர்புகளிலிருந்து தள்ளிவைக்கப்பட்டார். அத்தோடு போப் விடவில்லை. மதவிசாரணை முடிந்தாலும் அவர்மீது உலகெங்கிலுமுள்ள பத்துப் பத்திரிகைகளின் நிருபர்கள் முன்னிலையில் கிரிமினல் விசாரணையும் நடக்க வேண்டும் என்றார். கிரிமினல் விசாரணை நடப்பதாக இருந்தபோது அந்த ஆர்ச் பிஷப் இதய நோய்க்கு உள்ளானார். அதனால் விசாரணை தள்ளிவைக்கப் பட்டது. மறுபடி விசாரணை தொடங்குவதற்குள் இதனால் ஏற்பட்ட அவமானத்தாலும் பயத்தாலும் மன அழுத்தத்தாலும் அந்த ஆர்ச் பிஷப் இறந்துவிட்டார்.

இது நடந்து கொஞ்ச காலத்திற்குப் பிறகு பாலியல் வன்முறையில் ஈடுபட்ட குருமார்களுக்குத் தண்டனை கொடுக்க வேண்டும் என்ற பிரன்ஸிஸின் கொள்கையில் அவர்களுக்கும் கருணை காட்ட வேண்டும் என்ற எண்ணம் தூக்கலாக இருக்கிறது. இந்தக் காலத்தில் குற்றம் செய்த யாருக்கும் கருணை காட்டவேண்டும் என்ற கொள்கையை வலியுறுத்தத் தொடங்கினார்.

தாதாக்களை வெளியேற்றல்

தென் இத்தாலியில் இருந்து தங்கள் சட்ட விரோதச் செயல்களை நடத்திவந்த ஒரு கும்பலை ஒழிக்க பிரான்சிஸிற்கு முந்தைய இரண்டு போப்புகளும் முயன்றாலும் அவர்களால் அது முடியவில்லை. ஆனால் பிரான்சிஸ் அவர்களைக் கத்தோலிக்க மதத்திலிருந்து விலக்கிவைத்தார். ஆனாலும் அவர்கள் அவருக்கு எதிரான காரியங்களில் தொடர்ந்து ஈடுபட்டு வந்தனர். போப்பால் தங்களை அடக்கிவைக்க முடியாது என்பதை அவ்வப்போது காட்டிவந்தனர். ரோமின் தெருக்கள் வழியாகக் கன்னிமேரியின் சிலையையோ மற்றப் புனிதர்களின் சிலைகளையோ ஊர்வலமாக எடுத்துச் சென்றால் பிரபலமானவர்களின் வீடுகளின் முன்னால் அந்த ஊர்வலம் சிறிதுநேரம் நின்று, பிறகு தொடர்ந்து செல்லும். தாதாக்களின் கும்பலைப் போப் மதத்திலிருந்து ஒதுக்கிவைத்த பிறகு தாதாக்களின் தலைவனின் வீட்டின் முன்னால் நிற்கும் வழக்கத்தை நிறுத்தச் சொன்னார். ஒருமுறை மேரியின் சிலையை ஊர்வலமாக எடுத்துச் சென்றபோது தாதாக்களின் தலைவன் தூரத்து ஊரில் சிறையில் இருந்தபோதும் அவன் வீட்டின் முன் ஊர்வலம் நின்றது. அவனுடைய வீட்டின் உள்ளே யிருந்து இரண்டு சிறுமிகள் வெளியே ஓடிவந்து கன்னிமேரியின் சிலைக்கு முத்தம் கொடுத்து விட்டுச் சென்றனர்.

ஒருமுறை தாதாக்களின் தலைவன் ஒருவன் இறந்தபோது அவனுக்குப் பெரிய இறுதி ஊர்வலம் நடத்தினார்கள். அவனுடைய இறுதிச் சடங்குகளை நடத்திய மதகுரு தனக்கு எதுவும் தெரியாதது போல் நடந்துகொண்டார். அவனுடைய வீட்டின் அருகில் ஊர்வலம் வந்தபோது எங்கிருந்தோ 'நிறுத்து' என்ற சப்தம் கேட்டது. உடனே ஊர்வலம் நின்றது. அந்த ஊரின் காவல்துறை அதிகாரி அன்று வேண்டுமென்றே வெளியூருக்குச் சென்றுவிட்டார். ஊரின் மேயரும் பிஷப்பும் போப்பின் ஆணை பற்றித் தங்களுக்கு எதுவும் தெரியாதது போல் நடந்துகொண்டனர்.

வழக்கமாக தாதாக்களின் கும்பல்கூடும் கட்டடத்தின் அருகே 'நீ ரோமை வென்றுவிட்டாய். சொர்க்கத்தையும் வென்றுவிடுவாய்' என்ற சொற்கள் அடங்கிய ஒரு பேனர் வைக்கப்பட்டிருந்தது. போப் கும்பலை மதத்திலிருந்து விலக்கிவைத்தாலும், தாங்கள் தொடர்ந்து தங்கள் வழக்கங்களை மாற்றிக்கொள்ளப் போவதில்லை என்று மறைமுகமாகத் தாதாக்களின் கும்பலைச் சேர்ந்தவர்கள் போப்பிற்கு உணர்த்தினர்.

முஸ்லிம் போராளிகளின் சூளுரை

ஐஎஸ்ஐஎஸ் (முஸ்லிம் போராளிகள் அமைப்பு) தன் இணைய தளத்தில் செயின்ட் பீட்டர் சதுக்கத்தின் படத்தைப் போட்டு, 'ரோமை (கத்தோலிக்க மதத்தை) வெல்லுவோம்' என்று எழுதப்பட்ட வாசகங் களை எழுதியிருக்கிறது. முஸ்லிம்களை ஆதரிக்கிற, அவர்களுடைய உரிமைகளுக்காக வாதாடுகிற போப்பை – இதுவரை எந்தப் போப்பும் செய்யத் துணியாத காரியத்தைச் செய்திருக்கும் பிரான்சிஸை – முஸ்லிம் போராளிகள் ஏன் எதிர்க்கிறார்கள் என்று புரியவில்லை. போப்பிற்கு நிறைய எதிர்ப்பு இருப்பதால் இப்போது செயின்ட் சதுக்கத்தில் நிறைய பாதுகாவலர்கள் நிறுத்தப்பட்டிருக்கிறார்கள். ஒருமுறை பேனர்ஸ் ஐரஸிலுள்ள போப்பின் நண்பர் ஒருவர் 'உன்னைச் சுற்றி நிறைய ஆபத்துக்கள் இருப்பதுபோல் தெரிகிறதே' என்றாராம். அதற்கு பிரான்சிஸ் 'அப்படி ஏதாவது நடந்து நான் உயிரிழக்க நேர்ந்தால் அது எனக்கும் நல்லது, உனக்கும் நல்லது' என்றார்.

புரட்சி தொடரும்

ஆயிரத்துத் தொள்ளாயிரத்து அறுபதுகளில் போப்பாக இருந்த பன்னிரெண்டாவது பயஸ் கத்தோலிக்க மதக்கொள்கைகளை – பைபிளில் கூறியிருப்பவற்றை – அப்படியே பின்பற்றியதால் மதக் கொள்கைகளைப் பின்பற்றுவதோடு மக்களோடு சேர்ந்து உறவாடும் ஒரு போப் வேண்டுமென்று நினைத்து, இருபத்து மூன்றாவது ஜானை போப்பாகக் கார்டினல்கள் தேர்ந்தெடுத்தனர். ஆனால் அவர்களுடைய எதிர்பார்ப்பிற்கு அதிகப்படியாகப் போய் இருபத்து மூன்றாவது ஜான் புதிய விடுதலை இறையியலைத் தீவிரமாகப் பின்பற்றி ஒரு புரட்சியை ஏற்படுத்தினார். அதே மாதிரி போப் பிரான்சிஸைத் தேர்ந் தெடுத்தவர்களின் எதிர்பார்ப்பிற்கும் மேலாக பிரான்சிஸ் கத்தோலிக்க மதத்தைச் சீரமைப்பதற்கு ஒரு புரட்சியையே ஆரம்பித்திருக்கிறார்.

இத்தாலியின் அஸிஸி என்னும் ஊரைச் சேர்ந்த பிரான்சிஸ் என்பவர் எல்லா மிருகங்களோடும் பேசும் திறமை படைத்தவர் என்று ஒரு புராணக் கதை உண்டு. ஒருமுறை அவர் ஒரு ஓநாயிடம் 'ஏன் மனிதர்களைக் கொல்கிறாய்? அந்தப் பழக்கத்தை விட்டுவிடு' என்று அறிவுரை கூறியதும் அந்த ஓநாய் அவருடைய அறிவுரைக்குச் செவிமடுத்து தலையைத் தொங்கப் போட்டுக்கொண்டு அவரைப் பின்தொடர்ந்து சென்றதாம். ஆனால் இன்றைய போப் பிரான்சிஸை

எதிர்க்கும் 'ஓநாய்கள்' அவ்வளவு எளிதில் தங்களுடைய எதிர்ப்பை விட்டுவிடப் போவதில்லை. ஆனாலும் பிரான்சிஸ் கத்தோலிக்க மதத்தைச் சீரமைக்கும் தன் புரட்சியைத் தொடருவார்.

முடிவுரை

2013 டிசம்பர் மாத இதழில் டைம் பத்திரிகை போப் பிரான்சிஸை அந்த ஆண்டின் சிறந்த மனிதராகத் தேர்ந்தெடுத்து முகப்பு அட்டையில் அவர் படத்தைப் போட்டுக் கௌரவித்தது. அந்த ஆண்டிற்கு மட்டுமல்ல, எல்லா ஆண்டுகளுக்கும் அவர்தான் உலகின் சிறந்த மனிதர். அவர் கிறிஸ்தவ மதத்தின் கத்தோலிக்கப் பிரிவின் தலைவர் மட்டுமல்ல, உலகின் எல்லா மனிதர்களுக்கும் – அவர்கள் எந்த மதத்தின் பிரிவைச் சேர்ந்தவர்களாக இருந்தாலும் – தலைவர். சிறந்த தமிழ் நீதி இலக்கியமான திருக்குறள் எப்படி எல்லாச் சமூகங்களுக்கும், எல்லாக் காலங்களுக்கும் ஏற்ற வழிகாட்டி நூலோ அதைப் போன்றுதான் போப் பிரான்சிஸின் கருத்துகளும். அவருடைய சிந்தனைகள், செயல்கள் எல்லாம் உலக மக்களை எப்படி கடைத் தேற்றுவது என்பதைச் சுற்றித்தான் சுழல்கின்றன. பிரான்சிஸ் இயேசுவின் மீதும் கன்னிமேரியின் மீதும் தீவிரப் பக்தியுள்ளவர்தான். ஆனாலும் பிற எந்த மதக் கடவுளையும் குறைத்துப் பேசமாட்டார்.

என் கணவருக்கு அமெரிக்கர் ஒருவரோடு பல ஆண்டுகளாகப் பழக்கம். இருவரும் நல்ல நண்பர்கள் என்றுகூடச் சொல்லலாம். அவர் இந்தியாவிற்குப் பலமுறை வந்திருக்கிறார். இந்தியக் கலாச்சாரம் பற்றியும் இந்து மதம் பற்றியும் நன்றாகவே தெரியும். எங்கள் திருமணத்திற்குப் பிறகுதான் எனக்கு அவரோடு பரிச்சயம். அவரிடம் பல ஆண்டுகள் பழகிய பிறகு ஒருமுறை நான், 'உங்களுக்குக் கடவுள் நம்பிக்கை உண்டா?' என்று கேட்டேன். அதற்கு அவர், 'பைபிளில் வரும் கதைகளில் எனக்கு நம்பிக்கை இல்லை. அவற்றில் நிறையக் கற்பனை உண்டு. ஆனால், இயேசு மனிதராகப் பிறந்தாலும் அவரிடம் தெய்வாம்சம் இருந்தது என்பதிலோ அவர் இறைவனின் தூதன் என்பதிலோ எனக்குச் சந்தேகம் இருந்ததில்லை' என்றார். நாங்கள் அமெரிக்காவுக்கு வந்த புதிதில் இதே நண்பர் எங்கள் வீட்டிற்கு வந்திருந்தார். எனக்கு அப்போது அவரை இரண்டு வருடங்களாகத்

தான் தெரியும். எங்கள் அப்பார்ட்மெண்ட் சுவரில் நான் மாட்டி வைத்திருந்த முருகன் படத்தைப் பார்த்து 'ஹலோ, முருகா' என்றார். என் இஷ்டதெய்வமான முருகனிடம் ஒரு சாதாரண மனிதரிடம் ஹலோ சொல்வதுபோல் இவர் எப்படிச் சொல்லலாம் என்று வருத்தமாக இருந்தது. நெஞ்சில் யாரோ அறைந்ததுபோல் இருந்தது. இவருடைய கடவுள் இவருக்குப் பெரிது என்றால், என்னுடைய கடவுள் எனக்குப் பெரிது என்று நினைத்தேன். அவர் நல்ல பண்புகள் உள்ளவர்தான். இருந்தாலும், அவர் முருகனிடம் ஹலோ சொல்லிய முறையை நான் இப்போதுவரை மறக்கவில்லை.

இவரை விடுங்கள். நம்மை முன்னூறு வருடங்கள் அடிமைகளாக வைத்திருந்த, நம் தேசத் தந்தை காந்திஜியின் வாயாலேயே சட்டத்தைப் பின்பற்றுபவர்கள் என்று கூறப்பட்ட பிரித்தானியர்கள் நம் கலாச்சாரத்தையும் மதங்களையும் எப்படிப் புரிந்துகொண்டார்கள்? இந்தியர்களை நாகரிகமற்றவர்கள் என்று நினைத்ததோடு நமக்கு நாகரிகத்தைக் கற்றுக் கொடுப்பதாக அல்லவா கூறிக்கொண்டார்கள். முன்னூறு வருடங்கள் நம்மை ஆண்டபோதும் நம் மதங்களையோ (இந்தியாவின் எல்லா மதங்களையும் சேர்த்துத்தான் குறிப்பிடுகிறேன்) நம் கலாச்சாரத்தையோ அவர்கள் புரிந்துகொள்ளவில்லை.

இதை எதற்குச் சொல்கிறேன் என்றால், போப் பிரான்சிஸ் எனக்குத் தெரிந்து எந்த மதக் கடவுளையும் இப்படி ஏளனமாகவோ புரியாமலோ பேசியதில்லை. அவரைப் பொறுத்தவரை எல்லோரும் கடவுளின் குழந்தைகள், கடவுளின் அன்பிற்கும் கருணைக்கும் பாத்திரமானவர்கள். எந்தக் கடவுள் என்று அவர் ஒருபோதும் குறிப்பிட்டுச் சொன்னதில்லை. *வேற்றுமையில் ஒற்றுமை* காணலாம், காண வேண்டும் என்பது இவருடைய சித்தாந்தம். இப்படி எத்தனை மதத்தலைவர்கள் சொல்லியிருக்கிறார்கள்?

'ஒன்றே குலம் ஒருவனே தேவன்' என்று உதட்டளவில் கூறுபவர்களில் எத்தனை பேர் உண்மையிலேயே அப்படி நினைக்கிறார்கள்? பிரான்சிஸ் அப்படியில்லை. எல்லா மதங்களைச் சேர்ந்தவர்களையும் அரவணைத்துக்கொள்கிறார். எந்த மதத்தையும் – இப்போது பலரால் நிந்திக்கப்படும் இஸ்லாம் மதம் உட்பட – நிந்திப்பதில்லை.

அமெரிக்காவில் கிறிஸ்தவ வெள்ளை இனவெறியர்கள் தங்கள் மதம்தான், அதிலும் தங்களுடைய கிறிஸ்தவ மதப் பிரிவுதான் பெரியது; தாங்கள்தான் உலகிலேயே உயர்ந்த நாகரிகம் படைத்தவர்கள்

என்பார்கள். கிறிஸ்தவ மதத்தில் எத்தனையோ பிரிவுகள். இவர்கள் எல்லோருக்கும் ஒரே கடவுள்தான். ஆனாலும் இவர்களுக்குள் ஏன் இத்தனை பாகுபாடு என்று நான் பலமுறை யோசித்திருக்கிறேன். கிறிஸ்தவர்கள் எல்லோருக்கும் ஒரே கடவுள் என்றாலும் வழிபாட்டுத் தலங்கள் வெவ்வேறு; ஒரு பிரிவைச் சேர்ந்தவர்கள் இன்னொரு பிரிவைச் சேர்ந்தவர்களுடைய வழிபாட்டுத் தலங்களுக்குப் போக மாட்டார்கள். இது ஏன்? என்னுடைய கணவர் உட்பட பலரிடம் இது பற்றிக் கேட்டபோதும் என்னால் நம்பக்கூடிய பதில் இதுவரை கிடைக்கவில்லை.

இஸ்லாம் மதத்தை எடுத்துக்கொள்ளுங்கள். முஸ்லிம்கள் எல்லோரும் நபிகள் நாயகத்தின் அறிவுரைகளைக் கடைப்பிடிக்க வேண்டும். எல்லோருக்கும் ஒரே இறைவன் அல்லாஹ்தான். ஆனால் ஷியா, சன்னி இரண்டு பிரிவுகளும் தங்களுக்குள் சண்டையிட்டுக் கொள்கிறார்களே, ஏன்?

இந்துமதத்தைப் பற்றிக் கேட்கவே வேண்டாம். ஒரே மதத்திற்குள் எத்தனை பிரிவுகள், எத்தனை கடவுள்கள். கிறிஸ்தவர்களுக்கும் முஸ்லிம்களுக்கும் இறைவன் ஒருவர்தான். இந்துக்களுக்கு ஒவ்வொரு பிரிவிற்கும் ஒரு கடவுள். ஒரு காலத்தில் 'சிவன்' என்ற பெயரைக் கேட்பதே பாவம் செய்வதற்குச் சமம் என்று நினைத்த வைஷ்ணவர்கள் 'சிவன்' என்ற பெயர் கேட்காமல் இருப்பதற்காக மணிகளினால் ஓசை எழுப்பிக்கொண்டே போவார்களாம். என்ன பேதமை! எத்தனை அறியாமை! அதற்கு மேல் சாதிப் பிரிவுகள் வேறு. கலப்புத் திருமணம் செய்து கொண்டவர்களை ஆணவக் கொலைசெய்யும் கொடுமைகள் வேறு. இந்துமதத்தை விட்டுப் போனவர்கள் எல்லாம் திரும்பவும் இந்துமதத்திற்குத் திரும்ப வேண்டும் என்று நம்மை ஆள்பவர்கள் விடுக்கும் அறைகூவல் வேறு. சாதிமத பேதங்களை மறந்து நாம் எல்லோரும் இந்திய மக்கள் என்ற உணர்வை அல்லவா இவர்கள் நம்மிடம் வளர்க்க வேண்டும்?

அமெரிக்கச் சுற்றுலாப் பயணிகள் சிலர் சில இந்தியர்களைத் தங்கள் மதத்திற்கு இழுப்பதாகச் செய்தி கிடைத்து, நம் காவல்துறையினர் அந்தச் சம்பவம் நடந்ததாகக் கூறப்பட்ட கிறிஸ்தவக் கோவிலுக்குச் சென்று அங்கிருந்த பயணிகளின் பாஸ்போர்ட்டுகளைச் சோதனை இட்டிருக்கிறார்கள். அப்போது அப்படி எதுவும் நடக்கவில்லை என்று தெரிந்ததாம். அப்படியே அவர்கள் மதம் மாற்றும் முயற்சியில் ஈடுபட்டால்தான் என்ன? இந்தியாவிற்குப் பெரிய கெடுதல் நேர்ந்து

விடப் போகிறதா? இந்தியாவில் தீர்க்கப்பட வேண்டிய பிரச்சினைகள் எத்தனையோ இருக்கின்றன. அவற்றையெல்லாம் விட்டுவிட்டு இந்த மாதிரிக் காரியங்களில் காவல்துறையின் நேரத்தையும் சக்தியையும் செலவிட வேண்டுமா?

பிற மதத் தலைவர்களையெல்லாம் பார்க்கும்போது போப் பிரான்ஸிஸ் எப்படிப்பட்ட மதத்தலைவராகத் திகழ்கிறார்! அவரைப் பொறுத்தவரை மனிதர்களுக்குள் வேற்றுமைகள் இல்லை. கொலைசெய்தவர்களையும் மன்னித்து அவர்களைத் திருந்தி வாழச் செய்து சமூகம் அவர்களை ஆக்கபூர்வமாகப் பயன்படுத்திக்கொள்ள வேண்டும் என்கிறார். அந்தப் பக்குவம் எனக்கு இப்போது இல்லை யென்றாலும், அவருடைய இந்த நிலைப்பாட்டை நான் மிகவும் மதிக்கிறேன்.

எளிமையைக் கடைப்பிடிக்க வேண்டும் என்று பிறருக்கு அறிவுறுத்தும் இவர் சிறுவயதிலிருந்தே எளிமையைக் கடைப்பிடித்து வருகிறார். ஆர்ச் பிஷப்பாக இருந்தபோதும் சிறிய அடுக்குமாடிக் குடியிருப்பில் (ஃபிளாட்டில்) வசித்துவந்தார்; பொதுப் போக்குவரத்து வாகனங்களிலேயே பயணம் செய்தார். சேரி மக்கள் பாதிப் பேரோடு இவருக்கு நல்ல பரிச்சயம் உண்டு. எல்லோரையும் சமமாகப் பாவிப்பார். போப் ஆன பிறகும் அதே எளிமையைக் கடைப்பிடித்து வருகிறார். போப்பிற்குரிய மாளிகையில் தங்காமல் சிறிய அடுக்குமாடி குடியிருப்பில்தான் தங்கிவருகிறார். எளிய வாழ்க்கை வாழும் யாரையும் என்னால் பாராட்டாமல் இருக்க முடியாது. அதிலும் 120 கோடி கத்தோலிக்கர்களுக்கும் ஆன்மீகத் தலைவரான போப் பிரான்ஸிஸ் இவ்வளவு எளிமையாக வாழ்கிறார் என்றால் என்னால் அவரைப் பாராட்டாமல் இருக்க முடியுமா?

பிரான்சிஸிடம் என்னைக் கவர்ந்த இன்னொரு அம்சம் ஏழை களிடத்தில் அவர் காட்டும் பரிவு; வறுமையை உலகிலிருந்தே ஒழிக்க வேண்டும் என்ற அவருடைய தணியாத தாகம். வறுமையை ஒழிக்கப் பாடுபடுங்கள் என்று சந்தர்ப்பம் கிடைக்கும்போதெல்லாம் எல்லா நாட்டுத் தேசத்தலைவர்களையும் அவர் வேண்டிக்கொள்கிறார். எந்தச் சமூகத்திலும் வீடற்றவர்கள் இருப்பதை எந்த வகையிலும் நியாயப் படுத்த முடியாது என்கிறார். இந்தியாவில் தெருவில் பிச்சை எடுப்பவர்களுக்குப் பணம் கொடுக்கவேண்டும் என்ற என்னுடைய விருப்பத்தை என்னுடைய கணவர் உள்பட பலர் ஊக்குவிப்பதில்லை. கிறிஸ்தவர்களின் உபவாச நாட்களான மார்ச் ஒன்றாம் தேதியிலிருந்து

ஈஸ்டர்வரை தெருவில் பிச்சை கேட்பவர்களுக்குத் தயங்காமல், எந்தவித யோசனையும் செய்யாமல், அவர்களையும் நம்மைப்போல் மனிதர்களாகப் பாவித்துத் தாராளமாக உதவுங்கள் என்ற போப் பிரான்சிஸின் போதனை என் நெஞ்சை யாரோ நீவிவிட்டது போல் இருக்கிறது. பிச்சை எடுப்பவர்களுக்கு உதவ வேண்டும் என்ற அவருடைய கருத்துத்தான் என் கருத்தும் என்று அறியும்போது மிகவும் சந்தோஷமாக இருக்கிறது.

அவர் எல்லோரையும் சமமாகப் பாவிக்கிறார். அவர் போப்பான மறுநாள் அவருடைய இருப்பிடத்தின் முன் அவருடைய பாதுகாப்பிற்காக நின்றிருந்தவரிடம் ஒரு நாற்காலியைக் கொடுத்து அதில் உட்காரச் சொல்கிறார். 'போப் அவர்களே, நான் உட்கார முடியாது. அது என்னுடைய அதிகாரியின் கட்டளையை மீறுவதாகும்' என்கிறார் அந்தப் பாதுகாவலர். அதற்கு பிரான்சிஸ், 'நான் போப் சொல்கிறேன். நீ என் கட்டளையை ஏற்று நடக்கவேண்டும்' என்கிறார். அதோடு நிறுத்திக்கொள்ளவில்லை. உள்ளே சென்று பாதுகாவலர் பசியாற ரொட்டித் துண்டுகளைக் கொண்டுவந்து கொடுக்கிறார். பிரான்சிஸின் இடத்தில் இன்னொருவர் இருந்திருந்தால் பாதுகாவலர் ஒருவர் நின்றுகொண்டிருக்கிறார் என்பதோ, அவருக்குப் பசி எடுக்கலாம் என்பதோ அவருக்குத் தோன்றியிருக்கவே இருக்காது. தங்கள் பாட்டுக்குத் தங்கள் வேலையைப் பார்த்துக்கொண்டு போயிருப்பர். பிரான்சிஸ் இம்மாதிரி மனிதக் குணங்களில் தனித்து நிற்கிறார். இதிலும் நான் அவர் பக்கம் என்பதில் மகிழ்ச்சி.

நாத்திகர்களையும் அரவணைத்துக்கொள்ளும் பிரான்சிஸ் இறை நம்பிக்கையில் சிறந்து விளங்குகிறார். 2015இல் ஆஸ்கர் ரொமேரோவை 'ஆசீர்வதிக்கப்பட்டவர்களின்' பட்டியலில் சேர்த்தார். ரொமேரோவ் எல் சால்வடாரில் ஆர்ச் பிஷப்பாக இருந்தவர்; அப்போது பிரவின்ஷியலாக இருந்த பெர்காகிலியோ அவருடைய இடதுசாரிக் கொள்கையை ஆதரிக்கவில்லை. 1980இல் திருப்பலி பிரசங்கம் ஆற்றிக்கொண்டிருந்தபோது ஆஸ்கர் ரொமேரோ கொலை செய்யப்பட்டார். ரொமேரோ ஒரு சிறந்த மனிதர் என்பதற்காகவும் இறைவனுக்குத் தொண்டாற்றியவர் என்பதற்காகவும் அவரை ஆசீர்வதிக்கப்பட்டவர்களின் பட்டியலில் பிரான்சிஸ் சேர்த்தார்.

மிகோயல் டெஸ்கோடோ ப்ராக்மன் என்பவர் ஒரு மதபோதகர். இவர் போதகராக இருந்துகொண்டே நிகராகுவா அரசில் வெளிநாட்டு மந்திரியாகப் பதவி வகித்ததைக் கண்டித்து இரண்டாம் ஜான் பால்

இவரை மத குருவின் கடமையிலிருந்து 1984இல் விலக்கிவைத்தார். வயதாகிவிட்ட இவருக்கு மறுபடி திருப்பலி பிரசங்கம் செய்ய வேண்டும் என்ற ஆசை. இதைப் புரிந்துகொண்ட பிரான்சிஸ் அவருக்கு இருந்த இந்தத் தடையை நீக்கினார். இதை நியாயப்படுத்த 'டெஸ்கோடோவின் அரசியல் கொள்கைகளை நான் ஆதரிக்கவில்லை. இறக்கும் முன் திருப்பலி பிரசங்கம் செய்யவேண்டும் என்ற அவருடைய ஆசையைத்தான் நிறைவேற்றிவைத்தேன்' என்று கூறினார். இறைத் தொண்டு செய்யும் யாவருக்கும் உரிய மதிப்பு கொடுக்க வேண்டும் என்பது அவருடைய கொள்கை.

சுற்றுப்புறச்சூழலைப் பற்றி போப் பிரான்சிஸிற்கு இருக்கும் அக்கறை வேறு யாருக்கும் இருப்பதாகத் தெரியவில்லை. சந்தர்ப்பம் கிடைக்கும் போதெல்லாம் சுற்றுச்சூழலைப் பற்றி எல்லோருக்கும் அறிவுரை கூறாமல் இருப்பதில்லை. 'இந்தப் பூமி இறைவன் நமக்குக் கொடுத்தது. அதை மாசுபடுத்தினால் கடவுளை அவமதிப்பதாகும். பூமியை நலியாமல் வைத்திருப்பது நாம் கடவுளுக்குச் செய்யும் தொண்டு' என்று கூறுகிறார்.

உலகின் பலம் பொருந்திய நாடான அமெரிக்காவின் தலைவராக ட்ரம்ப் தேர்ந்தெடுக்கப்பட்டிருக்கிறார். இவர் அமெரிக்காவிற்கு வரும் அகதிகளைத் தடுக்கச் சுவர் கட்டவேண்டும் என்கிறார். பல இன மக்களை இணைக்கப் பாலம் கட்டவேண்டும் என்று கூறும் போப் பிரான்சிஸ் போன்றவர்களால்தான் உலகில் அமெரிக்காவின் தாக்கத்தை ஓரளவாவது குறைக்க முடியும். போப் பிரான்சிஸ் கத்தோலிக்க மதத்தைச் சீர்திருத்த மட்டுமல்ல உலகத்தையே சீர்திருத்த வந்திருக்கிறார். இவர் கத்தோலிக்கர்களுக்கு மட்டுமல்ல, உலக மக்களுக்கே ஒரு தலைவர்.

உசாத்துணை

போப் பிரான்சிஸைப் பற்றி எழுதுவதற்கு நூலாசிரியருக்கு பல நூல்கள் உதவியிருக்கின்றன. அவற்றில் நியூயார்க் டைம்ஸ் போன்ற பத்திரிகைகளும் இணைய தளங்களின் கட்டுரைகளும் குறும் படங்களும் அடங்கும். படித்த நூல்களில் முக்கியமானவை இவை:

A big heart open to God: A conversation with Pope Francis by Pope Francis (2013)

A history of Argentina in the twentieth century by Luis Alberto Romero (2013)

Argentina: A modern history by Jill Hedges (2011)

Francis: Pope of a new world by Andrea Tornielli (2013)

My door is always open: A conversation on faith, hope and the church in a time of change by Pope Francis (2014)

Pope Francis: Conversations with Jorge Bergoglio by Pope Francis (2013)

Pope Francis: Untying the knots: The struggle for the soul of Catholicism by Paul Vallely (revised edition, 2015)

Pope Francis among the wolves: The inside story of a revolution by Marco Politi (English translation by William McCuaig, 2015)

நூலில் வரும் பெயர்கள்

இந்தப் புத்தகத்தில் இடங்களையும் ஆட்களையும் குறிக்கும் பெரும்பான்மையான பெயர்கள் இத்தாலிய மொழியிலோ ஸ்பானிஷ் மொழியிலோ உள்ளவை. சில பெயர்கள் வேறு ஐரோப்பிய மொழிகளில் உள்ளவை. இந்தப் பெயர்களைத் தமிழில் எழுதும்போது அவற்றின் மூல உச்சரிப்பு பின்பற்றப்பட்டுள்ளது. இதற்கு ஆதாரம் 'பெயர்களின் உச்சரிப்பு அகராதி'. ஒன்றுக்கு மேற்பட்ட உச்சரிப்பை இந்த அகராதி தரும்போது தமிழ் ஒலிமுறைக்கு அருகில் உள்ள உச்சரிப்பு எடுத்துக்கொள்ளப்பட்டுள்ளது. வழக்கில் அதிகமாக உள்ள பெயர்கள் அவற்றை ஆங்கிலத்தில் உச்சரிப்பது மாதிரி தரப்பட்டுள்ளன. இந்தப் பட்டியலில் உள்ள பெயர்கள் நூலில் வரும் முக்கியமான பெயர்கள்:

அரப்பி	Arrupe
அல்மேக்ரோ	Almagro
அன்டோனியோ கொராஸினோ	Antonio Quarracino
அன்டோனியோ ஸ்படேரோ	Antonio Spadero
ஆப்ரஹாம் ஸ்கோர்கா	Abraham Skorka
ஆர்லேண்டோ யோரியோ	Orlando Yorio
ஆஸ்கர் ரொமேரோ	Oscar Romero
உம்மர்டோ மிகோயல் யானெஸ்	Humberto Miguel Yanez
எல்பிடியோ கான்ஸாலஸ்	Elpidio Gonzalez
ஏஞ்சலோ ஸ்கோலா	Angelo Scola
க்ளாடியோ ஹம்ஸ்	Claudio Hummes
க்ளோரியா கௌன்	Gloria Koen
கார்டபா	Cardoba
கார்ல் லேமன்	Karl Lehmann
கிரிகிரி	Gregory
கேப்ரியல்	Gabriel
கேம்பெல் ஜான்ஸ்டைன்	Campbell Jhonston

கொடலூப்பே	Guadalupe
கொலிஜியோ மேக்ஸிமோ	Colegio Maximo
சான்ட ஆனா	Santa Ana
சியாடா ஹோரெஸ்	Ciudad Juarez
சியாபஸ்	Chiapas
சேன் அன்டோனியோ	San Antonia
சேன்டியாகோ	Santiago
சேன் மிகோயல்	San Miguel
சேன் ஹ்வான்	San Juan
சேன் ஹோஸே	San Jose
டிக்கோ ஃபாரெல்	Dick O'Farrel
டேங்கோ	Tango
டேனியல்ஸ்	Danneels
டொர்டோலா	Tortolo
பர்க்	Burke
பெர்காகிலியோ	Bergoglio
பேங்கோயி	Bangui
பேனன்	Bannon
பியூப்லா	Puebla
பிரின்ஸிபேஸா மால்ஃபாடா	Principessa Malfalda
பீட்டர் ஹான் ஹால்வென்பக்	Peter Hans Kolvenbach
போர்கேஸ்	Borges
மரியோ	Mario
மார்க் கொலட்	Marc Quellet
மிகோயல் டெஸ்கோடோ ப்ராக்மன்	Miguel d'Escoto Brockmann
மிலாங்கோ	Milongo
மெடலின்	Medalin
மோரியா	Moria
ரஃபெயல் டெலோ	Rafael Tallow
ரீஜன்ஸ்பர்க்	Regensburg
ரெஜினா மரியா சிவரை	Regina Maria Sivori
ரேட்ஸிங்கர்	Ratzinger
ரொமானோ கார்டினி	Romano Guardini
லீனார்டோபா	Leonardo Boff
லூந்த்	Lund

லூஹான்	Lujan
லெஸ்பஸ்	Lesbos
வான் வெர்னிக்	Von Wernich
விக்டர் ஸோர்ஸின்	Victor ZorZin
ஜார்ஜ் விடேலா	George Videla
ஜான் லூயி டொரேன்	Jean Louis Tourane
ஜெயோ ப்ராஸ்டே எவிஸ்	Joao Braz de Avis
ஜேமி ஆர்டிகா	Jaime Ortega
ஸிஸ்டீன் சேப்பல்	Sistine chapel
ஹார்ன்வெல்	Harnwell
ஹோர்கே	Jorge
ஹோரெஸ்	Juarez
ஃப்ரான்ஸ் ஜலிக்ஸ்	Franz Jalics
ஃப்ளோரஸ்	Floras
ஃபைட்மான்	Fiedmont

படித்துவிட்டீர்களா?
நாகேஸ்வரி அண்ணாமலை எழுதிய பிற நூல்கள்

~

அமெரிக்காவின் மறுபக்கம்
ஒரு சமூக பொருளாதாரப் பார்வை

பக்கம்: *304*, விலை: ₹ 200
ISBN: 978 81 7720 125 3

~

அமெரிக்க அனுபவங்கள்
ஒரு சமூகவியல் பார்வை

பக்கம்: *224*, விலை: ₹165
ISBN: 978 81 7720 185 7

~

ஐந்து தலைமுறை நாடார் பெண்களின் கதை

பக்கம்: *352*, விலை: ₹ 270
ISBN: 978 81 7720 250 2

~

பாலஸ்தீன-இஸ்ரேல் போர்
ஒரு வரலாற்றுப் பார்வை

பக்கம்: *304*, விலை: ₹ 230
ISBN: 978 81 7720 222 8